நாய்

சடைச்சியும்

சிறுவன்

போரியாவும்

நாய் சடைச்சியும் சிறுவன் போரியாவும்

தெரு நாய்கள்
புகழ்பெற்றவை ஆனது
பற்றிய கதை

ம. பரானவா, யெ. வெல்தீஸ்தவ்

மொழிபெயர்ப்பாளர்: பூ. சோமசுந்தரம்

பாரதி புத்தகாலயம்

Naai SadachiumSiruvan Periyavum (Tamil)
M. Baranava, A. Veltheesdav
Translated by : **P. Somasundaram**
First Published: October, 2022
Published by
BHARATHI PUTHAKALAYAM
7, Elango Salai, Teynampet, Chennai - 600 018
Email: bharathiputhakalayam@gmail.com / www.thamizhbooks.com

நாய் சடைச்சியும் சிறுவன் போரியாவும்
ம. பரானவா, யெ. வெல்தீஸ்தவ்
தமிழில்: **பூ. சோமசுந்தரம்**
முதல் பதிப்பு: செப்டம்பர், 2022
வெளியீடு:
பாரதி புத்தகாலயம்
7, இளங்கோ சாலை, தேனாம்பேட்டை, சென்னை - 600 018
தொலைபேசி : 044-24332424, 24330024 | விற்பனை: 24332924

அருப்புக்கோட்டை: கதவுஎண் 49 A/4 மெயின் ரோடு, தெற்கு தெரு - 9994173551
ஈரோடு: 39: 39 ஸ்டேட் பாங்க் சாலை - 9245448353
கரூர்: நாரத கானசபா அருகில் (TNGEA OFFICE)- 9442706676
காரைக்குடி : 12, 2 வது தெரு, கம்பன் மணிமண்டபம் பின்புறம் - 9443406150
கும்பகோணம்: 352, ரயில் நிலையம் எதிரில் - 9443995061
குன்னூர்: N.K.N வணிக வளாகம் பெட்போர்ட்
கோவை: 77, மசக்காளிபாளையம் ரோடு, பீளமேடு - 8903707294
சிதம்பரம்: 22A / 18B தேரடி கடைத் தெரு, கீழவீதி அருகில் - 9994399347
செங்கல்பட்டு: 1 D ஜி.எஸ்.டி சாலை - 044 27426964 | **சேலம்:** 15, வித்யாலயா சாலை சாலை
சேலம்: பாலம் 35, அத்வைத ஆஸ்ரமம் சாலை 0427 2335952
தஞ்சாவூர்: காந்திஜி வணிக வளாகம் காந்திஜி சாலை - 9655542400
திண்டுக்கல்: பேருந்து நிலையம் - 9942331105, 9976053719
திருச்சி: வெண்மணி இல்லம், கரூர் புறவழிச்சாலை - 9994289492
திருநெல்வேலி: 25A, ராஜேந்திரநகர் - 9442149981 | **திருப்பூர்:** 447, அவினாசி சாலை - 9486105018
திருவண்ணாமலை: முத்தம்மாள் நகர் | **திருவல்லிக்கேணி:** 48, தேரடி தெரு - 9444428358
திருவாரூர்: 35, நேதாஜி சாலை - 9442540543 | **நாகர்கோவில்:** 699 கே.பி.ரோடு R.V.புரம் - 9443450111
நெய்வேலி: பேருந்து நிலையம் அருகில், - 9443659147 | **பழனி:** பேருந்து நிலையம் அருகில் - 7010760693
பாண்டிச்சேரி : கிழக்கு கடற்கரைச்சாலை, இலாசுப்பேட்டை, 9486102777
பெரம்பூர்: 52, கூக்ஸ் ரோடு - 9444373716 | **மதுரை:** 37A, பெரியார் பேருந்து நிலையம் - 045 22324674
மதுரை: சர்வோதயா மெயின்ரோடு
வடபழனி: பேருந்து நிலையம் எதிரில் அடையார் ஆனந்தபவன் மாடியில் - 9444476967
விருதுநகர்: 131, கச்சேரி சாலை - 0456 2245300 | **வேலூர்:** பேஸ் III, சத்துவாச்சாரி - 9442553893

ஓவியர்கள்: **யெ. மிகுநோவ், 179 – 182 பக்கங்களில் க. ரோத்தவ்**

அச்சு : பிரிண்டெக், சென்னை - 600 005.

உள்ளே...

முதல் காட்சி	7
பாழ்வெளியில் வெடியதிர்ச்சி	16
திரும்பவில்லை	20
நாய்கள் கண்காட்சியில்	33
"குஸாக்கா"	48
விண்வெளி மருத்துவர்	53
அஞ்சாதே, எதற்கும் அஞ்சாதே!	
நல்லது, ஆரம்பிப்போம்....	69
பலிக்காத பயணம்	82
இங்கே வசித்தது லாய்க்கா	91
பரிவுள்ள எழுதுகோல்	104
க்ளோரெல்லா	116
பீரங்கியா ராக்கெட்டா?	123
மூன்று.... இரண்டு... கிளம்பு!	142
செயல் ஓரிடம் புகழ் ஓரிடம்	158
அதுதானா அல்லவா?	171
சந்திரனுக்கும் அதைச் சுற்றியும் பறப்பு	184
ஸ்பூத்னிக் பேசுகிறது	193
போரியா பேட்டி அளிக்கிறான்	209
விண்வெளியின் திறவுகோல்	223

முதல் காட்சியில் எதிர்பாரா நிகழ்ச்சி

கீழ்க்கண்டது போன்ற விளம்பரங்கள் நகரில் ஒட்டப்பட்டன.

ஞாயிற்றுக் கிழமை 12 மணிக்கு

"ஸ்னானியெ" சினிமா
தியேட்டரில்

"ரேனா விண்வெளியில்"

என்ற விஞ்ஞானக் கற்பனைத் திரைப்படத்தின்

முதல் காட்சி

பிரதான பாத்திரமாக நடிக்கும் விண்வெளி விமானி ரேனா நேரில் வருகை தருவார்

"ஸ்னானியெ" தியேட்டரில் டிக்கெட் விற்கும் பெண்ணுக்குக் காலை முதல் ஒரே தலைவலி. டிக்கெட் அறையின் வட்ட ஜன்னலுக்குள் இறுகப்பிடித்த முட்டிகள் ஒன்றன்பின் ஒன்றாக நுழைவதும் சில்லறைக் காசுகளை உதிர்ப்பதும் இடைவிடாமல் நிகழ்ந்தவண்ணமாயிருந்தன. காசுக்கு உரியவர்கள் டிக்கட் அறைக்கு உள்ளே பார்ப்பதற்காகக் கழுத்தை நீட்டி, நுனிவிரல்களில் எம்பி நின்றார்கள். தங்களது சேமிப்புக் காசுகள் எப்போது எண்ணிக் கணக்கிடப்படும், நீல டிக்கெட்டுகள் எப்போது கத்தரித்துத் தரப்படும் என்று பொறுமையாக எதிர்பார்த்தார்கள் அவர்கள். ஒரு மணி நேரம் கடந்ததும் டிக்கெட்

கொடுப்பவள் 'அப்பாடா' என்று பெருமூச்சுவிட்டு, "டிக்கெட்டுகள் விற்பனையாகிவிட்டன" என்ற அறிவிப்பைத் தொங்கவிட்டாள்.

பார்வையாளர் ஹால் நிரம்பி, ஆவலுடன் கலகலத்துக் கொண்டிருந்தது. சில மனிதர்கள் ஹாலுக்குள் வந்து மேடையை நோக்கிச் சென்றார்கள். திரைக்கு எதிரே மேஜை போடப்பட்டிருந்தது. வந்தவர்கள் அதன் அருகே அமர்ந்தார்கள். படப்பிடிப்பாளர் ஹாலில் விரைவாகக் கண்ணோட்டி விட்டு, தமது நண்பரான பிரபல டைரக்டரிடம், "என் வாழ்த்துக்கள்! ஒரு நாற்காலி கூட வெறுமையாயில்லை!" என்று தணிந்த குரலில் சொன்னார்.

"ஆனால் எந்த மாதிரி ஜனங்கள் என்பதைக் கவனியுங்கள். பென்ஷன் வாங்குபவர்களும் சிறுவர் சிறுமியரும்—குற்றம் கண்டுபிடிப்பதில் எல்லோரையும் விஞ்சுபவர்கள்" என்று முணுமுணுத்தார் டைரக்டர்.

பார்வையாளர்கள் கைதட்டினார்கள். தியேட்டரின் தலைமை நிர்வாகி, கறுப்புக் கால்சட்டையும் கோட்டும், கோட்டுப் பையில் நீட்டிக்கொண்டிருந்த கைக்குட்டையின் வெள்ளை நுனியும் இலங்க, திரைப்படத் தயாரிப்பாளர்களை அறிமுகப்படுத்தினார்.

திரைப்பட டைரக்டர் எழுந்தார். நிமிட நேரம் பேசாதிருந்தார். பெருத்த மௌனம் நிலவியது.

"தோழர்களே" என்று தணிந்த குரலில் தொடங்கினார் டைரக்டர். "பல ஆண்டுகளுக்குமுன் நான் க்ராஸ்னயா ப்ரே ஸ்னியாவில் அணிவரிசையில் நின்று கொடியை நோக்கிக்கொண்டிருந்தேன். அது செங்கொடி. எனது கழுத்தில் கட்டியிருந்தது முன்னோடி இளைஞர்களுக்கு உரிய சிவப்பு டை. அப்போதுதான் நான் முன்னோடி இளைஞனாகச் சேர்த்துக் கொள்ளப்பட்டிருந்தேன். எனது வாழ்நாளின் முக்கியமான கணங்களில் எல்லாம் நான் அந்த நிகழ்ச்சியை நினைவுகூர்வது வழக்கம். எனது வாழ்க்கை இந்தக் கொடியின் கீழ் தொடங்கியது எவ்வளவு நல்லது என்று அப்புறம் நான் பல தடவை எண்ணமிட்டிருக்கிறேன்.

"இன்று சாதாரணமான ஞாயிற்றுக் கிழமை. ஆனாலும் நமக்கு உயரே, நமது நாடு அனைத்தின் மேலேயும் மகிழ்வு பொங்கும் கொடி வீசிப் பறப்பதாக எனக்குத் தோன்றுகிறது. இது புது யுகத்தின் கொடி, விண்வெளி மீது மனிதன் வெற்றி கொண்டதைக் குறிக்கும் கொடி. இதை உயர்த்தினது முதலாவது சோவியத் ஸ்பூத்னிக்குகள். இன்று இக்கொடியை ஏந்திச் செல்கிறது மூன்றாவது ஸ்பூத்னிக். வோல்கா மோட்டாரின் எடை கொண்ட இந்த விண்வெளி ஏவுகணை இதே கணத்தில் நமக்கு நேர் உயரே, இந்தச் சினிமா தியேட்டருக்கு மேலாகப் பறந்து செல்லக்கூடும், யார் கண்டது?..."

சுவருக்கு வெளியே, தெருக்களில், பச்சையும் மஞ்சளும் இளநீலமுமான "வோல்கா" மோட்டார்கள் விரைந்து செல்வதையும், பகல் ஒளியில் கண்ணுக்குப் புலப்படாத விண்வெளி மோட்டார் எங்கோ உயரத்தில் அவற்றை எளிதாக முந்திப் பாய்வதையும் எல்லோரும் கற்பனை செய்து கொண்டார்கள்.

கனவையும், தாரகைகள் பற்றித் துணிகரக் கனவுகாணும் கற்பனைக் கதையாசிரியர்களையும், அறியாவான வழிகளில் மனிதனை இட்டுச் செல்லும் விஞ்ஞானிகளையும் குறித்து அதற்குள் விவரிக்கலானார் டைரக்டர்.

அவர் மேலே தொடர்ந்தார்: "எங்களுடைய திரைப்படமும் ஒரு கனவுதான். அது கொஞ்ச காலமே வாழ்ந்திருக்கும் என்பதனால் எனக்கு இன்று சிறிது வருத்தமாயிருக்கிறது. விரைவில், மிக விரைவிலேயே மனிதன் விண்வெளிக்குப் பறந்து போவான். எதிர்பாராத, வியப்பூட்டும் துணிகரச் செயல்கள் நிகழ்த்துவான்... ஆனாலும் நீங்கள் "ரேனா விண்வெளியில்" என்ற திரைப்படத்தை ஒரு தடவையாவது நினைவுபடுத்திக்கொண்டால் நான் மிக மகிழ்வேன். எங்களது உழைப்பு வீண்போகவில்லை என்று எண்ணிக் கொள்வேன்..."

பார்வையாளர்களின் கரகோஷத்துக்குத் தலை சாய்த்து வணக்கம் தெரிவித்துவிட்டு டைரக்டர் அருகில் இருந்த பெண்ணிடம் ஏதோ தணிந்த குரலில் சொல்லி, நாற்காலி மேலிருந்து சிறு தோல் பெட்டி ஒன்றை அவளிடம் கொடுத்தார்.

"திரைப்படத்தில் பிரதான பாத்திரம் வகிக்கும் விண்வெளி விமானி ரேனாவை, சர்க்கஸ்கலைஸ் ஸோபியா லேப் இப்போது அறிமுகப்படுத்துவார்" என்று அறிவித்தார் டைரக்டர்.

பளிச்சிடும் ஜிகினாக்கள் வைத்துத் தைத்த கறுப்பு உடை அணிந்து பொன் முடியுடன் விளங்கிய ஒரு மாது, கைகளை முதுகுப் புறம் வைத்தபடி மேடை விளிம்புக்கு வந்தாள்.

"ஆல்லே! துள்ளு!" என்று கணீர்க் குரலில் கட்டளை இட்டாள் கலைஞி.

பறப்பு உடுப்பு அணிந்த சிறு குரங்கு ஒன்று பின்புறமிருந்து அவளுடைய தோளின்மேல் துள்ளி உட்கார்ந்தது.

அப்படியா சேதி! விளம்பரங்களில் அறிவிக்கப்பட்டிருந்த, எல்லோராலும் ஆவலுடன் எதிர்பார்க்கப்பட்ட விண்வெளி விமானி, தோல் பெட்டியில் அடக்க ஒடுக்கமாக உட்கார்ந்திருந்ததா!

ஹால் முழுவதிலும் பெருங்களிப்பு அலை மோதியது. வரவேற்பு முழக்கங்களால் கிளர்ச்சி அடைந்த ரேனா

மூஞ்சியிலிருந்து கண்ணாடியை வெடுக்கென்று கழற்றித் தரையில் எறிந்துவிட்டுக் கோரணி காட்டத் தொடங்கிற்று. இப்படிச் செய்ததன் மூலம், தான் எல்லாவற்றிலும் குரங்குச் சேட்டைகள் கொண்ட மந்தி—வானரம்— என்பதை அது காட்டிவிட்டது.

பார்வையாளர்கள் தங்கள் ஆமோதிப்பைக் கீச்சு ஒலிகளால் தெரிவித்துக்கொண்டார்கள். இடங்களிலிருந்து குதித்து எழுந்து, குதூகலமான குரங்கு நடிகையை அருகாமையிலிருந்து நன்கு பார்வையிடும் பொருட்டு மேடையை நோக்கி ஓடினார்கள். தலையில் வெள்ளை ரிப்பன் கட்டிக்கொண்டிருந்த ஒரு சிறுமி, கடைசி வரிசை ஒன்றிலிருந்து வெளியேறி, சிவப்புப் பூச்செண்டுடன் ஓடி மேடை மேல் ஏறி, பயிற்சி நிபுணியிடம் மலர்ச் செண்டை நீட்டினாள்.

“எங்கள் முன்னோடி இளைஞர் குழுவின் சார்பில்” என்று மளமளவென்று சொல்லிவிட்டு, ரேனாவின் தலையை ஜாக்கிரதையாகத் தடவிக் கொடுத்தாள் சிறுமி.

அதே கணத்தில், சிறுமியின் கண்கள் திகிலால் பரக்க விழிப்பதை மேஜை அருகே உட்கார்ந்திருந்தவர்கள் கண்டார்கள். குரங்கு சிறுமியின் பின்னலைப்

பிடித்துக்கொண்டு, பல்லிளித்தவாறு வெற்றிக் குறிப்புடன் இங்கும் அங்கும் கண்ணோட்டியது.

பார்வையாளர்களில் யாரோ கெக்கலித்துவிட்டு உடனே மௌனமாகி விட்டார்கள். மேடை மேல் உட்கார்ந்திருந்தவர்களின் முகங்களில் கவலை நிழலாடியது. ரேனா சிறுமியைக் கடித்துவிடக் கூடுமே!

படப்பிடிப்பின் போது பல முறை அவ்வாறு நடந்தது! சண்டைக் குணமுள்ள மந்தி யார் மீதாவது பாய்ந்து மூக்கிலோ கன்னத்திலோ வெடுக்கென்று கடித்துவிட்டு, மறு கணமே மரத்தில் ஏறி ஊஞ்சலாடியவாறு வலிப்புக் காட்டத் தொடங்கும்.

படப்பிடிப்பாளரும் டைரக்டரும் அசையவே இல்லை. குரங்குக்கு எரிச்சல் ஊட்டிவிடுவோமோ என்று பயந்தார்கள் அவர்கள்.

"ரேனா, விட்டுவிடு, உடனே! விட்டுவிடு, ரேனா! எங்கே, என் கண்ணல்லவா..." என்று ஸோபியா லேப் தணிந்த, அமைதியான குரலில் சொன்னது கேட்டது.

ரேனா ஏதும் அறியாதது போலக் கண்களைக் கொட்டிக் கொண்டு பயிற்சி நிபுணியை நோக்கியது. அப்புறம் கொட்டாவி விட்டு, மெள்ள மெள்ளப் பிடியை விட்டுவிட்டுச் சொறிந்துகொண்டது. சிறுமி அப்பால் தாவிக் குதித்து, மேடையிலிருந்து ஓடியே போய்விட்டாள்.

வருகை தந்தவர்கள் பாடு எக்கச்சக்கமாய்ப் போய்விட்டது.

கை தூக்கிவிட்டார் தலைமை நிர்வாகி :

"அன்பார்ந்த நண்பர்களே! இன்றைய தினம் எங்கள் தியேட்டரில் முதல் காட்சி. நமது மதிப்பிற்கு உரிய விருந்தினர்கள் ஓர் ஆண்டு முழுவதும் பாடுபட்டுத் தயாரித்த திரைப்படத்தை முதன்முதலாகப் பார்க்கப்போகிறவர்கள் நீங்களே. இதோ விளக்குகள் அணைக்கப்படும், துணிவு மிக்க ராக்கெட் பிரயாணியை, இதே குரங்கைப் பற்றி நீங்கள் அறிந்துகொள்வீர்கள். சேட்டைக்கார ரேனாவைப் பெரிய மனது பண்ணி மன்னித்துவிடுவீர்கள் என்று நம்புகிறேன்."

அவர் தனது பெயரைச் சொன்னதுமே பயிற்சி அளிக்கப்பட்ட மந்தி, தலைமை நிர்வாகியின் பையிலிருந்து கைக்குட்டையை எடுத்து ஆட்டிக்கொண்டே பார்வையாளர்களை நோக்கித் தன் கையை முத்தமிட்டு வீசிச் சைகை செய்தது.

ஹாலில் கிளம்பிய குதூகலச் சிரிப்புக்கு இடையே விருந்தினர் மேடையை விட்டு அகன்றார்கள்.

விளக்குகள் அணைந்தன. வழக்கத்துக்கு மாறாக ஒலித்த இசை, அலைகளாகப் பொங்கிப் பெருகியது. இருளில் விண்மீன்கள் சுடர்ந்தன. அவை “கைது அசையவில்லை. மிக நுண்ணிய ஒளிரும் புள்ளி ஒன்று மட்டுமே விரைந்த பறப்பின் மூலம் வான வெளியின் அமைதியைக் குலைத்தது: ராக்கெட் துரிதமாகப் பூமிக்குத் திரும்பியது. ஆனால் அதனிலும் விரைவாக நிலவுலகை எட்டியது விபத்து பற்றிய குறியீட்டுச் செய்தி. அபாயகரமான கதிர்களின் பொழிவில் தான் அகப்பட்டுக்கொண்டதாக அறிவித்தான் விண்வெளி விமானி.

திரைப்படம் கலவரத்துடன் தொடங்கியது. விண்வெளியின் நிசப் தமே ஹாலில் இறங்கிவந்துவிட்டது போலத் தோன்றியது. செலுத்து திடல்களில் கூர்முனை ராக்கெட்டுகள் அசையாது நின்றுவிட்டன. கிரக நடுப் போக்குவரத்து நிலையங்கள் வெறுமையாகி விட்டன. கதிர்களின் மர்மத்தை விஞ்ஞானிகள் அறிந்து, அவற்றால் பாதிக்கப்படாதிருப்பதற்கான காப்பு ஒன்றை எப்போது கண்டுபிடிப்பார்கள் என்று நட்சத்திர விமானிகள் எதிர்பார்த்துக்கொண்டிருந்தார்கள். நிர்ப்பந்தம் காரணமாக இறங்க நேரும்பொழுது ஏற்படுவதுபோல அவர்களுக்குச் சலிப்பாயிருந்தது.

இதோ திரை முழுவதிலும் முறுவல் செய்கிறது நன்கு தெரிந்த முகம்... ரேனா! விண்வெளியை வேவு பார்க்கப் பறக்கப் போவது இதுதான். பயிற்சிப்பட்ட குரங்கு பூமியிலிருந்து குறி கிடைத்ததுமே இயந்திரக் கருவிகளின் விசைகளை அழுத்தும், தனது உடல் நிலையை விஞ்ஞானிகளுக்கு அறிவிக்கும்.

இருந்தாலும் அச்சமாய்த்தான் இருக்கிறது. குரங்கு விஷயத்தில் கூட. காப்பு உடுப்பு அணிந்த ரேனா விமானி

அறைக்குள் அமர்த்தப்பட்டு, வார்களால் சாய்வு நாற்காலியுடன் பிணிக்கப்படுகிறது. ரேனா தலையைத் திருப்புகிறது, தலைக்காப்புக் கண்ணாடிக்கு உள்ளே பல்லை இளிக்கிறது, வாயைத் திறக்கிறது. ஒருவேளை, விடை பெற்றுக்கொள்ளும் போது ஏதேனும் சொல்ல விரும்புகிறதோ?

அந்தச் சமயத்தில் "வள்!" என்ற குரைப்பு ஹால் முழுவதிலும் ஒலித்தது. பின்பு மறுபடியும் "வள்! வள்!" என்ற குரைப்பு.

ஒலிப்பதிவாளருக்கு ஒன்றுமே புரியவில்லை. என்ன இது? இந்தக் குரைப்பு எங்கிருந்து? ஒலிப்பதிவின்போது நாய் எதுவும் இருக்கவில்லையே!

ஆனால் கெட்ட காலம், குரைப்பு நின்றபாடில்லை. அது ஒலி பெருக்கியிலிருந்து வரவில்லை என்பது இப்போது எல்லோருக்கும் தெளிவாகப் புலப்பட்டது. பார்வையாளர்கள் "ஷ்ஷ்" ஷென்று சீறினார்கள், இங்கும் அங்கும் திரும்பினார்கள், திரைப்படத்தின் மிகச் சிறு காட்சியைக் கூட விட்டு விடாதிருக்க முயன்றார்கள்.

யாரோ இருட்டில் நடை வழியில் ஓடி, தணிந்த குரலில் கடிந்து கொண்டார்:

"அட விஷமிகள்! நாயை இழுத்துவந் திருக்கிறார்கள் உள்ளே!"

விளக்குகள் ஏற்றப்பட்டன. ஒழுங்கைக் குரைத்த ஆசாமியை எல்லோரும் கண்டார்கள்.

நாற்காலி வரிசைகளுக்கு நடுவே ஊளையிட்டுக்கொண்டே ஓடியது சிறு வெள்ளை நாய். நாயின் பின்னே, மரியாதையாகக் குனிந்தவாறு துரத்திச் சென்றார் கண்காணிப்பாளர். குழப்பமடைந்த சிறுவன் ஒருவன் கண்காணிப்பாளர் பின்னால் ஓடினான். பையனைத் தொடர்ந்து விரைவாக அடிவைத்துச் சென்றார் தியேட்டரின் தலைமை நிர்வாகி.

நாற்காலிகளின் சிக்கலான சுழல் வழியில் அகப்பட்டுக்கொண்டு திகைப்படைந்த நாய் கணப்போது

நின்றது. உடனேயே நான்கு கரங்கள் அதை லபக்கென்று பற்றிக் கொண்டன. கண்காணிப்பாளர் ஒழுங்கைக் குரைத்த நாயைத் தம் பக்கம் இழுத்தார். பையனோ அவரை எதிர்த்தான்.

“என்ன இது?” என்று கர்ஜித்தார் அரு கே விரைந்த தலைமை நிர்வாகி.

“இது... இதுதான் சடைச்சி” என்று நாயை விடாமலே சொன்னான் சிறுவன். “நான் என்ன விரும்பினேன் என்றால்...”

“நீ என்ன விரும்பினாயோ எனக்குத் தெரியாது. இக்கணமே நீ ஹாலை விட்டு வெளியேறிவிட வேண்டும் என்று கோருகிறேன்!” இப்படிச் சொல்லியவாறே வெளிக் கதவைச் சுட்டிக் காட்டினார் தலைமை நிர்வாகி.

தலைமை நிர்வாகியின் சிவப்பேறிய முகத்தை ஒரு பார்வை பார்த்துவிட்டுக் கண்காணிப்பாளர் நாயை விட்டுவிட்டார். சிறுவன்

சடக்கென்று நாயை எடுத்துக் கொண்டு, மேல்கோட்டை விரியத் திறந்து, மௌனமாகிவிட்ட அந்த வெள்ளை உருண்டையை மார்புடன் சேர்த்து அணைத்தபடி வாயிலை நோக்கிப் பாய்ந்தான்.

“அட சடைச்சி மடைச்சி!” என்று அவன் பின்னே யாரோ நையாண்டி செய்தார்கள்.

தலைமை நிர்வாகி சோர்வுடன் நாற்காலியில் அமர்ந்து கைக்குட்டையால் நெற்றியைத் துடைத்துக்கொண்டார்.

திரைப்படக் காட்சி தொடர்ந்து நடந்தது.

பாழ்வெளியில் வெடியதிர்ச்சி

அதே நாள் மாலையில், சினிமா தியேட்டரின் அருகில் இருந்த பத்து மாடி வீட்டில் வசித்தவர்களை, திடீரென ஏற்பட்ட வெடியதிர்ச்சி கலவரப்படுத்தியது.

இந்த வீடு நகரில் சிறப்பான இடத்தில், அதாவது எல்லையில் அமைந்திருந்தது. அதன் ஒரு புறத்தில் அழகிய வீதி விளங்கியது. இவ்வீதி அண்மையில் தான் உருவாயிற்று என்றாலும் மெல்லிய, வளைந்து கொடுக்கும் மரக்கன்றுகள் அதற்குள்ளாகவே அதை அணி செய்தன. கடைகள், தையல் நிலையங்கள் ஆகியவற்றின் விளம்பரக் குறிகள் ஒளிவீசின. வீட்டின் சாம்பல் நிறமான அகன்ற பின் சுவருக்கு அப்பால் விசாலமான வெளி தொடங்கியது. நீர்க்குட்டத்தின் வாடையுடன் அங்கிருந்து காற்று தடையின்றி வீசிற்று. வெளியின் விளிம்போரமாக மோட்டார்ப் பிறைகள் கொண்ட சிறு நகரமே அமைந்திருந்தது. மறு கோடியில் சோலை ஆரம்பித்தது, ஒரு குக்கிராமமும் இருந்தது. நாலா பக்கங்களிலுமிருந்து கட்டுமானக் கிரேன்கள் குக்கிராமத்தை நோக்கி முன்னேறிக் கொண்டிருந்தன.

இந்தப் பாழ்வெளி சிறிது காலத்தில் கட்டாயமாக மறைந்துவிடும் தான். ஆனால் இப்போதைக்கு அங்கே ஆட்சி செலுத்தினார்கள் சிறுவர்கள்.

செப்டம்பர் மாதத்திய அந்த ஞாயிற்றுக் கிழமை மாலை, மோட்டார்ப் பிறைகளுக்குப் பின்னே மும்முரமாக முனைந்திருந்தார்கள் இரண்டு சிறுவர்கள். நமக்கு முதுகுப்புறத்தைக் காட்டிக்கொண்டு ஜன்னல்களிலிருந்து வரும் விளக்கொளியும் இசையுமாக நிற்கும் வீடு தன் பாட்டைப் பார்த்துக் கொண்டிருக்கிறது, நாம் நம் பாட்டைப் பார்த்துக் கொண்டிருக்கிறோம் என்று திண்ணமாக எண்ணியிருந்தார்கள் சிறுவர்கள்.

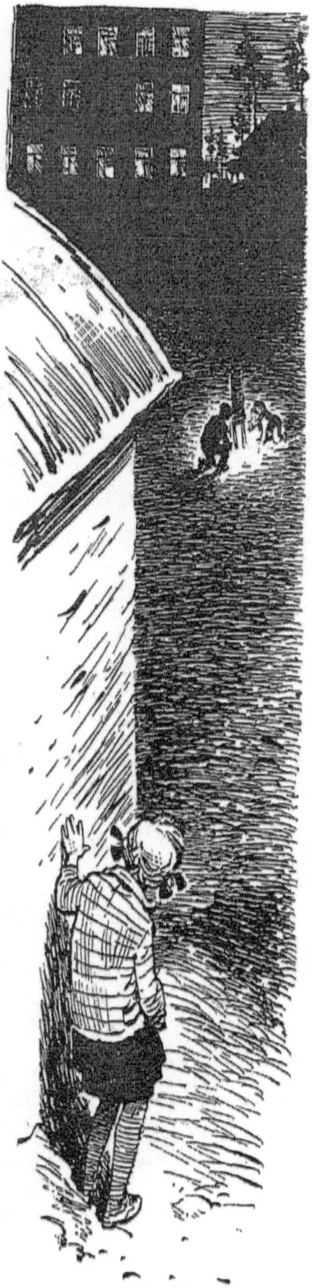

ஆனால் அவர்கள் எண்ணியது தவறு. அந்த வீட்டில் வசித்து வந்தாள் ல்யூபா கஸாக்கோவா என்ற பெண். எதையும் உற்றுக் கவனிப்பது அவள் சுபாவம். ல்யூபாவின் பெரிய, சாம்பல் நிறக் கண்கள் எப்போதும் அகல விரிந்திருக்கும் -ஏதோ நிகழ்ச்சியை எதிர்பார்த்து அவள் முன்னதாகவே—வியப்பு அடைந்துவிட்டது போல. எது நடந்தாலும் அந்த இடத்திற்கு ல்யூபா வழக்கமாக முதலில் போய்ச் சேர்ந்து விடுவாள். இப்போதும் எல்லாம் அறிபவளான ல்யூபா வெளியின் ஓரத்தில் இருந்த கடைசி மோட்டார்ப் பிறைக்கு அப்பால் நின்றுகொண்டு இருட்டில் உற்று நோக்கியவாறு எட்டிப் பார்த்துக்கொண்டிருந்தாள். விரைவில் நேரவிருந்த நிகழ்ச்சி பற்றிய முன்னுணர்வால் அவளுடைய இதயம் படக்குப் படக்கென்று அடித்துக்கொண்டது.

வடிவில் குழாயை ஒத்திருந்த ஏதோ விந்தையான அமைப்பு ஒன்றின் அருகே, இருட்டில் என்னவோ செய்துகொண்டிருந்தார்கள் இரண்டு சிறுவர்கள். அவர்கள் யார் என்று அடையாளங் கண்டுகொள்ள அவளால் எவ்வகையிலும் முடியவில்லை. உராய்வு ஒலியிலிருந்து அது உலோகக் குழாய் என்பது புலப்பட்டது. ஆனால் மிக

முக்கியமான சங்கதி என்னவென்றால், இந்த இடத்தில் முன்பு எவ்விதக் குழாயும் நிறுத்தி வைக்கப்பட்டிருக்கவில்லை.

ல்யூபாவின் கூர்ங் காதுகள் இன்னொரு விவரத்தையும் கேட்டறிந்து கொண்டுவிட்டன. அது தான் ஊளைச் சத்தம். ஒலிகள் மூடி அடக்கப்பட்டிருந்தன, அரிதாகவே செவிக்கு எட்டின. எங்கிருந்து வந்தன அவை? ஒருவேளை குழாய்க்கு உள்ளிருந்தோ?

இந்த இரகசிய அமைப்புக்கு இன்னும் அருகே நெருங்குவது என்று ல்யூபா தீர்மானித்தாள். மூலையிலிருந்து மெதுவாக வெளி வந்தவள், சடக்கென்று பின்வாங்கிவிட்டாள். இருளில் திடீரெனச் சுடர்ந்து எரிந்தது நெருப்புக்குச்சி. அப்புறம் இரண்டு பையன்களும் ல்யூபா இருந்த பக்கமாக ஓடி வந்தார்கள்.

காலடியோசை நெருங்கியது. இப்போது எல்லாவற்றிலும் சரியான காரியம், மறைந்துவிடுவது தான் என்று புரிந்து கொண்டாள் வேவுகாரி ல்யூபா. மோட்டார்ப் பிறைகளுக்கு நடுவே இருந்த இடைவழிக்குள் விருட்டென்று புகுந்து, சாலையில் பாய்ந்து ஓடியவள், எதிரே வந்த “வோல்கா” மோட்டார் மேல் மோதிக்கொள்ளத் தெரிந்தாள். காரோட்டி, அவளை எச்சரிக்கும் வகையில் முன் விளக்குகளைச் சட்டென்று பிரகாசமாக எரியச் செய்தார். விளக்கொளி சிறுமியின் கண்களைப் பளிச்சென்று தாக்கியது. அவள் விழிகளை இடுக்கிக்கொண்டு, குளிர்ந்த சுவரோடு ஒட்டிக்கொண்டாள்.

அதே நொடியில் காது செவிடுபடும் வெடியோசை அதிர்ந்தது. மோட்டார்ப் பிறைகளுக்கு அப்பாலிருந்து பயங்கரமான சீழ்க்கை ஒலியுடன் வானில் பாய்ந்தது ஏதோ வாணம். அதன் சீறும் நெருப்பு வால் பாழ் வெளியையும், தலையை மேலே நிமிர்ந்தியவாறு பாராட்டுடன் நோக்கிய சிறுவர்களையும், அரண்டுபோன சிறுமியையும், “வோல்கா” மோட்டாரிலிருந்து வெளியே குதித்த, தொப்பி அணிந்த வாட்டசாட்டமான மனிதரையும் ஒளியில் மூழ்கடித்தது. ஒளி வீசிவிட்டு அணைந்து போயிற்று. வாணத்தின் சீறல் அடங்கியது, அது தரையில் விழுந்தது.

மனிதர் பையன்களைக் கண்டுகொண்டு, "கென்னாதிய், நீயா?" என்று கூவினார்.

ஆனால் சிறுவர்களோ, அதற்குள் குழாயை நோக்கி ஓட்டமெடுத்தார்கள். அதிலிருந்து வெளிப்பட்டது நாயின் காதைத் துளைக்கும் ஊளைச் சத்தம்.

"சடைச்சீ, இதோ! கொஞ்சம் பொறு, நான் உன்னை வெளியே எடுத்து விடுகிறேன்!" என்று தேறுதல் கூறினான் இருளில் கண்ணுக்குத் தென்படாத நாயின் சொந்தக்காரன்.

சூடான குழாய்க்கு உள்ளிருந்து நாயை விடுவிக்க அவர்கள் எப்படி எல்லாமோ முயன்று பார்த்தும் ஒன்றும் பயனில்லை. பொசுங்கிக்கொண்டிருந்த அடைப்பட்ட நாய் முன்னிலும் ஏக்கத்துடன் ஊளையிட்டது.

இதற்குள் துன்பகரமான நிகழ்ச்சிமுடிவு நடந்த இடத்திற்கு வந்தது "வோல்கா" கார். கென்னாதியின் தகப்பனார் சிறுவர்களுக்கு விரைவிலேயே பாடம் கற்பிப்பதாக அச்சுறுத்தி அவர்களைக் குழாய் அருகிலிருந்து விரட்டிவிட்டு, சூடான வாணத்தை எடுத்து வைது திட்டிக்கொண்டே மோட்டாருக்கு உள்ளே போட்டார். "வோல்கா" அங்கிருந்து ஒரே பாய்ச்சலாகக் கிளம்பி, வேகத்தை அதிகரித்துக்கொண்டு சாலை வழியே சோலையின் பக்கம் விரைந்தது.

தெருவிலிருந்து ஊதல் ஒலி கேட்டது. கிளர்ச்சி அடைந்த வீட்டுக் காவலாளனால் அழைக்கப்பட்டு வந்த மிலீஷியாக்காரனின் ஊதல் ஒலி அது. பையன்கள் நொடிப்பொழுது திகைத்து நின்றார்கள், சுற்றுமுற்றும் கண்ணோட்டினார்கள், பின்பு இருளில் மறைந்துவிட்டார்கள்.

பாழ்வெளியில் உண்டான அதிரொலியைப் பத்து மாடி வீட்டுவாசிகளில் அனேகமாக எல்லோருமே கேட்டார்கள், வெடியின் ஒளிவீச்சைக் கண்டார்கள். நாற்பதாவது, நாற்பத்து ஒன்றாவது இல்லங்களில் வசிக்கும் "கண்டுபிடிப்பாளர்கள்" கை வேலை தான் இது என்று ஊகித்துக்கொண்டார்கள். தாங்களே செய்த ராக்கெட்டுகளைச் செலுத்தி, குடியிருப்பவர்களைப் பல தடவை திகிலுக்கு உள்ளாக்கியிருந்தார்கள் இந்தக் "கண்டு

பிடிப்பாளர்கள்.” இவர்களிடம் தொழில் நுணுக்கத் திறமை இருப்பதாகக் கூறி இந்த விஷமிகளுக்குச் சப்பைக்கட்டு கூடக் கட்டினார்கள் ஒரு சிலர். ஆனால் பெரும்பான்மையினர் இந்த மாதிரித் திடீர்ச் செப்படி வித்தைகளுக்கு எதிராயிருந்தார்கள். அமைதியைக் குலைத்தவர்களுக்கு அபராதம் விதிக்கப் போவதாக அச்சுறுத்திய வீட்டு நிர்வாகத் தலைவரை இவர்கள் ஆதரித்தார்கள்.

குற்றத்துக்குச் சான்று எதுவும் கிடைக்காதது பற்றி வீட்டு நிர்வாகத் தலைவருக்கு வருத்தம். வீட்டுக் காவல்காரனுடனும் மிலீஷியாக்காரனுடனும் நிர்வாகத் தலைவர் குற்றம் நிகழ்ந்த இடத்துக்குப் போய்ப் பார்த்தபோது பொசுங்கிய புல்லையும் புதர்களையும் தவிர வேறு எதுவும் அவர்களுக்குக் கிடைக்கவில்லை.

“இந்தத் திருட்டுப் பசங்கள் மெய்யாகவே ராக்கெட்டைச் செலுத்திவிட்டார்களா என்ன?” என்று விளங்காமையுடன் சொன்னார் வீட்டு நிர்வாகத் தலைவர். அது யார் தலையிலாவது விழுந்தால் என்ன ஆகும்? ஒழுங்கீனம்... சாட்சிகளும் இல்ல...”

“சாட்சி” ல்யூபாவோ, ஒருவரிடமும் ஒன்றுமே சொல்லவில்லை.

திரும்பவில்லை

அந்த வீட்டின் இரண்டாவது புகுவாயில் பகுதியைச் சேர்ந்தவர்கள் எல்லோருக்கும் ஒரு விஷயம் பழகிப்போயிருந்தது: ஒவ்வொரு நாளும் காலையில், ஐந்தாவது மாடியில் நாற்பத்து ஒன்றாம் எண்ணிட்ட இல்லத்தின் கதவு விரியத் திறக்கும். பறட்டைச் சடைநாய் ஒன்றும், சணல் முடியும் சிவப்புப் பனியனுமான ஒரு சிறுவனும் வெளிவருவார்கள். இருவரும் ஒன்றாக மாடிப் படிகளில் தடதடவென்று இறங்குவார்கள். நாயின் மகிழ்பொங்கும் குரைப்பைக் கேட்பவர்கள் அப்போது மணி ஏழரை என்பதைக் குறித்துக் கொள்வார்கள். தொழிலாளி மக்கள் லிப்டின் உதவியால் கீழே வருகையில் சிறுவனும்

நாயும் தங்கள் மாடிக்குச் சுலபமாக ஓடிச் சென்றுவிடுவார்கள். நாற்பதாவது இல்லத்திலிருந்து வந்து அதே வெளித் தாழ்வாரத்தில் அவர்களை வழக்கமாக எதிர்கொள்வான் ஒரு சிறுவன். வெகுநேரம் உறங்கி எழுந்த தோற்றம் அவன் முகத்தில் தெரியும். கோடிட்ட பைஜாமாவும் சட்டையும் அணிந்திருப்பான். கொட்டாவி விட்டுவிட்டு, “குட் மார்னிங்! எத்தனை சுற்றுகள்? ஐந்தா? வாழ்த்துகள்!” என்று சொல்வான். நாயைப் பின்னங்கால்களில் நிற்க வைத்து விட்டு, பைஜாமா அணிந்த பக்கத்து வீட்டுப் பையன் உள்ளே போவான்.

திங்கட்கிழமை அன்று, போரியா ஸ்மே லவ் சிவப்பு பனியன் அணிந்து சரியாக ஏழரை மணிக்கு வெளிவந்தான் ஆயினும் நாயின் குரைப்பை ஒருவரும் கேட்கவில்லை. அவன் செருப்புகளுடன் மெதுவாக அடி வைத்து ஓசையின்றிக் கீழே இறங்கி வீட்டைச் சுற்றி ஓடத் தொடங்கினான். சில சுற்றுகள் ஓடியபின் அவன் பாழ்வெளிக்குப் பாய்ந்துசென்று உடற்பயிற்சி செய்யலானான்.

தொழிலாளி மக்கள் தரையடி ரயில் நிலையத்துக்கு வெகு நேரத்துக்கு முன்னரே போய்விட்டார்கள். யாரொஸ்லாவ் இவான விச் ஸ்மேலவ் காலை முறை வேலைக்குப் புறப்படும் முன்பு கடைசிக் கோப்பை தேநீர் பருகினார். ஆனால் சிவப்பு பனியன் அணிந்த உடற்பயிற்சியாளனோ கைகளை ஆட்டுவதும் குத்திட்டு உட்கார்வதும் எழுந்திருப்பதுமாக தேகாப்பியாசத்தில் முனைந்திருந்தான்.

“ஆமாம், இந்த போரியாவுக்கு என்ன வந்துவிட்டது,

உண்மையாகவே? பள்ளிக்கூடத்திற்கு நேரங்கழித்துப் போகலாம் என்று பார்க்கிறானா?" என்று சொல்லித் தமது பைக் கடிகாரத்தை நோக்கினார் யாரொஸ் லாவ் இவானவிச். "சடைச்சியையும் நேற்று முதல் எதனாலோ காணோம். இந்தா, நாயைப் பற்றி போரியாவிடம் விசாரியேன்."

மாட்டலிலிருந்து தொப்பியை எடுத்துக்கொண்டு தொழிற்சாலைக்குப் புறப்பட்டார் ஸ்மேலவ்.

அப்பாவின் பரிச்சயமான உருவம் திருப்பத்துக்கு அப்பால் மறையும்வரை காத்திருந்துவிட்டு போரியா வீட்டுக்கு ஓடினான். அவனுடைய நண்பன் கென்னாதிய் கராத்தவ் வசித்துவந்த நாற்பதாம் இல்லத்திலிருந்து இன்று யாரும் வெளியே வந்து பார்க்கவில்லை. இந்த வீட்டிலும் காலை வழக்கத் துக்கு மாறான முறையில் தொடங்கியது.

பத்திரிகையாளர் அனத்தோலிய் யெவ்கேனியெவிச் கராத்தவ் அலுவலகம் செல்ல அவசரப்படவில்லை. மகனுடன் ஆழ்ந்த பேச்சுவார்த்தை நடத்துவதென்று அவர் தீர்மானித்தார். கைகளை முதுகுப்புறம் வைத்தவாறு அவர் அறையில் குறுக்கும் நெடுக்கும் உலாவினார். மகன், முகங்கை கழுவித் தலை வாரிக்கொண்டு மேஜையருகே உட்கார்ந்து காலையுணவு சாப்பிட்டுக்கொண்டிருந்தான்.

"இந்த ஒழுங்கீனம் எப்போது நிற்கும்?" என்று கோபத்துடன் வினவினார் அனத்தோலிய் யெவ்கேனியெவிச். "முதலில் வெறும் வெடி மட்டும் அதிர்ந்தது. அப்புறம் காலி டப்பாக்கள் செலுத்தப்பட்டன. கடைசியில், அந்த ஆக்கங்கெட்ட நாயை வைத்து அடைத்த பயங்கரமான குழாய்! அபராதம் கொடுத்துக் கொடுத்து எனக்கு முடிவில் அலுத்துப் போயிற்று!

"மாபெரும் விஞ்ஞானிகள் அனைவரும் எதையாவது தியாகம் செய்து தான் இருக்கிறார்கள்" என்று அமைதியாக விடை இறுத்தான் மகன்.

அனத்தோலிய் யெவ்கேனியெவிச் அறை நடுவில் நின்று வேதனைத் தோற்றத்துடன் மகனைப் பார்த்தார். "முதலாவது, நீ மகாபெரியவன் அல்ல. இரண்டாவது, தியாகங்களைப்

பற்றிய பேச்சு ஏற்கனவே தொடங்கிவிட்டபடியால், நான் ஒன்று கேட்க விரும்புகிறேன்: குழாய்க்குள் நீ என்ன அடைத்திருந்தாய்?" என்றார்.

கென்னாதிய் மென்று விழுங்கினான்.

"வந்து, சினிமா பிலிம் சுருள்கள், வந்து, இருபது நெருப்புப் பெட்டிகள், இன்னும் சில சாமான்கள். உங்களுக்கே தான் தெரியுமே, கண்டுபிடிப்பாளர்கள் எரிபொருள் பற்றிய இரகசியத்தை வெளியிடமாட்டார்கள்."

"நல்லது. உனக்கு இது இரகசியம். ஆனால் உன்னுடைய இரகசியம் நெடுங்காலத்துக்கு முன்பே கையாளப்பட்டுவிட்டது என்பது உனக்குத் தெரியுமா? அதுவும் மிகவும் துன்பகரமான முறையில் என்பது? சீன மந்தாரின் வாணத்தில் பறந்தது பற்றிக் கேள்விப்பட்டிருக்கிறாயா?"

"சீன மந்தாரினா? வாணத்திலா?"

கென்னாதிய் சாப்பிடுவதை நிறுத்திவிட்டான். அறிவு சான்ற தொன்மைக்காலச் சீனர்கள் வெடிமருந்து, திசைகாட்டிக் கருவி, காகிதம் ஆகியவற்றைப் போலவே வாணத்தையும் கண்டுபிடித்தார்கள் என்பது அவனுக்குத் தெரியும். இவை எரியும் ஈட்டிகள்—வெடிமருந்து கெட்டிக்கப்பட்டு எதிரியின் தரப்புக்குப் பறந்து செல்லும் குழாய்கள். ஆனால் வாணத்தின் மேல் சவாரி செய்ய விரும்பிய மந்தாரினைப் பற்றி கென்னாதிய் கேள்விப்பட்டதே கிடையாது.

"கற்பனை செய்து கொள். சீனத்தில் அம் மாதிரி மந்தாரின் ஒருவன் இருந்தான். வான் ஹூ என்பது அவன் பெயர். சாயலில் அவன் உன்னை மிகவும் ஒத்திருந்தான் என்பதையும் இதே கையோடு சொல்லிவிடுகிறேன். வெடி வாணங்களின் உதவியால் வானத்தில் எழும்பலாம் என்று அவனும் நினைத்தான். வான் ஹூ உட்காரும் இடம் ஒன்றை அமைத்துக்கொண்டான். அதனுடன் இரண்டு பிரமாண்டமான பறவை நாகங்களைப் பிணித்தான்—காற்றில் அவை தன்னைத் தாங்க வேண்டும் என்பதற்காக. தனது பறக்கும் சாதனத்தை வெடிவாணங்களால் நிறைத்துக்கொண்டான்.

“ஆகா, அபாரம்!” என்று சொல்லிக்கொண்டே ஆனந்த மிகுதியால் நாற்காலியின்மேல் துள்ளிக்குதித்தான் கென்னா திய்.

“அதற்குள் ஆனந்தப்படாதே, பொறு. இந்த வரலாற்றின் முடிவு துயரமானது. வாணங்கள் ஒன்றன்பின் ஒன்றாக வெடித்து எரியும் என்று வான் ஹு நினைத்திருந்தான். அவையோ, நாற்பத்தேழும் ஒரே மொத்தமாக வெடித்துவிட்டன. வான் ஹூ கொல்லப்பட்டான். வெடிவாணங்கள் பற்றிய இரகசியத்தின் கதி இது தான்.”

“ஆனபோதிலும் அவன் துணிவு மிக்கவன், இல்லையா அப்பா?”

“இதோ பார், அப்பனே, உன்னோடு பேசிப் பயனில்லை.” அனத்தோலிய் யெவ்கேனியெவிச் ஆயாசம் தோன்றக் கைகளை வீசி யாட்டினார். பின்பு தீர்மானமாகச் சொன்னார்: “இன்று முதல், குளியறையில் இருக்கும் இரசாயனச் சோதனைச் சாலை மூடப்பட்டு விடும்! ராக்கெட்டுகள் பற்றிய புத்தகங்கள் அலமாரியில் பூட்டப்படும்! பொதுவாக மிகக் கண்டிப்பான ஒழுங்குமுறை கடைப்பிடிக்கப்படும். அதோடு, எங்கே, உன் பள்ளிக்கூட நாட்குறிப்புப் புத்தகத்தை இப்படிக் கொடு. அதுதானே, பார்த்தாயா, உடற்பயிற்சியில் மறுபடியும் நீ தேறவில்லை! ஏன், நானுந்தான் கேட்கிறேன். நாற்பத்து ஒன்றாவது இல்லத்திலிருக்கும் உன் பக்கத்து வீட்டு நண்பன் தினந்தோறும் காலையில் தேகப்பயிற்சி

செய்கிறான், நீ போர்வைக்கு அடியில் படுத்துக் கிடக்கிறாயே, ஏன்? உன் தோழன் முறுக்குவடம் போல விறைப்பாயிருக்கிறான், நீயோ, கயிறு போலத் துவள்கிறாயே, ஏன்?"

"மனிதனுக்கு முக்கியமானது சிந்தனை" என்று உறுதியுடன் பதிலளித்துவிட்டுத் தட்டை அப்பால் நகர்த்தினான் கென்னாதிய்.

"நேர்த்தி, வெகு நேர்த்தியாகச் சொன்னாய்... சினிமா தியேட்டருக்கு நாயைக் கொண்டுவந்து காட்சியை இடை முறிக்கும்படி அதே நண்பனுக்கு யோசனை கூறியவன் நீ தானே?"

"அப்பா, சோதனை விலங்கை விண்வெளி நிலைமைகளுக்குப் பழக் கப்படுத்துவது இன்றியமையாதது அல்லவா? விபத்து நேரும் என்று ஒருவருக்கும் தெரியாது. பாவம், சடைச்சி, நிச்சயமாக அது பொசுங்கிப் போயிருக்கும்."

"சந்தேகமில்லாமல். ஒரு பாவமும் அறியாத நாய் துன்பத்துக்கு உள்ளாயிற்று. ஆனால் நன்றாகக் கவனித்துப் பார்ப்பதற்கு என்னால் முடியவில்லை. நான் அதைத் திறந்துவிட்டதுமே அது ஓடிப்போய்விட்டது. இப்போது அது வீடு வந்து சேர்ந்திருக்கும்."

"இல்லை, அது திரும்பவில்லை. நீ அதை எங்கே திறந்துவிட்டீர்கள்?"

ராக்கெட் எங்கே இருக்கிறது என்று தெரிந்துகொள்ள விரும்புகிறாயா?" அனத்தோலிய் யெவ்கேனியெவிச் கண்களைச் சுருக்கிக்கொண்டார். "அப்பனே கென்னாதிய், இந்தத் தந்திரம் பலிக்காது. தவிர உனக்குப் பள்ளிக்கூடம் போக நேரம் ஆகிவிட்டது.

போரியாவும் கென்னாதியும் மணி அடிக்கும் போது பள்ளிக்கூடம் போய்ச் சேர்ந்தார்கள். 6 "அ" வகுப்பு மாணவர்களின் பெரிய ஒழுங்கையும் காதுகளில் துப்புரவையும் நோட்டுப்புத்தகங்கள், நாட்குறிப்புப் புத்தகங்கள் ஆகியவற்றையும் கண்காணிப்பதற்குப் பொறுப்பேற்றிருந்த பெருந்தொகையானவர்களில் தனது பிரமாதச் சுறுசுறுப்பைக் காட்டியவள் துப்புரவுக் கண்காணிப்பாளி ல்யூபா கஸாக்கோவா மட்டுமே: அவர்களுடைய கைகளை, அவற்றில் சித்திர எழுத்துக்கள் எழுதியிருப்பது போல மிகக் கவனமாக நோட்டமிட்டாள் அவள். மற்றப் பொறுப்பாளிகள் ஏற்கனவே தங்கள் தங்கள் இடங்களில் அமர்ந்து கொண்டார்கள். வகுப்புச் சட்டாம்பிள்ளை ல்யோவா பொமெரான்சிக் நேரங் கழித்து வந்தவர்களை முட்டியைக் காட்டி அச்சுறுத்தினான்.

வீட்டுப்பாடமாகக் கொடுக்கப்பட்டிருந்த "இலையுதிர் காலம்" என்ற செய்யுளைத் தான் சரிபார்க்கப் போவதில்லை என்று இலக்கிய ஆசிரியை அறிவித்தார் (தலைக்கு நாள் சோதனை நிகழ்த்தியவர்கள் அப்பாடா என்று பெருமூச்சு விட்டார்கள்). நோட்டுப்புத்தகங்களை எடுத்துக்கொண்டு நட்பைப் பற்றி நான் படித்தது என்ன என்ற விஷயம் குறித்துக் கட்டுரை வரையும்படி ஆசிரியை உத்தரவிட்டார்.

நட்பைப் பற்றி ஒவ்வொரு மாணவனாலும் நிறைய எழுத முடிந்தது. பரிச்சயமான வடிவங்களின் கிரமமற்ற கோவைகள் காகிதத்தில் விரைவாக ஓடின. இறக்கைகள் போல இரு மருங்கிலும் விரிந்த மேலங்கி அணிந்த வீரன் சப்பாயெவ், அவன் பின் கமிஸார் க்ளிச்கோவ், துணையதிகாரி பேத்கா ஆகியோர் நோட்டுப்புத்தங்களின் நீலக்கோடுகள் மீது காட்சி தந்தனர். பகைவர்களை அஞ்சாது நேராக நோக்கியவாறு கொடியைச் சுற்றிலும் நெருக்கமாக அணிவகுத்து நின்றனர்

இளங்காவலர். கடலில் வெண்மையாகத் திகழும் கப்பற்பாயை வழியனுப்பினார்கள் செம்படவனின் பேரனும் பள்ளி மாணவனும். ஒரு காகிதத்தில் அசட்டு இவான் கூட விசுவாசமுள்ள திமில் முதுகுக் குதிரை மேல் ஏறித் துள்ளிவந்தான்—ஊதா மைக்கறைகள் படிய.

மாணவர் வரிசைகளுக்கிடையே மெல்ல நடந்தவாறு ஆசிரியை தமது வகுப்பைப் பற்றி எண்ணமிட்டார். சுபாவத்தில் ஒருவருக்கொருவர் முற்றிலும் மாறான சிறுவர்கள். உதாரணமாக, இதோ பின் சாய்மேஜையருகே உட்கார்ந்திருப்பவர்கள், எப்படிப் பிரியா நண்பர்களாக விளங்குகிறார்கள் என்பதைப் பற்றிச் சிந்தித்தார். ஒருவன் சுளுவாகப் பேனாவை ஓட்டுகிறான் , நடு நடுவே புன்னகை செய்கிறான், வேலைக்கு இடையே இங்குமங்கும் திரும்பவும் பக்கத்துப் பையனை இடிக்கவும் வேறு செய்கிறான். மற்றவனோ, புருவங்களை நெரித்துக்கொண்டு ஆழ்ந்த கவனத்துடன் எழுதுகிறான்-ஒவ்வொரு சொல்லையும் அனுபவிப்பவன் போல.

“கென்னாதிய் கராத்தவ் திறமையுள்ள பையன். சிறுவர்கள் அவனைக் கண்டுபிடிப்பாளன் என்று அழைக்கிறார்கள்.'' கணக்கு ஆசிரியர் வெகுவாக மெச்சிக்கொள்கிறார். அவன் முகத்தைக் கண்டபடி கோணிக் கொள்வதையும் திடீரென்று செவிட்டுத்தனம் வந்ததுபோல் நடிப்பதையும், த்ஸி ஒல்கோவ்ஸ்க்கிய் போல் நடந்துகொள்வதற்காக அவன் இப்படிச் செய்கிறான் என்று சொல்லி அவர் மன்னித்து விடுகிறார்''-இவ்வாறு ஓடியது ஆசிரியையின் சிந்தனை.

ஆனால் இலக்கிய ஆசிரியைக்கு அதிகம் பிரியமானவன் மௌனமாயிருக்கும் போரியா ஸ்மே லவ். தன்னம்பிக்கை மிக்க தோழனுக்கு அவன் அடிக்கடி பணிந்து போகத்தான் செய்கிறான் என்றாலும் அவனுடைய கட்டுப்பாடுள்ள சுபாவத்துக்குப் பின்னே வலிமையும் ஆழ்ந்த ஆர்வமும் உள்ள இயல்பு இருப்பதை ஊகிக்கமுடிகிறது. உரமும் லாகவமும் கொண்ட போரியாவும் குறும்புகள் செய்வதற்குத் தயங்குவதில்லைதான். ஆனாலும் அவன் ஏய்ப்பது

கிடையாது, தோழர்களின் முதுகுக்குப் பின்னே மறைந்து கொள்வது கிடையாது.

கென்னாதியையும் போரியாவையும் ஆசிரியை நன்றாக அறிந்திருந்தாள். எனினும் அவர்களுடைய கட்டுரைகளைப் படித்தபோது அவளுக்கு வியப்பு உண்டாயிற்று. ஹெக்கிள்பெரி பின், டாம் ஸாயர் இருவரது நட்பையும் கென்னாதிய் விரிவாக வருணித்து அவர்களுடைய கட்டற்ற சுயேச்சையை மெச்சியிருந்தான்: "வீட்டாரின் கண்காணிப்பு டாம் ஸாயரை ஒடுக்கியது. மாறாக டாம் தன் அத்தையிடமிருந்து ஓடி விடுதலை பெற்றதும் அவனுக்கும் அவனுடைய தோழன் ஹெக்கிள் பெரிக்கும் உண்மையான துணிகரச் செயல்கள்

நிறைந்த வாழ்க்கை தொடங்கியது. ஹெக் கிள்பெரி பின், டாம் ஸாயர், இருவரும் புகழ்பெற்ற மனிதர்களாக, ஆராய்ச்சிப் பிரயாணிகளாகவோ பொறி இயல் நிபுணர்களாகவோ விளங்கியிருப்பார்கள் என்று நான் திண்ணமாக நம்புகிறேன். அதாவது பெரியவர்கள் சிலருக்கு இடைஞ்சல் செய்வதுபோல அவர்களுக்கு இடைஞ்சல் செய்யாமலிருந்தால்." இந்தச் "சிலர்" யார் என்பது கட்டுரையில் குறிப்பிடப்படவில்லை.

போரியா ஸ்மேலவோ, தான் படித்த இலக்கியம் முழுவதிலும் இருந்து பணியாள் கெராஸிமுக்கும் நாய் முமூவுக்கும் இடையே நிலவிய நட்பை-இ. ஸெ. துர்கேனெவ் வருணித்துள்ள நட்பை-எடுத்துக் கொண்டிருந்தான். "நான் சீமாட்டியின் சொற்களுக்குக் கீழ்ப்படிந்திருக்க மாட்டேன், நாயை

மூழ்கடித்திருக்கமாட்டேன். பொதுவாகவே நாயைப் பேணிப் பராமரிக்க வேண்டும்" என்று திடீரெனக் கட்டுரையை முடித்திருந்தான் போரியா.

கட்டுரையாளன் இந்த வரிகளை எழுதும்போது, ஈரிப்பான இலையுதிர்காலக் காட்டில் அலைந்து திரியும் தன்னந்தனியான, பசியால் வாடும் நாய் ஒன்றைக் கற்பனை செய்துகொண்டிருப்பான் என்பதை ஆசிரியை சிறிதும் எண்ணவில்லை.

பள்ளிக்கூடம் விட்டதும் பாழ்வெளியின் மறுகோடியில் இருந்த இந்தக் காட்டுக்குள் புத்தகப் பைகளுடன் நேரே ஓடினார்கள் இரு நண்பர்களும். காட்டு ஓரம் முழுவதையும் அவர்கள் சல்லடை போட்டுச் சலித்துப் பார்த்துவிட்டார்கள், ஆனால் ராக்கெட்டின் தடத்தையே காணோம்.

கணப்பொழுது இருவரும் திகைத்து நின்றுவிட்டார்கள். கால்வாய்ப் பள்ளத்தில் யாரோ அசைந்த மாதிரி இருந்தது. அங்கே பாய்ந்து சென்றார்கள்... ல்யூபாவைக் கண்டார்கள். அவள் குத்திட்டு உட்கார்ந்து, ராக்கெட்டின் கரிந்து போயிருந்த பக்கங்களை மெதுவாகத் தட்டிப் பார்த்துக்கொண்டிருந்தாள்.

"நீ என்ன, இங்குமா கைகளைச் சரி பார்க்க வந்துவிட்டாய்?" என்று குசுகுசுத்துக்கொண்டே போரியாவின் பின்னே பள்ளத்தில் குதித்தான் கென்னாதிய்.

இந்தக் கிண்டலைப் பொருட்படுத்தாமல் "அதை இங்கே காணோம்!" என்று அறிவித்தாள் ல்யூபா. பின்பு புதரைப் பிடித்துக்கொண்டு கிடங்கிலிருந்து வெளியேறினாள். ல்யூபா சடைச்சி என்று பெயர் குறிப்பிடாவிட்டாலும் அவள் எதைப் பற்றிச் சொன்னாள் என்பதை போரியா உடனே புரிந்து கொண்டான்.

குழாய் மெய்யாகவே வெறுமையாய் இருந்தது. ஆயினும் கரி படிந்து குழிகள் விழுந்திருந்த அந்த நிலைமையிலும் அது கென்னாதியுக்கு அக்கறைக்கு உரியதாகப் பட்டது. கிடங்கின் அடித்தளத்தில் குந்திக்கொண்டு குழாயை இன்னொரு தடவை பயன்படுத்த முடியாதா என்று சீர்தூக்கிப் பார்க்கலானான் அவன். அப்போது தன் தலைக்கு மேலே ல்யூபாவின் மஞ்சள்

பூட்சுகளைக் கவனித்துவிட்டான். துள்ளி எழுந்தான் கென்னாதிய்.

“இன்னுமா இங்கே நிற்கிறாய்? ஒழி இங்கிருந்து! இல்லையோ, இதோ பார்!” என்று முட்டி பிடித்துக் காட்டினான்.

“நான் ஒன்றும் உனக்குப் பயந்து கிடக்கவில்லை” என்று கர்வத்துடன் கூறி, பின்னல்களைக் கொம்புகள் போலச் சிலுப்பினாள் ல்யூபா.

“ஊம், வேகமாக, வேகமாக!” என்று அதட்டினான் கென்னாதிய். (ல்யூபா பின்வாங்கினாள்). “இந்தா, ஒருவரிடமும் மூச்சுக் காட்டப்படாது!” என்று கத்தினான் கென்னாதிய்.

போரியா சடைச்சியைத் தேடிக்கொண்டு காடெல்லாம் ஓடினான். ஒவ்வொரு பள்ளத்திலும் கூர்ந்து பார்த்தான், முள்ளாய்க் குத்தும் ஊசியிலை மரக்கூட்டங்களுக்குள் துணிகரமாகப் புகுந்து தேடினான். கூவி அழைத்தான், இதோ சடைச்சி பதில் கொடுக்கும் என்று காதுகொடுத்துக் கேட்டான்.

நெடிய, சிவந்த தேவதாரு மரத்தின் அடியில் வெள்ளை உருண்டை ஒன்று அவன் கண்ணில் பட்டது. நெஞ்சு படக்குப்படக் கென்று அடித்துக் கொண்டது. பாவம் சடைச்சி, களைத்துப் போய்ப் படுத்து இளைப்பாறுகிறது என்று நினைத்தான். பக்கத்தில் ஓடியவன்,

அது கசங்கிக் காற்றில் அடிபட்ட பத்திரிகைக் காகிதம் என்று கண்டதும் ஆத்திரத்துடன் காலால் கெந்தினான்.

எங்கோ ரயில் எஞ்சின் சீழ்க்கை அடித்தது. போரியாவுக்கு ஏதோ நாய் குரைப்பது. போல் இருந்தது. எஞ்சின் இன்னும் உரக்க ஊதிற்று. போரியா பெருமூச்செறிந்தான்: சடைச்சி இல்லை என்று.

புதர்களுக்கு உள்ளிருந்து நேரே போரியாவை நோக்கிப் பாய்ந்தது பெரிய பழுப்பு நாய். அவனை லட்சியம் செய்யாமல் ஒரு குச்சியைப் பற்களால் கவ்விக்கொண்டு ஓசைப்படாமல் மறைந்துவிட்டது: தனது அல்ஸேஷியன் நாயை எவனோ பழக்கிக்கொண்டிருந்தான்.

ஆனால் கூவியழைக்கும் சிறுவனின் குரலுக்குக் காடு அனைத்திலும் எதுவும் பதில் அளிக்கவில்லை. பெரிய நாய் கூட மௌனமாயிருந்தது. எஞ்சினும் விரைந்து சென்றுவிட்டது.

சிறாய்ப்புக்களும் உளச் சோர்வுமாக போரியா காட்டின் ஓரத்துக்குத் திரும்பியபோது தனது நண்பன் அதே கிடங்கில் துருப்பிடித்த குழாயைக் கைகளில் வைத்துக்கொண்டு இருப்பதைக் கண்டான்.

“என்ன அது? நீ இன்னும் இங்கேயா இருக்கிறாய்? சடைச்சியை

ஏன் தேடவில்லை நீ?" என்று சள்ளையுடன் கேட்டான் போரியா.

"சடைச்சியாம் சடைச்சி!" என்று கம்மிய குரலில் கூறியபடி அசட்டை தோன்றக் கையை வீசியாட்டினான் கென்னாதிய். "இங்கே குழாயில் இதோ இந்தத் துளை அடைத்துக்கொண்டுவிட்டது, அதன் காரணமாக ராக்கெட் விழுந்துவிட்டது. இப்போது இவள்"—ல்யூபா போன திசையைக் கழுத்தசைப்பால் சுட்டிக்காட்டினான்—"இவள் இந்தச் சேதியைத் தம்பட்டம் அடித்து விடுவாள். எப்படித்தான் ஊகித்தாளோ? கிடக்கிறது, பரவாயில்லை. முன்வைத்த காலைப் பின்வைக்கக்கூடாது, அதுதான் முக்கியம். குழாயைச் சுத்தப்படுத்தி மறுபடி செலுத்துவோம். இந்தத் தடவை விபத்து நேரவே நேராது" என்றான்.

"முன்னாலும்தான் நீ சொன்னாய், விபத்து நேராது என்று. ஆனால் சடைச்சி துன்பத்துக்கு உள்ளாயிற்று. எங்கே இருக்கிறதோ தெரியவே இல்லை..."

"சோதனையாளனுக்கு எஃகு உறுதிகொண்ட சுபாவம் வேண்டும். நீ என்னடா என்றால் ஏதோ தெரு நாய்க்காக ஒப்பாரி வைத்தவண்ணமாயிருக்கிறாய்" என்று போரியாவை இடைமுறித்தான் கென்னாதிய்.

"அடே, அப்படியா!" என்று சீறி எழுந்தான் போரியா. "நல்லது அப்பா, சோதனையாளனே, உட்கார்ந்திரு உன் கிடங்கில்! இனிமேல் நான் உனக்குத் துணைவனும் அல்ல, ஒருவனும் அல்ல!"

இவ்வாறு சொல்லிவிட்டுச் சடக்கெனத் திரும்பிக் காட்டுக்கு உள் போய்விட்டான் போரியா.

"புத்தகப் பையை மறந்துவிட்டாயே!" என்று பள்ளத்தில் இருந்தபடியே கத்தினான் கென்னாதிய். போர்யா திரும்பவில்லை.

கென்னாதிய் ல்யூபாவிடம் கெஞ்சி மன்றாடி, புத்தகப் பையை நண்பனிடம் கொண்டு சேர்க்குமாறு இணங்கவைக்க

வேண்டியதாயிற்று. செருக்குள்ள கண்டுபிடிப்பாளன் கலக்கமும் குழப்பமும் அடைந்திருப்பதைக் கண்டு ல்யூபா வியப்புற்றாள். மனத்தாங்கல் கொள்வதற்குக் கூட மறந்து போனாள்.

“நல்லது, கொண்டு சேர்க்கிறேன்” என்று விஷயத்தைப் புரிந்துகொண்டு சொன்னாள். அதோடு, “ஒன்று மட்டும் நினைவிருக்கட்டும்—ராக்கெட் செலுத்துவது நாம் இருவரும் சேர்ந்தே” என்றாள்.

கென்னாதிய் பேசாமல் தலையசைத்தான். இருட்டிய பிறகு தான் ல்யூபா புத்தகப் பையைக் கொண்டு கொடுத்தாள். வாயில் மணியை அவள் அடித்ததுமே ஸ்மேலவ் குடும்பத்தார் எல்லோருமே கதவைத் திறப்பதற்குப் பாய்ந்து வந்தார்கள்-சடைச்சி தான் வந்துவிட்டதோ என்று.

ஆனால் சடைச்சி திரும்பவே இல்லை.

நாய்கள் கண்காட்சியில்

இரண்டு நண்பர்களை ஒரே சமயத்தில் இழக்க நேரும்போது ஒருவனுக்கு எவ்வளவு மனக்கசப்பு ஏற்படும் என்பதை நீங்களே கற்பனை செய்துகொள்ளுங்கள். பழகிய சினேகிதனைக் கடந்து செல்லும்போது ஏனோ தானோ என்பது போன்று முகத்தை வைத்துக்கொள்வது எவ்வளவு துன்பகரமானது! இரண்டாவது நண்பனைப் பறிகொடுத்ததற்குத் தானே பொறுப்பாளி என்ற எண்ணமோ, இன்னும் மோசம்.

இது எத்தகைய நேசமுள்ள பிராணி என்பதை உங்களால் கற்பனை செய்யவே முடியாது. அவர்களுடைய முதல் சந்திப்பு நிகழ்ந்தது முன்னோடி இளைஞர் முகாமைச் சுற்றி வளைத்துக்கொண்டு ஓடிய வோல்கூஷா ஆற்றின் கரையில் நீந்திக் குளிக்கப் போன போரியா, பனியனால் சுற்றிப் போர்த்திய நனைந்து நடுங்கும் நாய்க்குட்டி ஒன்றுடன் திரும்பிவந்தான். நாய்க் குட்டி வோல் கூஷா ஆற்றில் தானாகவே தவறி விழுந்துவிட்டதா அல்லது குரூரமான சொந்தக்காரன் அதை எறிந்துவிட்டானா என்பது ஒருவருக்கும் தெரியாது. பூந்துவாலை போன்று மென் மயிரடர்ந்த காதுகள்,

நல்ல சுபாவம், இவைகாரணமாக, பையன்கள் அதற்குச் "சடைச்சி" என்று பெயரிட்டார்கள். அது உயர்ந்த ஜாதி நாய் அல்லவாதலால் தகப்பனாருக்கு அதைப் பிடிக்காதோ என்னவோ என்று போரியா பயந்தான். ஆனால் அவரோ, தெருநாய்தான் எல்லாவற்றிலும் அதிக மனிதத்தன்மை கொண்டது என்று சொன்னார்.

சடைச்சி பெரிதாயிற்று. அதன் முகம் கொஞ்சம் முன் துருத்தியது. அதன் மூதாதைகளில் ஒன்று பொமரேனியன் இனத்தைச் சேர்ந்தது என்பது புலப்பட்டது. அதன் காதுகள் கூர்த்துக் குத்திட்டு நின்றன. வெண் சடைமயிர் மென்மையான அலைகளாகப் படிந்தது. கண்கொள்ளாத அழகு! நாய் மிகுந்த நுண்ணறிவு கொண்டது. சமையலறையில் எஜமானியின் கால்களுக்கு அடியில் சுற்றிவரக் கூடாது, போரியா பச்சை விளக்குக்குப் பக்கத்தில் புத்தகங்களுடன் உட்கார்ந்திருக்கும் போது பின்னங்கால்களில் நின்று அவன் மேல் சாயக் கூடாது என்பதை எல்லாம் சட்டென்று புரிந்து கொண்டுவிட்டது. அதற்கு ஏதாவது தேவையாய் இருந்தால் அருகில் உட்கார்ந்து, பளிச்சிடும் கரும்பழுப்புக் கண்களால் எஜமானன் முகத்தை ஒரே நிலையாக நோக்கி, அவனது கவனத்தைத் தன்பால் ஈர்க்கும்.

இந்த வீட்டில் சடைச்சிக்கு என்று தனிப் படுக்கையும் தனிக் கிண்ணமும் இருந்தன. குடும்பத் திருநாட்கள் எல்லாவற்றையும் அது அறிந்திருந்தது. "படைவீரனின் கட்டணமற்ற கடிதம்" என்ற முத்திரையுடன் நீல உறையைத் தபால்காரன் கொண்டுவரும் போது சடைச்சி துள்ளிக் குதிக்கும், குரைத்துக்கொண்டே நடையில் ஓடியாடும். அப்போது ஒருவரும் அதைக் கடிந்துகொள்ளமாட்டார்கள். குடும்பத்தினர் எல்லோரும் பெரிய அறையில் குழுமுவார்கள். யாரொஸ்லாவ் இவானவிச் கண்ணாடியை மாட்டிக்கொண்டு, மூத்த மகன் ஸெர்கேயின் கடிதத்தை வாய்விட்டுப் படிப்பார்.

அப்புறம் ஞாயிற்றுக் கிழமைகள்! தன் அறிவுக்கு எட்டும் ஒரே அடையாளத்தால் சடைச்சி அவற்றை இனங் கண்டுகொள்ளும். ஞாயிற்றுக்கிழமைகளுக்கே உரிய தனியான

மணம், தனியான ஒலிகள், தனியான கவர்ச்சியுள்ள வண்ணங்கள் உண்டு.

பனிக்காலத்தில் இவை கறுமுறுக்கும் ஒலி நிறைந்த நாட்களாகத் திகழும். அந்த நாட்களில் போரியாவின் ஸ்கீகள் வெண்பனிப் போர்வையைக் கிழித்துக்கொண்டு வெப்ப மற்ற சூரியனை எதிர்கொள்ளச் சறுக்கிச் செல்லும். சடைச்சி முன்னே விரைந்தோடி, களி பொங்கும் குரைப்பால் உமிழ் நீர் புரையேற, ஸ்கீகள் தன் பக்கம் நெருங்கும் வரை வெண் பனியில் புரண்டுகொண்டிருக்கும். அவை நெருங்கியதும் அது துள்ளி எழுந்து ஸ்கீகளின் அருகாகத் தாவி எஜமானனின் கண்களை ஏறிட்டு நோக்கியவாறே ஓடும்.

கோடையில் நீராவி எஞ்சின் குப்குப்பென்று புகைவிடும் அல்லது மின்சார ரயில் சங்கூதும். இரைச்சலும் நெரிசலுமான பெட்டியில் எல்லோரோடும் சடைச்சியும் இடித்து நெருக்கிக்கொண்டு ஏறும். அப்புறம் நகர்ப்புற ரயில் நிலைய மரப்பாலத்தின் படிகளில் தாவி ஓடி, கடைசியில் ஒருவிதமாகச் சுயேச்சை அடைந்ததும் பறட்டைக் கிளைகளுடன் கருங்கும் மென்றிருக்கும் ஊசியிலை மரக் காட்டுக்குள் பாய்ந்து செல்லும். இங்கே அது விட்டாற்றியாகச் சுற்றித் திரியும். அணில்களும் பறவைகளும் அஞ்சும் வண்ணம் குரைக்கும். அல்லது போரியாவின் கெட்டுப் போன பந்தைத் தேடுவதற்காகப் புல்லை முகத்தால் நோண்டி ஆராயும்.

சடைச்சியின் உவகையை எல்லோரும் புரிந்துகொள்வார்கள். எல்லோருக்குமே அதேபோல இன்பமாகவும் விட்டாற்றியாகவும், குதூகலமாகவும் இருக்கும்.

எத்தனை தடவை தெருவிலோ, பள்ளிக்கூடத்தின் அருகிலோ களிப்புடன் முனகும் வெண்பந்து போல அது போரியாவின் காலடியில் எகிறிக் குதிக்கும்! ஆபத்து நிறைந்த தெருக்கள் வழியாகச் செய்த இந்தப் பயணங்கள் நிகழ்த்துவதற்கு, அன்னியர் தலைவாயில்களில், பூதாகரமான நாய்களை எதிர்ப்படுவது ஒவ்வொரு நிமிடமும் வாய்க்கக்கூடிய நிலைமையில், காத்திருப்பதற்கு எப்படிப்பட்ட நெஞ்சுத் துணிச்சல்

தேவையாயிருந்தது என்பதைச் சடைச்சியின் மேனியிலிருந்த கீறல்கள், கடிகள், பிய்ந்த சடைக் கற்றைகள் ஆகியவற்றைக் கொண்டு எளிதில் அனுமானிக்க முடியும்.

''சே, சே, போரியா, சடைச்சிக்கு நீ இரங்கவில்லை, அதைப் பேணவில்லை. இப்போது தனியனாய்த் தெருக்களில் சுற்றி அலைகிறாய், இலையுதிர்காலம் வந்து விட்டதைக்கூடக் கவனிக்காமல். நாற்புறமும் வெயிலொளி வீசு கிறது, பாதங்களுக்கு அடியில் இலைகள் சலசலக்கின்றன, காற்று குளுவென்றிருக்கிறது, முலாம்பழத் தோல்களின் மணம் வீசுகிறது. மரங்களின் முடிகளா, பழத் தட்டுகளா, சதுக்கங்களில் மலர்ந்துள்ள கடைசிப் பூக்களா, எவை எல்லாவற்றிலும் அதிக வண்ண வேறுபாடுகளும் அதிகப் பிரகாசமும் கொண்டவை என்பதைக் கூட நீ புரிந்துகொள்ளவில்லை.

தெருக்களில் போரியா அக்கறை செலுத்தியது நாய்கள்பால் மட்டுமே. தானே எதிர்பாராத ஒரு கண்டுபிடிப்பை அவன் செய்தான். வெள்ளையும் கறுப்பும் சிவப்புமான எல்லா நாய்களும் வார் பூட்டப் பெற்று எஜமானர்களின் அருகாக இன்று ஒரே திசையை நோக்கி, டிராம் தண்டவாளத்துக்கு அப்பாலிருந்த பூங்காவுக்குச் சென்றன. "இத்தனை

நாய்கள் எங்கிருந்து வந்தன?" என்று ஊகிக்க முயன்றான் போரியா.

சேம்பியனுக்குரிய தங்கப் பதக்கங்கள் கிணுகிணுக்கச் செருக்குடன் அருகாகக் கடந்து சென்றது வலிய புல்டாக். நாயைப் பிடித்துக்கொண்டு நடந்தாள் பருமனான அத்தை ஒருத்தி. சந்தைக்கு எடுத்துச் செல்வது போன்ற வைக்கோல் பின்னல் கூடை ஒன்று அவள் கையில் இருந்தது. அவர்களுக்குப் பின்னே மரியாதையான தூரத்தில், நாயின் ஒவ்வொரு தசையையும் பற்றி விவாதித்தவாறு நடைபோட்டார்கள் வேடிக்கை பார்ப்பவர்கள். நாயையே வைத்த கண் வாங்காமல் பார்த்துக்கொண்டிருந்த போரியா, எப்படி என்று தனக்கே தெரியாமல் பூங்காவுக்குள் புகுந்து நாய்க் கண்காட்சியை அடைந்தான்.

விசாலமான வெளியின் உயரே பெருங்காடையின் உருவமும் இரலையின் தலையும் பொறிந்த வெண்பச்சைக் கொடிகள் படபடத்தன. பல்வேறு குரல்களில் குரைப்புக்கள் ஒலித்தன. போரியாவின் விழிகள் பிதுங்கின. அங்கே இல்லாத வகை நாய்களே கிடையாது. சிறு மேஜைகளுக்குப் பின்னே அமர்ந்திருந்த மத்தியஸ்தர்களுக்கு முன்னால், நீண்ட கால்களும் வில் போன்ற வடிவும் கொண்ட ருஷ்ய வேட்டை நாய்கள் வட்டத்தில் நடைபோட்டன. இம்மாதிரி நாய்களை வயலில் அவிழ்த்து விட்டுவிட்டால் போதும்—அம்பு போலப் பாய்ந்து சீழ்க்கையொலியுடன் காற்றைக் கிழித்துக்கொண்டு விரைந்து ஓடி, முயலையும் நரியையும் ஓநாயையும் விரட்டிச் சென்று வளைத்துக்கொள்ளும். புகழ்பெற்ற ருஷ்ய வேட்டை நாய் இனத்தை "நாய்-அம்பு" என்று அதன் பக்தர்கள் மரியாதையுடன் அழைத்தார்கள், அவ்வினத்தைச் சேர்ந்த ஒவ்வொரு நாயின் வம்சாவளியையும் அதன் எள்ளுப் பாட்டா எள்ளுப்பாட்டி வரை அலசி ஆராய்ந்தார்கள்.

இந்த பக்தர்கள் எல்லோருமே நிச்சயம் வேட்டைக்காரர்களாக இருக்க வேண்டும். அவர்களுக்கிடையே இடித்துப் புகுவதற்குள் போரியா நாய்கள் பற்றிய நிபுணன் ஆகிவிட்டான். குட்டைக் கால்களும் பரட்டைச் சடையும் உள்ள நாய்கள் ஸ்பானியல்

எனப்படும். ருஷ்ய வேட்டை நாய்களுக்குப் பிறகு இவற்றைப் பார்க்கும் போது போலிக்கால்களிலிருந்து தத்திக்குதித்தவை போலக் காணப்பட்டன. குட்டை உருவினவான இந்த ஸ்பானிய நாய்களின் செவிகள் தரைவரையில் தொங்கின. அவற்றின் குட்டை வால்களோ, கடிகாரப் பெண்டுலம் போலச் சோர்வின்றி ஆடிய வண்ணமாயிருந்தன.

நெருப்புச் சிவப்பான அயர்லாந்து ஸெட்டர் நாய்களும், ஆட்டக்காரர்கள் போன்ற தசைப்பிடிப்பு உள்ள பாயின்டர் நாய்களும் வட்டத்தில் நடந்தன. கோடரி வடிவான பாக்ஸ் —டெரியர் நாய்கள் விரைந்தோடின. இவை நுண்ணுணர்வும் துணிவும் கொண்டவை. மயிரற்ற கரிய உடல்கள் கொண்ட டாஷ் ஹவுண்ட் நாய்களைக் கவைக்கு தவாதவை, விகாரமானவை என்று போரியா அதுவரை எண்ணியிருந்தான். வளைந்த, ஆனால் வலிமையுள்ள கால்கள் உடைய இந்த நாய்கள் கர்வப்படத்தக்க தகுதி வாய்ந்தவை என்பதை இப்போது கண்டு கொண்டான். இவற்றின் எஜமானர் கள்

மத்தியஸ்தக் குழுவுக்கு முன்னே, இந்த நாய்கள் பிடித்த வேட்டைப் பிராணிகளின்—மரநாய்கள், நரிகள் ஆகியவற்றின்—நீண்ட பட்டியல்களை வைத்தார்கள். இப்பிராணிகளை அவற்றின் பொந்துகளிலிருந்து நேராகவோ அல்லது வேட்டைக்காரர் சுட்ட பின்போ இழுத்து வந்திருந்தன விலங்குகளுக்குக் காலன் போன்ற டாஷ்ஹவுண்ட் நாய்கள்.

ஆம், டாஷ்ஹவுண்ட் நாய்கள் போரியாவை வியப்பில் ஆழ்த்தின. எஸ்கிமோ நாய்களோ அவனுக்குக் குழப்பம் உண்டாக்கின. கூர்ங்காதுகளும் முதுகில் சுருண்ட வால்களும் அடர்ந்த மயிரும் வெண் நிறமும் கொண்ட குதூகலமான அந்த நாய்களைக் கண்டபோது அவன் நெஞ்சு சுரீர் என்றது. தவறிப்போன சடைச்சியை மிகவும் நினைவூட்டின எஸ்கிமோ நாய்கள்!

வெயில் பட்டு நிறம் மங்கிய பழைய மோஸ்தர் தொப்பி அணிந்த முதியவர் ஒருவர் போரியாவின் சிந்தனை ஓட்டத்தை இடை முறித்தார். “இதெல்லாம் அற்பம். வேட்டைப் பந்தரில் ஒரு கரடி இருக்கிறது, ஆகா, பார்க்க வேண்டிய சங்கதி! நீ இஷ்டப்பட்டால் காட்டுகிறேன்.” இவ்வாறு கூறி போரியாவை வேட்டைச் சாதனங்கள் வைக்கப்பட்டிருந்த கூடாரத்துக்கு இழுத்துச் சென்றார் பெரியவர்.

அங்கே இரட்டைக் குழல் துப்பாக்கிகளும் நீள் கத்திகளும் சுவர்களில் தொங்கின. ரப்பர் டாப் பூட்சுகளும் பொறிகளும் வேட்டைப் பிராணிகளை வைத்துக்கொள்வதற்கான பைகளும் மேஜைகள்மேல் பரப்பப்பட்டிருந்தன. புகுவாயிலில் பெரிய கரும்பழுப்புக் கரடியின் உடல் பஞ்சடைத்து நிறுத்தப்பட்டிருந்தது. இதேபோலச் சடைமயிரும் பயங்கரத் தோற்றமுமாக அது தன் முழையிலிருந்து வெளிப்பட்டு, துப்பாக்கிக் குதிரையில் விரலைத் தயாராக வைத்துக் கொண்டிருந்த வேட்டைக்காரர் மேல் பாய்ந்திருக்கும்.

மெழுகுத் துணி அளவு நாடாவை ஆட்டிக்கொண்டே, “சரியாக இரண்டு மீட்டர்!” என்று பெருமையுடன் பிரகடனம் செய்தார் கிழவர்.

“அப்புறம் உகிர்கள்-ஆறு ஸென்டி மீட்டர்! என்ன நீளம்! ஏதோ நண்டும் சிண்டுமான நாய்கள் போல அல்ல!”

“ஆனால் இந்தக் கரடியையும் நாய்கள் தாமே பிடித்திருக்கின்றன!” என்றான் போரியா.

“கரடியைக் கொன்றிருக்கிறான் வேட்டைக்காரன்!” என்று அழுந்தச் சாதித்தார் முதியவர்.

“இதோ குறிப்புக் கார்டில் கூட எழுதியிருக்கிறதே” என்று நாயின் கௌரவத்தைத் தொடர்ந்து தாங்கிப் பேசினான் போரியா. “மாஸ்கோ வேட்டைக்காரர்கள் சங்க உறுப்பினர் ஸ்த்ரேல்னிகவ் என்பவரால் ஸ்வோன் காயா, த்ரூஷ்னாயா என்னும் எஸ்கிமோ நாய்களின் உதவியால் நோவ்கரத் நகரின் அருகே இந்தக் கரடி கொல்லப்பட்டது” என்று படித்துக் காட்டினான்.

“நல்லது, அப்படி எழுதியிருக்கிறது என்றால் நீ சொன்னதுதான் சரி” என்று விட்டுக் கொடுத்தார் கிழவர். “ஆனால் நீ பார்த்த நாய்கள் அவையல்ல. இதோ காவல் நாய்கள். கண்ணுக்குப் பாந்தமான ஆகிருதி உடையவை” என்றார்.

காவல் நாய்களின் பகுதியில் அசாதாரணப் பிராணிகளின் அன்பரான கிழவருக்கு அளவு நாடாவைப் பயன்படுத்த

வாய்க்கவில்லை. இங்கே எல்லாம் ஒரே ஓட்டமும் குதியுமாய் இருந்தன. களஞ்சியப் பூட்டுப் போன்று கனமும் உறுதியும் உள்ள தாடைகள் கொண்ட பாக்ஸர் நாய்கள், தங்கள் உடல்கள் மிகப் பருமனாயிருந்த போதிலும் தடைப் பகுதியை வெகு அனாயாசமாகத் தாண்டிக் கடந்தன. அவை கட்டை மேல் ஒய்யாரமாக ஓடின, அகழ்களைத் தாவிக் கடந்தன, உயர்ந்த தடை வேலி மேல் துள்ளி ஏறின, எம்பி இரண்டு மீட்டர் உயரத்திலிருந்து பார்வையாளர்களின் பாராட்டுக் கூச்சல்களுக்கிடையே மறுபுறம் குதித்தன.

சற்று தூரத்தில், வேலியிட்டுத் தடுக்கப்பட்டிருந்த சதுக்கத்தில் பருத்த ஜோடுகளும், நீண்ட கைகளுள்ள சட்டையும் அணிந்த ஓர் உருவம் மெதுவாக அசைந்தது. பின்னல் கூடை வைத்திருந்த மாது, போரியாவுக்கு அறிமுகமான நாயை, "ச்சூ!" என்று உசுப்பிவிட்டாள். கன்றுக்குட்டி உயரமிருந்த நாய் சில தாவல்களில் "எல்லை மீறியவனை" முந்தி வளைத்து அவனை விழத்தட்டி, வெற்றிக்கு அறிகுறியாக அவன்மேல் தன் கனத்த காலை வைத்துக்கொண்டது. அதன் கழுத்துப்பட்டியில் இன்னும் ஒரு தங்கப் பதக்கம் கிணுகிணுக்கும் என்பது எல்லோருக்கும் தெளிவாகப் புலப்பட்டது.

போரியா, சிறு வீட்டு நாய்களைப் பார்க்க விரும்புவதாகச் சொன்னதும் தொப்பி அணிந்த கிழவர் அவனைவிட்டுப் பிரிந்துவிட்டார்.

"குஞ்சும் குழுவானும், அற்பப் பூச்சிகள்" என்று அலட்சியமாகக் கையை வீசி ஆட்டிவிட்டு அப்பால் போய்விட்டார் அவர்.

வட்டக் கூடாரத்துக்கு உள்ளிருந்து மணிகளின் ஓசைபோன்ற குரைப்பு கேட்டது. அதன் திறந்த கதவுகளுக்கு அருகே சிறுவர்களின் ஒரு கூட்டம் துள்ளிக் குதித்தது. முகங்களைக் கோணிக்கொண்டு சிறுவர்கள் ஒன்றுசேர்ந்து பாடினார்கள்:

"வெளிநாட்டு நாய்க்குட்டி
களியூட்டுது பாரப்பா!
உள்ளங்கையில் உட்காரும்,

வள்ளம் நீரில் மூழ்கிடுமே!
ஹாஹா, ஹீ ஹீ மூழ்கிடுமே!
உள்ளது சொல்லப்பா தம்பீ!
தெள்ளுப்பூச்சியா இது, நாயா?"

சிறுவர்கள் கொஞ்சங்கூட மிகைப்படுத்தவில்லை. கூடாரத்தின் நடுவே மத்தியஸ்தர்கள் மேஜைக்கு எதிரே நின்றார் ஒரு மனிதர். உள்ளங் கையில் துருத்திய உருண்டை விழிகள் கொண்ட சின்னஞ்சிறு மெக்ஸிகோ நாயை ஏந்தியிருந்தார். தரையில் விட்டதுமே அது உயரே எகிறிக் குதித்தது—வார் கட்டிய தெள்ளுப்பூச்சி போல. இதற்குப் பின்னும் எப்படித்தான் ஆழ்ந்த நிதானத்துடன் இருக்க முடிந்ததோ மத்தியஸ்தர்களுக்கு!

அப்புறம் அரங்கில் வந்தது ஒரு விசித்திரப் பிராணி. தலை எங்கே வால் எங்கே என்று அடையாளம் கண்டுகொள்ள முடியாதபடி மேலெல்லாம் ஒரே பரட்டை மயிர். இந்த ஐந்து அமிழ்ந்த குரலில் உறுமியது, வாயை அகலத் திறந்தது. அதற்கு நீண்ட மீசையும் தாடியும் இருப்பதை அப்போது எல்லோரும் பார்த்தார்கள். போரியா கூச்சமில்லாமல் வாய்விட்டுச் சிரித்தான், உடனேயே வெளியேற்றப்பட்டான். நிமிட நேரத்திற்கெல்லாம் அவன் கூடாரத்தைச் சுற்றிலும் தத்திக் குதித்தான். வீட்டு நாய்களில் சேம்பியனைத் தெரிந்தெடுப்பதில் மத்தியஸ்தக் குழுவுக்கு இடைஞ்சல் செய்தவாறு குதூகலமான சிறுவர் கூட்டத்துடன் சேர்ந்து பாடினான்:

"முடி திருத்துபவரே வாரும்!
முன்னே நீரே பாரும்,
சடைநாய் டெரியர் தனக்கே
தாடியும் மீசையும், கெக்கெக்கே!
அடடா என்ன அபத்தமடா!
ஆஹா ஹா, ஈ ஹீ ஹீ!"

"இல்லை, அபத்தம் இல்லை! இது வலிமையும் தாங்கு திறனும் உள்ள நாய்" என்று போரியாவின் முதுகுப்புறம் யாரோ சொன்னார்.

போரியா திரும்பிப் பார்த்தான். டெரியரை ஆதரித்தவர் முதல் பார்வைக்குக் கல்லூரி மாணவர் போல் தோற்றம் அளித்தார்: ஒடிசலான மேனி, சட்டைக் காலர் திறந்திருந்தது. பருத்த மூக்குக்கண்ணாடிக்கு உள்ளே மகிழ் ததும்பும் விழிகள். உடன் வந்த பெண் அவருக்கு மாறாக உருண்டை முகமும் சிவப்பேறிய கன்னங்களும் கொண்டிருந்தாள், மெல்லிய மழைக் கோட்டு அணிந்திருந்தாள். அவளும் எதனாலோ மாணவிபோலக் காணப்பட்டாள்.

இருந்தாலும் இவர்கள் மாணவர்கள் அல்ல என்பது நிச்சயம், ஏனென்றால் மார்பில் சிவப்பு நாடா அணிந்த மத்தியஸ்தர் ஒருவர் இவர்களோடு வந்தார்.

“இந்தப் பையன்கள் தொல்லை படுமோசம்! இங்கேயே விடாமல் சுற்றுகிறார்கள்” என்று விருந்தினரிடம் உரக்கச் சொன்னார் மத்தியஸ்தர். “மேலே போகலாம் வாருங்கள். இன்னும் அக்கறைக்கு உரிய சில நாய்களை உங்களுக்குக் காட்டுகிறேன்” என்றார்.

“நான் முன்பின் யோசியாமல் டெரியரை வாங்கியிருப்பேன். ஆனால் அதன் விலை நமக்குக் கட்டாது. உள்ள பணத்துக்கு நாம் நான்கு நாய்கள் வாங்கியாக வேண்டும். அப்பா, நமது கணக்கர் இருக்கிறாரே, மகாச் செட்டுப் பேர்வழி!” என்று இளைஞர் யுவதியிடம் தணிந்த குரலில் சொன்னார்.

பிறத்தியாரின் பேச்சை போரியா அரைகுறையாக, பட்டும் படாமலும் கேட்டான். பின்பு கூடாரத்தைச் சுற்றி மறுபடி தத்திக் குதிக்கத் தொடங்கினான். தன் அருகாகக் கடந்து சென்றவர்கள் எத்தகைய ஆட்கள், தன்னுடைய காணாமற்போன சிநேகிதியின் வாழ்க்கையில் அவர்கள் எப்படிப்பட்ட பங்கு ஆற்றப்போகிறார்கள் என்பதை மட்டும் அவன் அறிந்திருந்தால்! அவனோ, அந்தக் கணமே அவர்களை மறந்துபோய்விட்டான். குதித்தான், பரிகசித்தான்.

இவர்கள் இருவரும் வெறுமே வேடிக்கை பார்க்க வந்தவர்கள் அல்ல என்பதை நாய்களின் சொந்தக்காரர்கள் புரிந்து

கொண்டார்கள். பதக்கம் பெற்றவை, சாம்பியன்கள் ஆகிய நாய்களை மத்தியஸ்தரே அவர்களுக்குக் காட்டிக்கொண்டிருந்தார்.

அமைதியாக உட்கார்ந்திருந்த அல்ஸேஷியன் நாயின் அருகே மத்தியஸ்தர் அவர்களை அழைத்துச் சென்றார். ‘‘இதைப் பார்க்க விரும்புகிறீர்களா? தூய இனம். எந்த விதமான கலப்பும் கிடையாது. ஐந்து தங்கப் பதக்கங்களும் ஒரு பெரிய வெள்ளிப் பதக்கமும் பெற்றிருக்கிறது'' என்றார்.

கண்ணாடிக்காரரர் புகழ்பெற்ற அந்த நாயைக் கிட்டப் பார்வையுள்ள விழிகளால் நோட்டமிட்டபடியே, “ரொம்ப நல்ல அல்ஸேஷியன்!” என்று மெச்சிவிட்டு, “ஆனால் சோதனைகளுக்குப் பெரிய நாய்கள் ஏற்றவை அல்லவே” என்றார்.

“ஆம் ஆம்” என்று ஒத்துப்பாடினார் மத்தியஸ்தர். “உங்களுக்குச் சின்ன நாய்கள் வேண்டும் என்பது எனக்கு நினைவிருக்கிறது. சும்மா பரிச்சயப்படுத்துவதற்காகத்தான் இதைக் காட்டினேன். ஸ்பானியல் நாயைப் பற்றி என்ன நினைக்கிறீர்கள்?”

“அதுவும் கொஞ்சம் பெரியதுதான்...”

“அப்படியானால் போக்ஸ் நாய்களைப் பார்ப்போம். உருவத்தில்

பெரியவை அல்ல, கீழ்ப்படிவும் நுண்ணறிவும் உள்ளவை. பக்கத்து அறையில் இருக்கும் இந்த இன நாய் செய்தித்தாளை விரிக்கும்—இப்போதே நமது பேச்சைக் கேட்டு மணியோசை போலக் குரைக்கிறது பார்த்தீர்களா!"

பெண் அழுத்தமாக மறுத்துவிட்டாள். "இல்லை, இல்லை. எங்களுக்கு இன்னும் சாதாரணமான, அதிகப் பொறுமையுள்ள நாய் வேண்டும்..."

அதற்குள் அவளுடைய கூட்டாளி அவள் பேச்சை இடைமுறித்தார்:

"வால்யா, பாருங்கள்! அது தானே?"

"அதுதான்!"

இரண்டு விருந்தினரும் வேலியை நோக்கித் தீர்மானத்துடன் நடை போட்டார்கள். அங்கே இலைப் பழுப்புகளின் குவியல் மேல் தன்னந்தனியாகப் படுத்துக் கொண்டிருந்தது அழுக்குப்பிடித்த ஒரு நாய். அதனுடைய முன் துருத்திய, பொமரேனியன் நாயினது போன்று குறுகலான முகம் கடியுண்டிருந்தது. ஒரு காலத்தில் வெண்பனி போல் வெளேரென்றும் மென்மையாகவும் இருந்த சடைமயிர் சிடுக்குப்பிடித்துக் கற்றைகளாகத் தொங்கியது.

"இது எங்கள் நாய் அல்ல. இது ஆளுவாரற்ற தெருநாய். கடித்தாலும் கடிக்கும்" என்று எச்சரித்தார் மத்தியஸ்தர்.

நாய் கடிக்க வரவில்லை. அது அரண்டு போய்த் துள்ளி எழுந்து வேலிக்கு அப்பால் பதுங்கிவிட்டது.

"நீங்கள் அதை ஏன் பயமுறுத்தினீர்கள்?" என்று கேட்டார் கண்ணாடிக்காரர்.

"எங்களுக்கு இதே மாதிரி நாய்தான் வேண்டும்" என்று விளக்கினாள் யுவதி. அவள் குனிந்து நாயை வெவ்வேறு பெயர்களால் அழைத்தாள்: "ஷூச்கா! ஷாரிக்! பேல்கா!...

"இந்த மாதிரி நாய் எங்கள் கண்காட்சியில் வேறு இல்லை என்று நினைக்கிறேன். நீங்கள் ஏதேனும் இன்னோரிடத்தில் தேடிப் பார்க்க வேண்டியது தான்" என்றார் மத்தியஸ்தர்.

மார்பில் இருந்த சிவப்பு நாடாவைச் சரிப்படுத்திக்கொண்டு தமது புல்டாக்குகளையும் போக்ஸ்களையும் நோக்கிப் போய்விட்டார் அவர்.

“இப்போது நாம் என்ன செய்வது, வஸீலிய் வஸீலியெவிச்?” என்று மனக் கலக்கத்துடன் வினவினாள் வால்யா.

வஸீலிய் வஸீலியெவிச் புருவத்தைச் சுளித்துக்கொண்டு சொன்னார்: “நாளைக்குக் கணக்கரிடம் வெட்டொன்று துண்டிரண்டாகப் பேசிவிடுகிறேன். அவர் கொடுக்கும் பணத்தைக் கொண்டு நல்ல ஜாதி நாய் வாங்குவது நம்மால் எப்படி முடியும்? ஆனால், இந்தப் பணத்தைக்கூட நம்மால் செலவழிக்க முடியவில்லை என்பதைக் கவனித்தீர்களா, வால்யா? தாங்கு திறன் உள்ள நாய்கள் எல்லாம் பெரியவை. நமக்கோ அவை ஏற்றவை அல்ல. கண்காட்சிகளையும் நாய் வளர்ப்புப் பண்ணைகளையும் நான் சுற்றிப் பார்த்துவிட்டேன். விலங்குகள் பாதுகாப்புக் கழகத்துக்கும் போயிருந்தேன். நாய் வைத்திருக்கும் நண்பர்கள் எல்லோருடைய வீடுகளுக்கும் சென்று பார்வையிட்டுவிட்டேன். நமக்கு ஏற்றதாக ஒன்றுமே இல்லை!”

“நீங்கள் மாத்திரமே அல்ல. நமது கூட்டாளிச் சிப்பந்திகள் அத்தனை பேரும் தாம் தேடுகிறார்கள். அவர்களுக்கும் ஒன்றும் கிடைக்கக் காணோம்” என்று ஆறுதல் கூற முயன்றாள் வால்யா.

“நமக்கு வேண்டிய நாய்கள் நகரத் தெருக்களில் அல்லவா சுற்றித் திரிகின்றன!” என்று உறுதியுடன் சொன்னார் வஸீலிய் வஸீலியெவிச். “இதோ ஓடிப்போய்விட்டதே, அந்த நாய் போன்றவை. என்னால் அவற்றைப் பிடிக்கவே முடியாது. நிச்சயமாக இடறி விழுந்து கண்ணாடியை உடைத்துக் கொள்வேன். ஆமாம், இப்போது நான் திட்டவட்டமாக அறிவேன்: நம்மைக் கைதூக்கிவிடக் கூடியவை நாடோடி நாய்கள், சாதாரணத் தெரு நாய்கள் மட்டுமே!” என்று முடித்தார்.

“குஸாச்கா”

நாய்க் கண்காட்சி விருந்தினர் இருவரும் தனியான இரண்டு மாடி வீடு ஒன்றின் புகுவாயிலில் மறுநாள் காலை சந்தித்தார்கள். இந்த வீடு இரும்புக் கிராதி வேலியாலும் பாப்ளார் மரங்களாலும் தெருவிலிருந்து தடுக்கப்பட்டிருந்தது.

“வணக்கம், வஸீலிய் வஸீலியெவிச்! நாம் பிழைத்தோம்! நான் முன்னதாக வந்தேன், பார்த்தேன்: நாய்கள் இருக்கின்றன!” என்று தொலைவிலிருந்தே கத்தினாள் வால்யா.

“அப்படியா? எங்கிருந்து?” என்று களிபொங்க வினவினார் வஸீலிய் வஸீலியெவிச்.

“நேற்று நீங்கள் தீர்க்கதரிசி போலச் சொன்னீர்கள்: நாடோடி நாய்கள் வேண்டும், பணம் செலவழிக்க வேண்டாம், கணக்கருடன் மல்லுக் கட்ட வேண்டாம் என்று.”

“ஆ, இதோ குரைப்பு காதில் விழுகிறது” என்று மன நிறைவுடன் கூறினார் இளைஞர் .

வாயிலுக்குள் நுழைந்து மாடிப்படியேறி ஒரு சிறு அறையில் போய் வெள்ளை மேலங்கிகளை இருவரும் அணிந்துகொண்டார்கள். பின்பு தாழ்வாரத்தின் வழியே நடந்து, கறுப்புத் தார்ச்சீலை வைத்துத் தைத்திருந்த கதவை அடைந்தார்கள்.

குரைப்புச் சத்தம் அவர்களை எதிர்கொண்டது. நீண்ட ஹாலில் இரு வரிசைகளாகக் கூண்டுகள் இருந்தன. நேற்றுக் கூட அவை வெறுமையாயிருந்தன. இன்றோ, நாய்களின் கூட்டம் இரும்புக் கம்பி அழிகளுக்குப் பின்னர் ஓடியாடிற்று, ஊளையிட்டது, வள்வள்ளென்று குரைத்தது, தனது எதிர்ப்பைத் தெரிவித்துக்கொண்டது.

உரிமைச் சீட்டுக்கள் அற்ற நாடோடி நாய்கள் அதிருப்தி கொண்டிருந்தன. விட்டாற்றியான வாழ்க்கைக்கு அவை பழகிப் போயிருந்தன. குரைத்துக்கொண்டே தெருக்களில்

பாய்ந்தோடுவது, கடந்து செல்பவர்கள் காலடியில் துள்ளி விழுவது, தலைவாயில்களில் கண்தலை தெரியாமல் சண்டையிடுவது—இவை எல்லாம் அவற்றுக்குச் சகஜமாகிவிட்டன. என்ன தான் சொன்னாலும் இந்தச் சுயேச்சை வாழ்வு கடுமையானதாகவே இருந்தது: பட்டினி, மழை, பனிக்காலத்தில் கால்கள் விறைத்துப் போகும். மறுபுறம், நாம் முற்றிலும் கட்டற்றவர்கள் என்று உணர்வது, சொகுசுக்கார வீட்டு நாய்கள் நம்மைக் கண்டு எப்படி நடுநடுங்குகின்றன என்பதைப் பார்ப்பது எவ்வளவு அற்புதமாய் இருக்கும்!

“குரைக்கின்றன, வஸீலிய் வஸீலியெவிச், வெறுமே புகலின்மையுடன்” என்று முறையிட்டான் காவலாளன்.

“குரைப்பதற்காகத்தானே அவை நாய்களாக இருக்கின்றன” என்று பாதி வேடிக்கையும் பாதி ஆழ்ந்த நிதானமுமாகப் பதிலளித்தார் வஸீலிய் வஸீலியெவிச்.

காவலாளன் தொடர்ந்து சொன்னான்: “ஆனால் ஆறாவது கூண்டில் இருக்கிறதே, அது இவைகளுக்கு மாறாகக் கீழ்ப்படிவுள்ள நாய். அதுவும் நாடோடிதான், ஆனால் எவ்வளவு அன்பும் பாசமுமாயிருக்கிறது! அதற்குள் என்னை அடையாளம் கண்டுகொள்ளுகிறது...”

“கஸ்யாவ்கா!” என்று குறிப்பு அட்டையை ஆனந்தத்துடன் படித்தாள் யுவதி. “எவ்வளவு அழகான நாய்!”

இனிய தோற்றமும் துடியும் உள்ள கஸ்யாவ்கா அழிக்கம்பிகளுக்குப் பின்னே எகிறி எகிறிக் குதித்தது, பின்னங்கால்களில் நின்றது, வாலை ஆட்டியது. தன்னை மற்றவர்கள் விரும்பவேண்டும் என்று அது ஆசைப்படுவது தெரிந்தது.

“என்ன, பேராசிரியர் ஏற்கனவே வந்துவிட்டுப் போனாரா?” என்று விசாரித்தார் வஸீலிய் வஸீலியெவிச்.

“ஆமாம். அதிகாலையிலேயே வந்திருந்தார். இந்த அழகியைக் கண்டதுமே “கஸ்யாவ்கா” என்று அழைத்தார்” என்றான் காவலாள்.

வெள்ளை மேலங்கி அணிந்த இளைஞர் அவசரப்படாமல் ஒவ்வொரு பக்கமாகவும் சென்று கிட்டப்பார்வையுள்ள விழிகளைச் சுருக்கியவாறு ஒவ்வொரு நாயையும் கவனமாகப் பார்வையிட்டார். அடைபட்டிருந்த நாய்களும் அழிக்கம்பிகளுக்குப் பின்னிருந்து அவரை ஏறிட்டு நோக்கின.

வெள்ளை நிற நீள்முக நாய் ஒன்று வந்தவரை எல்லாவற்றையும்விடக் கவனமாக அவதானித்தது.

இங்கே இருந்த எல்லா நாய்களையும் போலவே இதுவும் நாடோடிதான். ஆனால் தற்செயல் நிகழ்ச்சி காரணமாகப் பெயரற்ற ஊர்சுற்றியாக மாறுவதற்குமுன் இந்தத் தெரு நாய்க்குச் சொந்தக்காரர்கள் இருந்தார்கள், "சடைச்சி" என்ற பெயரால் இது அழைக்கப்பட்டு வந்தது.

கண்ணாடிக்காரரையும் யுவதியையும் அது இனங்கண்டு கொண்டது. முந்தின நாள் பகலில் இவர்களிடமிருந்து தப்பி ஓடி, வேலிக்கு அப்பால் பதுங்கிக்கொண்டது சடைச்சி. ஆனால் அங்கே யாரோ சிலர் அதைப் பிடித்து விட்டார்கள். அவர்கள் அதன் கழுத்தில் கயிற்றைக் கட்டி, சண்டையிடும் நாய்க் குலத்தார் நிறைந்த கடகடத்த அடைப்பு லாரி அறைக்குள் அதைப் புகுத்தினார்கள். இரவு நேரத்தை நாய் ஏற்பறைக்காரனின் பொதுக் கூண்டில் கழித்தது சடைச்சி. புலர்போதில் அடைப்பு லாரி அதை இந்த வீட்டுக்குக் கொண்டுவந்தது. மற்ற நாய்களைப் போலச் சடைச்சி குரைக்கவில்லை. அது ஒன்றும் விரும்பவில்லை, ஒருவரையும் நம்பவில்லை.

வஸீலிய் வஸீலியெவிச் சடைச்சியின் கூண்டுக்கு முன்னால் நின்று, "வால்யா, பாருங்களேன். கண்காட்சியில் நாம் கண்டோமே, அதே நாய்தான் இது என்று உங்களுக்குத் தோன்றவில்லையா?" என்றார்.

வால்யா நாடோடி நாயைக் கவனமாகப் பார்வையிட்டாள்.

"அப்படியா நினைக்கிறீர்கள்! ஆம், ஆம், சந்தேகம் இல்லாமல். நான் இதை அடையாளம் கண்டுகொண்டேன்.

பொமரேனியன் போன்றது! ஒரே வித்தியாசம், நேற்று இது இன்னும் அதிக அழுக்கு அடைந்திருந்தது என்பதுதான்."

இளைஞர் கதவுப்பக்கம் வந்ததும் சடைச்சி வாய்க்குள்ளாகவே உறுமியது.

"தோழர் யோல்க்கின், ஜாக்கிரதையாக இருங்கள். இந்த நாய் மனக் கசப்பு கொண்டிருக்கிறது" என்றான் காவலாளன்.

வஸீலிய் வஸீலியெவிச் வெறுமே புன்னகை செய்துவிட்டுக் கூண்டுக்கு உள்ளே சென்றார்.

"நாங்கள் முன்னமே பழக்கமானவர்கள் ஆயிற்றே..."

அவர் கையை நீட்டுவதற்குள் சடைச்சி வெடுக்கென்று அவர் உள்ளங்கையைக் கடித்துவிட்டது.

"ஐயோ!" என்று கூச்சலிட்டாள் வால்யா , நாய் தன்னையே கடித்துவிட்டது போல.

வஸீலிய் வஸீலியெவிச்சோ, வலியினால் முகஞ்சுளிக்க மட்டுமே செய்தார்.

"அடச்சீ, குஸாக்கா (கடி நாயே)!"

"இதென்ன ஒழுங்கீனம்? கடிப்பதாவது! இதோ சாத்துகிறேன் துடைப்பக் கட்டையால்!" என்று கத்தினான் காவலாள்.

துடைப்பத்தை ஆட்டிக்கொண்டு கிளம்பியும் விட்டான்.

நாய் மூலைக்குத் தாவியது. அதன் பிடரி மயிர் குத்திட்டு நின்றது. சின்ன உறுமல், அப்புறம் ஒரே குரைப்பு—இதோ புரையேறி மூச்சுத் திணறிவிடும் போல. மற்ற எல்லா நாய்களும் அதற்கு ஆதரவாகக் குரைத்தன. துடைப்பத்தின் தோற்றம் தெருநாய்களுக்கு அசாதாரணமான எரிச்சலைக் கிளப்பிவிட்டது.

"துடைப்பத்தை அப்பால் கொண்டு போம்!" என்று காவலாளனுக்குக் கண்டிப்பாக உத்தரவிட்டார் வஸீலிய் வஸீலியெவிச். "குற்றவாளி நானே தான். தவிர, நாய்களைக் கத்தி அதட்டாதேயும், தயவு செய்து. துடைப்பத்தை ஒரேயடியாக மறைத்து வையும், அதுவே மேல். நிசப்தமும் அமைதியும் வேண்டும் எங்களுக்கு" என்றார்.

மருத்துவர் வஸீலிய் வஸீலியெவிச்சின் கையில் கைக்குட்டையைச் சுற்றிக் கட்டினாள் வால்யா. இருவரும் வெளியே போய்விட்டார்கள்.

சில நாய்கள் நயமாகப் பழகுவதை மதிப்பதில்லை என்றும், ஆட்களைத் தரம் பிரித்துக் கண்டுகொள்வதே இல்லை என்றும், மதிப்புக்குரிய மருத்துவ விஞ்ஞானிகளைக் கடிப்பதற்குக் கூட முற்படுகின்றன என்றும், காவலாளன் அப்புறமும் நெடுநேரம் வரை வாய்விட்டு முணுமுணுத்துக்கொண்டிருந்தான்.

இம்மாதிரிப் பொடுபொடுத்துக் கொண்டே அவன் கித்தான் குழாயால் கூண்டுகளை அலம்பிக் கழுவினான், ஒவ்வொரு நாய்க்கும் குடி தண்ணீர் ஊற்றினான், படுக்க வைக்கோல் பரப்பினான். அப்புறம் அகன்ற கிண்ணங்களில் இனிய மணம் கமழும் ஓட் கஞ்சி கொண்டு வைத்தான். சடைச்சியின் கூண்டுக்கு உள்ளும் கஞ்சிக் கிண்ணத்தை வைத்துவிட்டு உடனே கொஸ்யாவக்காவின் கூண்டுக்குப் போய்விட்டான்.

“ஏனம்மா, கொஸ்யாவ்க்கா, இங்கே உனக்கு எல்லாம் பிடித்திருக்கிறதா?” என்று தன் அன்புக்கு உரிய நாயைத் தடவிக்கொடுத்துக்கொண்டே கேட்டான். அதுவோ, இந்தச் சமயத்தில் எலும்புத் துண்டைப் பரம திருப்தியுடன் கறுவிக்

கொண்டிருந்தது. “நீ நல்ல அதிர்ஷ்டசாலிதான்! தெருவிலிருந்து நேராக ஆராய்ச்சிக் கல்லூரிக்கு வந்துவிட்டாய், சர்க்கார் பராமரிப்பில். எல்லாம் எதனால்? நீ சின்ன நாய் ஆனபடியால் தான். இங்கே சின்ன நாய்களுக்கு மவுசு.”

காவலாளனின் இந்தச் சொற்கள் விந்தையானவை. நாய்கள் உலகத்தில் அதுவரை நிலவிய கருத்து என்னவென்றால் எல்லாவற்றிலும் பெரிய நாய்தான் அதிர்ஷ்டசாலி என்பதே. பெரிய நாய் மேல் பறண்டல்கள் குறைவு, சுவையான எலும்புகள் அதற்கு நிறையக் கிடைக்கும். புல்டாக் அல்லது அல்ஸேஷியன் ஆக வேண்டும் என்று கனவு காணாத சின்ன நாய் ஏதேனும் உண்டா? காவலாளனோ , எல்லாவற்றையும் தலைகீழாகச் சொல்லுகிறான்...

சடைச்சி கஞ்சியைக் குடித்தது, ஆனால் அமைதி அடையவில்லை. அமைதி அடைவது தான் எப்படி? தனது குற்றத்துக்குத் தண்டனையை அது எதிர்பார்த்தது. மாறாக அதற்கு உணவு தரப்பட்டது. சடைச்சிக்கு ஒன்றும் பிடிபடவில்லை. ஒருவேளை இவர்கள் இரவு வரட்டும் என்று காத்திருக்கிறார்களோ—தன்னைப் பிடித்து, கயிற்றால் கட்டி, துடைப்பத்தால் நையப் புடைப்பதற்கு?

தான் அறியாமலே உறங்கிவிட்டது சடைச்சி. அதன் உறக்கம் நுண்மையும் கலவரமும் கொண்டிருந்தபோதிலும் காவலாளன் தனது கூண்டின்மேல் சுண்ணாம்புக் கட்டியால் “குஸாக்கா” என்று எழுதியது அதன் காதில் படவே இல்லை.

விண்வெளி மருத்துவர்

வஸீலிய் வஸீலியெவிச் நாய்களுடன் பழகிய விதம் வால்யாவுக்குப் பிடித்திருந்தது. அவர் குரலை உயர்த்துவதில்லை, சிடுசிடுப்பதில்லை. சின்னக் குழந்தைகள் போல அவற்றைப் பயிற்றி வந்தார்.

தண்டனையைக் கலவரத்துடன் எதிர்பார்த்துக்கொண்டு சடைச்சி சில நாட்கள் வாழ்ந்தது. இரவில் இதயம் படபடவென்று அடித்துக்கொள்ள, விழித்து எழும். தன் உயிரைக் காத்துக்கொள்வதற்கு ஆயத்தமாக நான்கு

கால்களிலும் துள்ளிப் பாயும். தணிவாக, ஆனால் அச்சுறுத்தும் விதத்தில் உறுமும்.

"நிச்சயமாக இதற்குத் துடைப்பம் கனவில் தோன்றுகிறது!" என்று வஸீலிய் வஸீலியெவிச் வால்யாவிடம் சொன்னார்.

அவருடைய விழிகள் கண்ணாடிவழியாக நாயை நட்புடன் நோக்கும். சடைச்சியோ, அந்த நிமிடங்களில் குழப்பம் அடைந்துவிடும். அதற்கு எக்கச்சக்கமாயிருக்கும். அது தலையைத் திருப்பிக்கொள்ளும். நடந்த இன்பமற்ற நிகழ்ச்சியை நினைவுபடுத்தியது புதிய பெயர் மட்டுமே. "குஸாக்கா" என்று அழைக்கப்படுவதற்குச் சடைச்சியால் பழக்கப்படவே முடியவில்லை.

"பரவாயில்லை. கொஞ்சம் அமைதி அடையும், பழகிவிடும், அப்புறம் அருமையான விண்வெளி விமானி ஆகிவிடும். உண்மைதானே வால்யா?" என்று தமது சிந்தனையைச் சொற்களில் வெளியிட்டார் வஸீலிய் வஸீலியெவிச்.

வால்யா கனிவான குரலில் பதில் சொன்னாள்: "விண்வெளி விமானி... பிரபஞ்சப் பரப்பில் நீந்துவது. தனது வருங்காலம் இவ்வளவு அழகாக, தொன்மைக் கிரேக்க முறையில் ஒலிப்பது குஸாக்காவுக்குத் தெரியாது. அதன் இடத்தில் இருக்க நான் எவ்வளவு ஆசைப்படுவேன்!"

"அட ஆரம்பித்துவிட்டதே குழந்தைப் பேச்சு" என்று முகஞ் சுளித்தார் வஸீலிய் வஸீலியெவிச். "நீங்கள் விண்வெளி மருத்துவர், வால்யா, இதை மறந்துவிடாதீர்கள். கப்பல் மருத்துவர் கப்பலில் பிரயாணம் செய்கிறார். காற்பந்து ஆட்டக்குழுவினரின் மருத்துவர், ஆட்ட மைதான எல்லைக் கோட்டுக்கு வெளியே பெஞ்சில் உட்கார்ந்திருக்கிறார். அறுவை மருத்துவர், நோயாளிக்கு மேஜைமீது, ரண சிகிச்சை செய்கிறார். ஆனால் விண்வெளி மருத்துவரோ, மிகமிக முக்கியமான நேரத்தில் விமானிகள் குழுவுடன் அல்ல, ராக்கெட்டில் அல்ல, கருவிகளின் அருகே இருக்கிறார்."

சோதனைக்கூடத் துணைவி வால்யா மனத்தாங்கலுடன் சொன்னாள்: "எனக்கு எப்போதுமே என்ன தோன்றுகிறது

தெரியுமோ? நீங்கள் விண்வெளி மருத்துவராகவே பிறந்தீர்கள் என்பது தான். குழந்தைப் பருவத்தில் விளையாட்டுச் சாமான்களுக்குப் பதில் மருத்துவக் கருவிகளுடன் விளை யாடியிருப்பீர்கள்.''

வஸீலிய் வஸீலியெவிச் வாய்விட்டுச் சிரித்தார்.

''அருமை வால்யா, மனத்தாங்கல் கொள்ளாதீர்கள். எனக்கு வாழ்க்கையில் எல்லாம் பிரமாதமாக வாய்த்துக்கொண்டது என்று எண்ணாதீர் கள். உங்களுக்குத் தான் எல்லாம் நன்றாகவும் சரளமாகவும் நடந்திருக்கிறது. நேற்று—பள்ளி மாணவி, இன்று—சோதனைக்கூடத் துணைவி, நாளை... நாளை என்ன ஆகப் போகிறீர்கள் என்பது உங்களுக்கே தெரியும், ஏனென்றால் ஆராய்ச்சிக் கல்லூரியில் பயில்கிறீர்கள். நான் கல்வி பயின்ற போதோ, ராக்கெட்டுகள் அல்ல, ஜெட் விமானங்கள் புதுமையாக இருந்தன. நான் மிருக வைத்தியன் ஆகப்போவதாக எண்ணியிருந்தேன்.

''ஆனால் எப்படி இங்கு வந்தீர்கள்?''

''எப்படித் தெரியுமா? ஆராய்ச்சிக் கல்லூரிப் படிப்பை முடித்தேன். மிகத் தொன்மையான இரண்டு விஞ்ஞானங்களை வேலையில் ஒன்றிணைக்க விரும்புகிறீர்களா, 'மிக மிக இளம் விஞ்ஞானம் ஆகிய விண்வெளி மருத்துவ இயலில் தொண்டாற்ற விரும்புகிறீர்களா?' என்று என்னைக் கேட்டார்கள். எனக்கு மூச்சுத் திணறியது. திடீரென்று பறப்பதுபோலத் தோன்றியது. ஆக இங்கே வந்து சேர்ந்தேன்...''

வஸீலிய் வஸீலியெவிச் யோல்க்கின் மிருக மருத்துவக் கல்லூரி மாணவர் ஆனபோது அது யாருக்கும் வியப்பு அளிக்கவில்லை. பிராணிகள்பால் அவருக்கு உள்ள ஆர்வம் வீட்டிலும், பள்ளிக்கூடத்திலும், ஒருவேளை வட்டாரம் முழுவதிலுமேகூடப் பிரபலமாயிருந்தது. சிடுக்குத் தலைமயிரும் மென்முறுவலும் கொண்ட நெடிய ஒடிசலான இந்த இளைஞரைக் கண்டதும் சிறுவர்கள், ''டாக்டர் ஐயோவலியாரே! தலைவலி மருந்து தாரீரே!'' என்று ஆரவாரிப்பார்கள். (''டாக்டர் ஐயோவலியார்''-

ஆய்பொ லீத்-என்பது ருஷ்யக் குழந்தைகள் கவிஞர் ஒருவர் இயற்றிய கற்பனைக் கதையின் நாயகனின் பெயர். டாக்டர் ஐயோவலியார் காட்டு விலங்குகளுக்கெல்லாம் கருணையுடன் மருந்து கொடுத்து நோய் தீர்த்ததை வருணிக்கிறது இந்தக் கதை. இதை மனதில் வைத்துக்கொண்டே சிறுவர்கள் வஸீலிய் வஸீலியெவிச்சை "டாக்டர் ஐயோ வலியார்" என்று அழைத்தார்கள்.) அவர் கோபித்துக்கொள்ளமாட்டார் என்பது குழந்தைகளுக்குத் தெரியும். அவர் அருகே ஓடிச் சென்று அவருடைய பிதுங்கும் பைகளுக்குள் ஆவலுடன் குடைந்து பார்ப்பார்கள். அங்கே எப்போதும் ஏதாவது அசையும், சீறும், கீச்சிடும். கிழவிகளும் பெண்டிரும் குருட்டு நாய்க்குட்டிகளையும் பூனைக் குட்டிகளையும் யோக்கின் வீட்டுக்குக் கொண்டுவருவார்கள். நிராதரவாக விடப்பட்ட பிராணிகள் ஒட்டுப்பலகை இழுவறையில் முதலாவது அடைக்கலம் பெறும். வஸீலிய் வஸீலியெவிச்சின் அறை மூலைகளில் நீரெலிகள், கடற்பன்றிகள், ஆமைகள் ஆகியவையும், இவை போன்ற நல்லியல்பு கொண்ட வேறு பிராணிகளும் எப்போதும் வாழும்.

சங்கடங்களும் நேர்வதுண்டு. வஸீலிய் வஸீலியெவிச் வால்யாவிடம் சொன்னார்:

"ஒரு தடவை வீட்டில் ஒரே பீதி. குப்பைத் தொட்டியிலிருந்து பாம்புகள் நெளிந்து வெளியே வந்து முகப்பு வெளி எங்கும் ஊர்ந்தன. என்ன அமளி தெரியுமா? கூச்சல், கூப்பாடு, கதவுகளும் ஜன்னல்களும் அடைத்துப் பூட்டப்பட்டன. ஒருவரும் வெளிவரமாட்டேன் என்கிறார்கள். மிலீஷியாக்காரரும் வீட்டுக் காவலாளும் தடிகளும் கைகளுமாக நேரே எங்கள் இல்லத்துக்கு வந்து, "முகப்பு வெளியைச் சுத்தப்படுத்துங்கள்!" என்று உத்தரவிட்டார்கள். நானோ வீட்டில் இல்லை, பள்ளிக்கூடம் போயிருந்தேன். அம்மா சொன்னாளாம்: "எங்கள் வீட்டில் பாம்பு ஒன்றுமே இருக்கவில்லை. எல்லாப் பழியையும் என் மகன் தலையில் சுமத்தத் தயாராயிருக்கிறீர்கள். நீங்களே சுத்தப்படுத்திக்கொள் ளுங்கள்!" என்று. அவர்கள் பள்ளிக்கூடம் போய், தலைமை ஆசிரியரைப் பார்த்து,

"உங்கள் விலங்கியல் நிபுணரை இப்படி வரச் சொல்லுங்கள். ஜனங்கள் வேலைக்குச் செல்ல வேண்டும், கடை கண்ணிக்குப் போக வேண்டும், வெளியே கிளம்பவே ஒருவராலும் முடியவில்லை" என்று முறையிட்டார்கள். நான் உடனே விஷயத்தை ஊகித்துக்கொண்டேன். தலைக்கு நாள் சதுப்பு நிலத்தில் பச்சைப்பாம்பு முட்டைகள் சேகரித்தேன். அம்மா அவற்றைக் குப்பைத் தொட்டியில் எறிந்து விட்டாள் போலிருக்கிறது. வெதுவெதுப்பான தொட்டியில், வெயிலில் முட்டைகள் பொரிந்து பாம்புக்குட்டிகள் வெளிவந்திருக்கின்றன. வழியில் எல்லாவற்றையும் விவரமாக விளக்கினேன், ஆனால் மிலீஷியாக்காரரர் காதில் போட்டுக்கொள்ளவே இல்லை. "வீட்டில் வசிப்பவர்களை நச்சு அரவங்களின் உதவியால் திகிலுறுத்தியதாக" அழுந்தச் சாதித்தார். எல்லாப் பச்சைப்பாம்புக் குட்டிகளையும் பிடித்துச் சேர்த்தேன். அவை கடிப்பதில்லை என்பதை மெய்ப்பித்துக் காட்டினேன். ஆயினும் அபராதம் செலுத்தத் தான் வேண்டியிருந்தது... எனது பொழுதுபோக்கு ஒரு காலத்தில் என் தொழிலே ஆகிவிடும் என்பது அப்போது எனக்குக் கற்பனையில் கூட உதிக்கவில்லை..."

தமது வாழ்க்கையின் மற்றொரு நிகழ்ச்சியைப் பற்றி, விமானப் பறப்புப் பயிற்சி பள்ளியில் சேர அவர் முயன்றது பற்றி, வஸீலிய் வஸீலியெவிச் ஒருவரிடமும் சொல்லவில்லை. நல்ல உள்ளமும் பாங்கற்ற தோற்றமும் கொண்ட, "ஐயோவலியார்" என்ற புனைபெயர் பெற்ற வஸீலிய் வஸீலியெவிச் விலங்கியலாராகவோ, மிருக மருத்துவராகவோ, ஆப்பிரிக்க வேட்டைக்காரராகக் கூட விளங்க அல்ல, பறப்பதற்கே ஆசைப்பட்டார் என்பதை அவருடைய மிகச் சிறந்த நண்பன் வீத்கா செர்னியாயெவ் ஒருவனைத் தவிர வேறு யாருமே அறியார். எல்லாச் சிறுவர்களுமே விமானி ஆக விரும்புகிறார்கள், ஆனால் பின்பு, வயது வந்ததும் அனேகருக்கு வேறு ஆசைகளும் குறிக்கோள்களும் ஏற்பட்டுவிடுகின்றன. தேர்வுகள் முடிந்த பிறகு வஸீலியும் அவரது நண்பன் வீத்காவும் விமானப் பறப்புப் பயிற்சிப் பள்ளியில் சேர்வதற்கு விண்ணப்பம் செய்துகொண்டார்கள்

மேஜையின் மறுபுறம் உட்கார்ந்திருந்த இராணுவ அதிகாரியை நோக்கி, அவரது பதவிச் சின்னத்தில் பொறித்திருந்த நட்சத்திரங்களை கண்களைச் சுருக்கிக்கொண்டு எண்ணியபடி "வணக்கம் தோழர்... காப்டன் என்றான் வஸீலிய்.

"வணக்கம்" என்று பதிலளித்துவிட்டுக் காப்டன் மேஜை மேலிருந்து ஒரு செய்தித்தாளை எடுத்தார். இந்தத் தலைப்பைப் படியும். கிட்டே நெருங்காதேயும்! இடத்தில் இருந்தபடியே படியும். ம்ம்... அப்படியாக்கும். கண்ணாடி போடுவதுண்டா? எப்படி நீர் விண்ணப்பம் செய்கிறீர்? புரிகிறது. புரிகிறது... ஆனால் விமானி போட்டுக்கொள்ளும் ஒரே கண்ணாடி, கறுப்புக் கண்ணாடிதான்."

வஸீலியின் நண்பன் ஏற்றுக்கொள்ளப்பட்டான். தனக்குள் பொங்கும் பெருமகிழ்ச்சியை அடக்கிக்கொண்டு அவன் வஸீலியுக்குத் தேறுதல் கூறினான்:

"கிடக்கிறது, 'ஐயோவலி'! மனதில் போட்டுக்கொள்ளாதே. மருத்துவன் கண்ணாடி அணிவது இன்னும் மேல். ஆழ்ந்த கம்பீரம் தருவது."

அதிர்ஷ்டசாலி வீத்கா விமான இயலை ஆராய்ந்தான், பாரஷூட் குதிப்புக்கள் செய்தான், பயிற்சி விமானத்தில் திருப்பங்களும் சுருக்கு வளைவுகளும் நிகழ்த்தினான், பொதுவாக ஜெட் விமானி ஆவதற்கு ஆயத்தமானான். அப்புறம் அவன் ஜெட் விமானத்தில் பறக்கத் தொடங்கி வானத்திலிருந்து பூமியை நோக்கினான்.

விமானி வீத்காவிடம் கல்லூரி மாணவன் வஸீலியுக்குப் பொறாமையாய் இருந்தது. ஆனால் எதிர்பாரா விதமாக விண்வெளி மருத்துவன் ஆனதும் இந்தப் பொறாமை மறைந்துவிட்டது. விமானி வீத்கா பார்த்தது போலன்றி, முற்றிலும் வேறு வடிவில் உலகை உருவகப்படுத்திக் கொண்டார் வஸீலிய். அவர் கற்பனையில் காட்சி தந்தது காடுகள், ஆறுகள், நகர்கள் ஆகியவற்றின் புடைப்பு வடிவம் அல்ல, கண்டங்களும் மாகடல்களும் வரைப்படத் தோற்றம் அளிக்கும் பெரிய பூமி உருண்டை. வஸீலிய் எவர்களை விண்வெளிப் பறப்புக்குத் தயார் செய்யப் போகிறாரோ, அவர்களுடைய கண்களுக்குப் பூமி இப்படித்தானே தென்படும்?

ஆக, அவர் விண்வெளி மருத்துவராக மனநிறைவுடன் பணியாற்றினார். ஆனால் தம்மை எல்லோரும் மரியாதையாக முழுப்பெயரையும் சொல்லி அழைப்பதுதான் அவருக்கு எவ்விதத்திலும் பழக்கமாக மாட்டேன் என்றது. அவருக்கு ஒரே கூச்சமாயிருக்கும், குப்பென்று சிவப்பேறிவிடும். ஆனால் இந்த மரியாதை தனிப்பட்ட முறையில் தமக்கு அல்ல, புதிய விஞ்ஞானத்துக்கே என்று ஒரு முறை தீர்மானித்து நிம்மதி அடைந்தார்.

அஞ்சாதே, எதற்கும் அஞ்சாதே!

“நாம் எதற்காக நாய்களை வைத்துக்கொண்டு பாடுபடுகிறோம்? தவளைகளையோ, குரங்குகளையோ அல்ல, நாய்களை?” என்று சோதனைக்கூடத் துணைவி ஒரு முறை மருத்துவரிடம் கேட்டாள்.

அவர் சொன்னார்: "இதற்கு எத்தனையோ காரணங்கள் இருக்கின்றன என்று நினைக்கிறேன். நாய்களின் உடல் மனிதர்களாகிய நம் உடலை ஒத்திருக்கிறது என்பது ஒரு காரணம். அவை விரைவில் பழகிவிடுகின்றன, நம்பு கின்றன என்பது இன்னொன்று. சோதனைகளின்போது அவை அமைதியாய் இருக்கின்றன, பதற்றப்படுவதில்லை என்பது பின்னும் ஒரு காரணம். வால்யா, நாய்கள் மனிதர்களை எவ்வளவு அடிக்கடி கைதூக்கிவிட்டிருக்கின்றன! வேட்டையிலும் போரிலும் மருத்துவ நிலையங்களிலும்! அவை எப்போதும் வேவுபார்க்கும் முன்னோடிகளாக விளங்குகின்றன. இப்போது, இதோ, விண்வெளியில்; நல்லது, வாருங்கள் போவோம் நமது வளர்ப்புப் பிராணிகளிடம், அவை நலமாயிருக்கின்றனவா என்று பார்ப்போம்."

அந்த வேவுப்பிராணிகள் தங்களது முக்கியமான பங்கைப் பற்றி எதுவும் அறியாமலே முழு மனநிறைவுடன் வாழ்ந்து வந்தன. எல்லோரும் தங்களிடம் அன்பு காட்டுவது அவற்றுக்குப் பிடித்திருந்தது. ருசியான, விஷய ஞானத்துடன் தயாரிக்கப்பட்ட உணவு பிடித்திருந்தது—அதில் எப்போதும் எலும்புகளோ குருத்தெலும்புகளோ இருந்தன, இறைச்சித் துண்டுகளும் கூட. ஆகவே இந்த நாய்கள் குரைத்தாலுங்கூட அமைதியுடனேயே குரைத்தன.

நேற்றுவரை நாடோடிகளாயிருந்த இந்த நாய்களைத்தான் எத்தனை நல்ல கரங்கள் கழுவிக் குளிப்பாட்டின, வாரிவிட்டன, நிறுத்தன, அளவெடுத்தன, உணவூட்டின, உலாவ அழைத்துச் சென்றன, பழக்க வழக்கங்களில் துப்புரவாயிருக்கக் கற்றுக் கொடுத்தன! ஏதாவது விஷமக்கார நாய்க்கு லேசாக ஓர் அடி கிடைத்தாலும் அதுகூடக் குதூகலமான வேளைகளில் மட்டுமே. இதற்காக மனத்தாங்கல் கொள்ள முடியுமா என்ன?

"ப்யோஸ்த்ரயா" (பலவண்ணத்தி) என்ற புனைபெயர் பெற்ற புள்ளிகள் விழுந்த நாய் ஒன்று முன்னெல்லாம் அற்ப விஷயங்களுக்குக் தொண்டை கட்டிப் போகும் வரை குரைத்துத் தீர்க்கத் தயாராயிருந்தது. அதுகூட இப்போது அடங்கிப் போய்விட்டது. ப்யோ ஸ்த்ரயாவிடம் ஒரே

ஒரு கெட்ட வழக்கம் மட்டுமே இன்னும் எஞ்சியிருந்தது. யாரேனும் அதன் முதுகுப்புறம் நெருங்குவது தான் தாமதம், அது உடலைச் சிலிர்க்கும், திரும்பிப் பற்களைக் காட்டும். யாரோ பொல்லாத மனிதன் அதற்குத் தெரியாமல் பின்புறமாக வந்து அதை அடித்திருக்கிறான் என்பது புலப்பட்டது. ஆகவே “ப்யோ ஸ்த்ரயா” தன் வேலையில் ஈடுபட்டிருந்தாலோ அல்லது உறங்கிக்கொண்டிருந்தாலோ, யாருமே சந்தடியின்றி அதை நெருங்குவதில்லை, முன்கூட்டி ஏதாவது ஓசை செய்வார்கள்.

“கஸ்யாவ்கா” எல்லோருடைய அன்புக்கும் பாத்திரமாக விளங்கியது. அதற்கு அற்புதமான வால் இருந்தது. நாய் உள்ளத்தின் விசாலம் அனைத்தையும் அது வெளிப்படுத்தும். “கொஸ்யாவ்க்கா” சந்தோஷமாய் இருக்கும்போது அதன் அடர்வால் வண்ணம் பூசுபவனின் தூரிகை போலத் தோன்றித் தோன்றி மறையும். இடைவிடாமல் நூறு தரம், ஆயிரந்தரம் வாலையாட்ட அதனால் முடியும், அப்போதும் அது களைக்காது! எப்போதாவது நிமிட நேரம் தலையையும் வாலையும் தாழ்த்தி, கொஞ்சலை எதிர்பார்த்து வாலைத் தொய்யவிட்டுக்கொள்ளும். ஆனால் மறு நிமிடமே வாலை மறுபடி மேல் தூக்கி, தனிப்பட்ட முறையில் ஆட்டும்—எனக்கு வாழ்க்கை திருப்தி அளிக்கிறது என்று பிரகடனம் செய்வதுபோல. சண்டையிடும் மன நிலை திடீரென்று அதற்கு ஏற்படும் போது வால் எப்படிக் குத்திட்டு விறைத்து நிற்கும்! கொஸ்யாவ்க்கா” ஏதேனும் தவறு செய்துவிடுகையில் வாலை எப்படி நாணத்துடன் பின் கால்களுக்கிடையே நுழைத்துக்கொள்ளும்! காவலாளன் உணவுக் கிண்ணத்துடன் வரக்கண்டதும் வாலின் நுனி—கடைசிச் சில கணுக்கள் மட்டுமே வெளியிடும் உள்ளக் கிளர்ச்சியை வார்த்தைகளால் விவரிக்க முடியவே முடியாது. அப்பேர்ப்பட்டது அற்புதமான வால் அல்லவா?

கொஸ்யாவ்க்காவுக்கு நேர் எதிரிடையாக விளங்கியது மந்தமும் சோம்பலும் நிறைந்த “பால்மா.” (பனைச்சி) இந்த நாய் எப்போது பார்த்தாலும் கொட்டாவி விடுவதும் சோம்பல் முறிப்பதுமாய் இருக்கும். வெல்வெட் கருங்காதுகள் வெண்

முகத்தின் இரு பக்கங்களிலும் எப்போதும் அசைந்தாடிக் கொண்டிருக்கும்—யாரோ மறதியுள்ள தையல்காரன் தவறுதலாக அவற்றை ஒட்ட வைத்துத் தைத்துவிட்டது போல.

"மால்ச்சிக்" (சிறுவன்) என்ற பெயருள்ள மழமழப்பான மெல்லிய நாய் உண்மை ததும்பும் கரிய விழிகளால் எல்லோரையும் நோக்கும். அதே களங்கமற்ற தோற்றத்துடன் அது பையில் நீட்டிக்கொண்டிருக்கும் கைக்குட்டையை உருவி இழுத்து விடும். கையுங் களவுமாகப் பிடிபட்டுவிட்டால் அது வருத்தத்துடன் பெருமூச்சு விட்டு, மன்னிப்பு கேட்பது போல் வாலைத் தொங்கவிட்டுக்கொள்ளும். அதே சமயத்தில் மனிதனது விழிகளில் தொடர்ந்து நேரிட்டு நோக்கும். தன் ஒளிவு மறைவற்ற பார்வையின் வாயிலாக அது இப்படிச் சொல்வது போலிருக்கும்: "பார்த்தீர்களா, தெருவாழ்க்கை எத்தகைய குற்றங்கள் கற்பிக்கிறது என்று? நிலைமை எவ்வளவு சங்கடமானது என்பதை நான் புரிந்துகொள்கிறேன். ஆனால் என்னையே எவ்விதத்திலும் கட்டுப்படுத்திக்கொள்ள முடியவில் லையே..." இப்படித் தூய மனத்துடன் பச்சாத்தாபப்பட்டதற்குச் சில நிமிடங்களுக்கெல்லாம் அந்தப் போக்கிரி நாய் மறுபடி எதையாவது திருடிவிடும். ஆம், மால்ச்சிக்குக்கு ஆழ்ந்த கவனத்துடன் போதனை அளிப்பது அவசியம்!

நாட்கள் ஒன்றன் பின் ஒன்றாகக் கழிந்தன. சடைச்சியின் வாழ்விலும் மற்ற நாய்களின் வாழ்வில் ஏற்பட்ட அதே மாறுதல் நிகழ்ந்தது. பதற்றம் போய் நிம்மதி வந்தது. சடைச்சி அளவுக்கு மேல் கூட அமைதியாய் இருந்தது. அதன் குரல் அரிதாகவே கேட்கும். வீண் தடபுடல் பண்ணுவதில்லை, அண்டை நாய்களை அழிக்கம்பி வழியே கறுவுவதில்லை. ஆனால் இந்த அமைதி உதாசீனத்தையோ சோம்பலையோ குறிப்பதல்ல. சடைச்சி ஒரே கவனமாயிருந்து வந்தது. கூர்மையான காதுகள் அம்பு நுனிகள் போல முன்னே நீளும். கண்களோ சூழ்நிலையில் ஏற்படும் எந்த மாறுதலையும் சட்டென்று கண்டுகொள்ளும். வெள்ளை அங்கிகள் அணிந்தவர்கள் தன்னிட மிருந்து என்ன விரும்புகிறார்கள், தங்கள் நல்ல தன்மையாலும் தாராள குணத்தாலும் அவர்கள் எந்தக் குறிக்கோளை

அடைய முயல்கிறார்கள் என்று புரிந்துகொள்ளச் சடைச்சி அரும்பாடுபட்டது. ஏதேனும் புதிய துன்பம் தனக்காகப் பதிபோட்டுக் காத்திருக்கிறதோ என்று சிந்தித்தது.

ஒரு தடவை, யோக்கின் வழக்கத்தைவிட அதிக நேரம் சடைச்சியின் கூண்டுக்குள் தாமதித்தார். பேசாமல் சிறிது நேரம் நின்றபின் அவர் தீர்மானத்துடன் கதவை விரியத் திறந்தார்.

“போவோம் வா, குஸாக்கா!”

சடைச்சிக்கு ஒரே மகிழ்ச்சி. அதன் கரிய விழிகளில் ஒளிப் பொறிகள் சுடர்ந்தன. அலுப்புத் தட்டும் கூண்டு வாழ்க்கையிலிருந்து கடைசியில் ஒரு விதமாக வெளியேற வாய்த்ததே! ஆனால் தனது உணர்ச்சிகளைச் சடைச்சி எவ்வகையிலும் வெளிக்காட்டவில்லை. மெதுவாக எழுந்து, தன்னைத் தண்டிக்க மறந்துவிட்ட அந்த விந்தை மனிதர் பின்னே நிதானமாக நடந்து சென்றது. நீண்ட தாழ்வாரத்தில், குதிகள் தேய்ந்த கரிய பூட்சுகளைத் தொடர்ந்து, தலையை நிமிர்த்தாமலே நடந்தவாறு வீட்டைத் தனக்கே உரிய முறையில் ஆராய்ந்தது. மரச்சட்டங்கள் பதித்த தரைமீது பூசப்பட்டிருந்த மெழுகுப் பூச்சின் கடுமையான நெடி முதலில் அதன் மூக்குத்துளைகளுக்குக் கிச்சுக்கிச்சு மூட்டியது. சமையலறையிலிருந்து

வந்த இதமான நறுமணம் அதில் குறுக்கிட்டது. அப்புறம் மருந்துக் கடை வாசம் வீசியது.

அவர்கள் ஓர் அறைக்குள் புகுந்தார்கள். அங்கே விசேஷமாக எதுவும் வாடையடிக்கவில்லை. இருந்தாலும் இயந்திர எண்ணெயின் மந்தமான மணத்தை நாய் மோப்பம் பிடித்துவிட்டது. சுவரை ஒட்டினாற்போல கறுப்பு வெள்ளைப் பெட்டிகள் வைக்கப்பட்டிருந்தன. சடைச்சி அவற்றை ஒவ்வொன்றாக மூக்கால் தொட்டுப் பார்த்து, உலோகத்தின் இன்பமான குளிர்ச்சியை உணர்ந்தது.

ஏதோ சரசரப்பதைக் கேட்டுச் சடைச்சி நின்றுவிட்டது. சிறு டப்பி ஒன்று ரீங்காரம் செய்தது. மனிதன் அதை ஒரு கன்னத்தின்மீதும் மறு கன்னத்தின்மீதும் மாற்றி மாற்றி அழுத்திக்கொண்டான். இந்த விந்தைப் பொருளைச் சடைச்சி கண்டது அதுவே முதல் தடவை.

நாயின் கூர்ந்த பார்வையைக் கவனித்த வஸீலிய் வஸீலியெவிச், "நான் முகம் மழித்துக்கொள்வதில் உனக்கு ஏதும் தடையில்லையே, ஊம், குஸாச்கா? மின்சார மழிப்புக் கருவியை முதலில் பழக்கப்படுத்திக்கொள்வோம். அப்புறம் மற்ற இயந்திர சாதனங்களைத் தெரிந்துகொள்வோம்" என்றார்.

தன்னை ஒழுங்குபடுத்திக் கொண்டபின் வஸீலிய் வஸீலியெவிச் கம்பியைச் சுருட்டி மழிப்புக் கருவியைப் பைக்குள் வைத்துக்கொண்டார். பிறகு அவர் பெரிய கறுப்புப் பெட்டியின் பக்கம் போய் அதன் குமிழை விரலால் அழுத்தினார். உர்ர்ர்—ரென்று உறுமியது பெட்டி. நாய் அதன் மீது பதித்த பார்வையை அகற்றாமலே பின்வாங்கியது.

சடைச்சியின் நீண்ட முகம் இறுக்கம் காரணமாகக் குட்டையானது போல் ஆகிவிட்டது. அதன் பிடர் மீது மயிர் கூச்செரிந்து நின்றது. உறுமு வதும் ஊதுவதும் எதுவானாலும் இடத்திலிருந்து பெயர்ந்து தன் மேல் பாய்ந்து நசுக்க முடியும் என்பதை அனுபவத்திலிருந்து அது தெரிந்து கொண்டிருந்தது.

மோட்டாரின் ஓசை அடங்கியதும் அடங்காததுமாக வஸீலிய் வஸீ லியெவிச் புது இயந்திரத்தை முடுக்கிவிட்டார். அது

பழைய, களைத்துப் போன நீராவி எஞ்சின் போல மூச்செறிந்தது. "குப்-குப், குப்-குப்"பென்று முறையிட்டது பம்புக் குழாய்—தனது சலிப்பூட்டும் ஒரே மாதிரி வேலையைக் குறித்து, வாழ்நாள் முழுவதும் தனக்குள் எண்ணெயை ஏற்றிக்கொள்வது தனது விதியாயிருப்பதைக் குறித்து. "குப்"பென்று கடைசித்தடவை சலித்துக்கொண்டு ஓய்ந்தது பம்புக்குழாய்.

சடைச்சி அறை நடுவே உட்கார்ந்து கண்களைக் கொட்டியது.

"பழகிக்கொள், பழகிக்கொள், குஸாச்கா. நீ இயந்திரங்களுடன் உறவாட நேரிடும்" என்று சொன்னார் வஸீலிய் வஸீலியெவிச்.

வெள்ளை எனாமல் பூசிய டப்பா அருகே சென்று ஸ்விட்சைப் போட்டார். அதிலிருந்து கிளம்பிய காதைத் துளைக்கும் பேரிரைச்சல் நாயைக் கதவுப் பக்கம் ஓடச் செய்தது. இரைச்சல் உடனே நின்றுவிட்டது. அப்பொழுது நிலவிய நிசப்தத்தில் அமைதியான குரல் ஒலித்தது:

"பயப்படாதே! முக்கியமானது அதுதான். பயப்படாதே! நீதான் தைரியசாலி ஆயிற்றே! இதுவோ, பயங்கரமானது அல்ல."

சடைச்சி கதவின் அருகே உட்கார்ந்துகொண்டு, அறிவுள்ள

விழிகளை மனிதனின் முகத்தின்மீது நாட்டியது. அவர் புன்னகைத்தார்: இல்லை, அது பயங்கொள்ளி அல்ல.

மருத்துவர் மறுபடி டப்பாவின் அருகே சென்றார். இந்தத் தடவை நாய் அசையக்கூட இல்லை. அருவருப்பூட்டும் அந்தப் பேரிரைச்சலைப் பொறுமையுடன் கடைசிவரை கேட்டுக்கொண்டிருந்தது.

“இன்றைக்கு இது போதும்” என்றார் மனிதர். அவருடைய கறுப்பு பூட்சுகளின் பின்னே வந்த வழியாகவே திரும்பிச் சென்றது நாய். அதன் காதுகளில் இரைச்சல் இன்னும் ஒலித்துக்கொண்டிருந்தபடியால் தாழ்வாரத்தில் எதிர்ப்பட்ட மணங்களை அது கவனிக்கவே இல்லை.

குஸாச்காவின் அண்டை அயலாரும் அதே அறைக்குக் கொண்டுவரப்பட்டன. சில நாய்கள் சகிப்பைக் காட்டின. சில குரைப்பினால் பதிலளித்தன. வேறு சிலவோ, சமாதானமாக குப்குப்பென்று பெருமூச்செறியும் பம்புக்குழாயைக் கூடக் கண்டு வெருண்டன. ஆனால் படிப்படியாக, சில தடவைகள் பயிற்சிக்குப் பின்னர் அவை யாவுமே இரைச்சலுக்குப் பழகிவிட்டன.

இதன் பிறகு வருங்கால வேவு நாய்கள் கூண்டில் தன்னந்தனியாக அடைக்கப்பட்டன. கூண்டின் அளவு நாளுக்கு நாள் குறைக்கப்பட்டது. கடைசிக் கூண்டு இரு விலாக்களும் அழிக் கம்பிகளில் சார்ந்திருக்கவும் கரிய குமிழ் மூக்கு குளிர்ந்த உலோகத்தைத் தொடவும் கூடிய அளவு சிறியதாய் இருந்தது.

வெகு நாட்கள் நீடித்த இந்தப் பயிற்சி நாய்களுக்குச் சலிப்பூட்டும் விளையாட்டாகத் தென்பட்டது. மருத்துவர்களோ இது அவசியமான சோதனை என்று கருதினார்கள், “விடுதலையைக் குறுக்குதல்” என அதற்குப் பெயரிட்டார்கள்.

எந்த நாயை வேண்டுமானாலும் பெட்டிக்குள் உட்கார வைக்கப் பாருங்கள். அது கிளப்புகிற குரைப்பில் வீட்டை விட்டு ஓடிப்போக நேரிடும். அதிலும் நேற்றைய நாடோடி நாய்களின் விடுதலையில் குறுக்கிடுவது என்றால் இன்னும் அதிக ஜாக்கிரதையுடன் இருக்கவேண்டும். கூண்டு நாடோடி

நாய்களுக்குக் கற்பித்தது என்னவென்றால், இது சதுக்கமல்ல, தெரு அல்ல, முகப்பு வாயில் அல்ல, உன்னுடைய வீடு என்பது அடுத்த கூண்டு. மறுபடி கற்பித்தது: இது தெரு வல்ல, முகப்பு வாயில் அல்ல, நேற்றைய வீடு அல்ல, உனது புதிய வீடு. ஆகவே அமைதியாக இரு!

பழக்கம் உரிய காலப்போக்கில் ஏற்படுகிறது என்பது தெரிந்ததே. உதாரணமாக, சோதனைக்கூடத் துணைவர்கள் கொஸ்யாவ்க்காவை நீண்ட தாம்பாளம் போன்ற உலோகத் தட்டுடன் சேர்த்துக் கயிற்றுத் துண்டால் கட்டுவார்கள். உடனேயே கொஸ்யாவ்க்கா அதைக் கடித்துக் குதறிவிடும். துணைவர்கள் அதை மறுபடியும் உபசாரம் செய்து படுக்க வைத்துக் கயிற்றால் பிணைப்பார்கள். அது மீண்டும் மௌனமாகக் கயிற்றைக் கடித்துக்கொண்டே இன்முகத்துடன் வாலாட்டும்.

யார் யாரை வெல்வார்கள்? விடாப்பிடியில் யார் மிக்கவர்கள்?

முடிவில் ஒரு முறை கொஸ்யாவ்க்கா கட்டியபடியே படுத்திருக்கிறது, அப்புறம் பற்களைப் பயன்படுத்தவில்லை.

இப்போது உண்மையில் முக்கியமான வேலை தொடங்கலாம். பேராசிரியர் இதை விளக்குவதற்காக மருத்துவர்களை அழைத்தார். அவர்களுடைய சுருக்கமான ஆலோசனைக் கூட்டம், போர் நடவடிக்கைக்கு முன் படைத்தலைவர்கள் கலந்து பேசிக்கொள்வதை நினைவு படுத்தியது: ஒவ்வொருவருக்கும் தமது கடமை ஏற்கனவே தெரியும், இருந்தாலும் பொறுப்புள்ள சோதனையில் தவறு செய்துவிடாமல் இருப்பதற்காக, தலைமைக் கமாண்டரின் உத்தரவுகளைக் கவனமாய்க் கேட்டு, தம் தம் கடமைகளை இன்னும் ஒரு முறை திட்டப்படுத்திக்கொண்டார்கள்.

“விண்வெளி விமானம் தயாராகிவிட்டது” என்று நமது அமைப்பாளர்கள் நமக்கு மிக விரைவிலேயே அறிவிப்பார்கள் என நான் நம்புகிறேன். ஆனால் நமது அனுமதி இன்றி மனிதன் அதில் பறக்கமாட்டான்” என்று தமது உரையைத் தொடங்கினார் பேராசிரியர்.

அவர் தொடர்ந்தார்: “பிராணிகளுடன் ராக்கெட்டுகள் புதிதாகச் செலுத்தப்படுவது நமக்கு முன்நிற்கும் கடமையாகும். வேவுப் பிராணிகளுக்கு நேரக்கூடிய ஆபத்துகள் ஐந்து. முதலாவது, எஞ்சின் இயங்கும் போது ஏற்படும் விரைந்த அதிர்வு; இரண்டாவது, தரையிலிருந்து ராக்கெட் கிளம்பும் போதும் பறப்பு முடிந்து இறங்குகையில் நிறுத்த விசைகள் செயல்படும்போதும் நிகழும் பார அதிகரிப்பின் அபரிமிதமான வன்மை; மூன்றாவது, சுயேச்சையான பறப்பின்போது ஏற்படும் பாரமின்மை; நான்காவது, மிக உயரத்தில் வாயுமண்டலம் இன்மை; கடைசியாக விண்வெளியில் நிகழும் அபாயகரமான கதிரியக்கம். இவை ஐந்தும் விண்வெளி விமானிகளின் புலப்படாப் பகைகள் ஆகும். உடலின்மீது அவற்றின் செயல்பாடு வலிமை எவ்வளவு என்பதை நாம் துல்லியமாக அறிந்துகொள்ள வேண்டும். நாளை முதலே நாய்களைப் பறப்புக்குப் பயிற்றுங்கள். எவை எல்லாம் சாத்தியமோ அவற்றை நாய்கள் இங்கேயே அனுபவித்துப் பழகிக்கொள்ளட்டும்.“

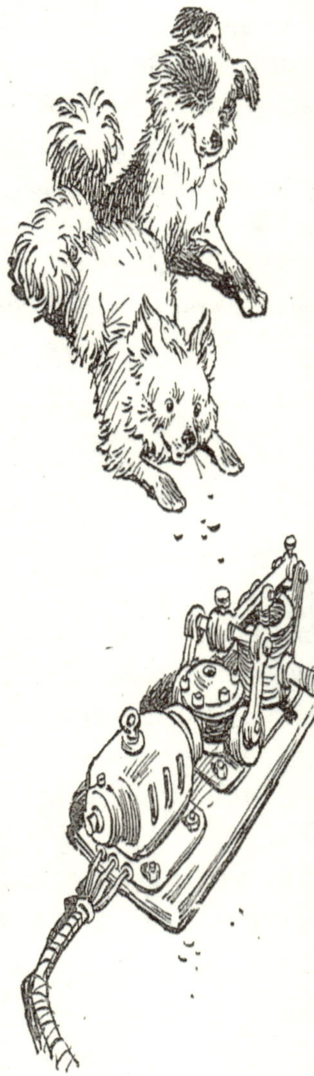

நல்லது, ஆரம்பிப்போம்....

அன்று காலை ஜன்னலுக்கு வெளியே மென்மையான

வெண்பனி விழுந்தது. வஸீலிய் வஸீலியெவிச் வழக்கத்தைவிட அதிக நேரம் கூண்டுகளைச் சுற்றிப் பார்வையிட்டார், நாய்களுடன் பேசினார். சடைச்சியின் அருகே நின்று அவர் கனிவுடன் கேட்டார்:

"மனநிலை எப்படி இருக்கிறது? காண்கிறேன், காதுகளைப் பார்க்கும் போதே தெரிகிறதே: நன்றாய் இருக்கிறது! உனக்குப் பனிக்காலம் பிடிக்குமா? "பனிக்காலம்! குடியானவன் ஸ்லெட்ஜ் வண்டியில் பவனி வந்து பாதையைப் புதுமை செய்கிறான்..." பாதையைப் புதுமை செய்கிறான். ஆம். நாமும் இன்று ஆரம்பிப்போம்! ஆரம்பிப்போம்! ஆரம்பிப்போம்!" என்று வெற்றிக் குரலில் திரும்பச் சொல்லித் தலைமயிரைக் கலைத்துக்கொண்டார். "குஸாச்கா, மால்ச்சிக், கொஸ்யாவ்க்கா, வாருங்கள் என்னோடு!"

அன்று காலை, முதல் வெண்பனி விழுந்த அன்று காலை, குஸாச்காவின் முன்னர் கூண்டின் கதவு விரியத் திறந்தது —புதிய, கடினமான, எனினும் களிபொங்கும் உலகின் புகுவாயில் போல.

அழுத்தமான பச்சைத் துணியால் ஆன சட்டைகளையும் நிக்கர்களையும் வால்யா நாய்களுக்கு அணிவித்தாள். வார் களைப் பொத்தான்கள் போட்டு

இறுக்கிய பிறகு, அந்த உடைகளைத் தானே துணிவெட்டித் தைத்தது குறித்து விசேஷமான மன நிறைவு உற்றாள். சிறிய பாரஷூட் குதிப்பா ளர்கள் போலத் தோற்றம் அளித்த நாய்கள் கால்களை அகலப் பரப்பி வைத்தவாறு, தன்னம்பிக்கை இன்றி நடந்தன.

"இப்போதுதான் நீங்கள் சோதனைப் பிராணிகள்!" என்று மகிழ்வுடன் கூறினாள் வால்யா.

சோதனைப் பிராணிகள் தட்டுக்களில் கிடத்தப்பட்டுப் புதிய வார்களால் இறுக்கப்பட்டன. அவற்றின் உடைகளுக்கு அடியில் மறைக்கப்பட்டிருந்தன பதிவுக் கருவிகள். இவை மிகவும் சாதாரணமானவை. கம்பிச் சுருள் வைத்த சிறு காகிதப்பை அல்லது நிலக்கரித் துகள் நிறைத்த நுண்ணிய ரப்பர்க் குழாய். ஆனால் கம்பியும் காகிதமும், குழாயும் துகளும் மிகவும் நுண்ணுணர்வு கொண்ட கருவி ஆகும். இதயத்திலிருந்து அல்லது தசையிலிருந்து வரும் வலிவற்ற மின்னோட்டத்தை ஏற்று அதைப் பசிய திரை மீது இது அஞ்சல் செய்கிறது. இதோ இயந்திரம் முடுக்கப்படுகிறது, தட்டு நாயுடன் சேர்ந்து அதிர்கிறது. அப்போது திரை மீது ஒளி அலைகளும் சிறு மின்னல்களும் நீரோட்டம் போலப் பெருகுகின்றன. நிழற்பட பிலிமில் குதூகலமான கிரணம் ஒன்று ஓடி நெளிகோட்டை வரைகிறது. பதிவுக் கருவிகள் தங்களது துல்லியமான அறிக்கைகளை அனுப்பத் தொடங்கி விட்டன என்பதை இது காட்டுகிறது —இதயத்தின் செயலைப் பற்றியும், மூச்சு இயக்கத்தைப் பற்றியும், இரத்த அழுத்தத்தைப் பற்றியும்

"பதிவுக் கருவி" என்ற விவகாரரீதியான பெயர் கொண்ட சாதாரணமான கருவி மிக நுட்ப உணர்வுள்ளது.

புல் எப்படி வளர்கிறது என்பதை மைக்ராஸ் கோப்பின் வாயிலாகக் கூடக் காண முடியாது. ஆனால் பதிவுக் கருவியின் உதவியால் உடனே கவனிக்கலாம். புல்லுடன் பொருத்தப்பட்டிருக்கும் நுண்ணிய கம்பி கண்ணுக்குப் புலப்படா விதத்தில் நீள்கிறது. மின்னோட்டம் இதைக்

குறித்துக்கொள்கிறது. கருவியின் முள்ளை அது ஆட்டுகிறது, துல்லியமாக அளவு எடுக்கிறது: வளர்ச்சியில் அதிகரிப்பு: ஒரு மில்லி மீட்டரின் பத்துக் கோடியில் ஒரு பங்கு என்று! இவ்வளவு கூர்ந்த கவனம் உள்ளது பதிவுக் கருவி.

குஸாச்கா உட்கார்ந்திருந்த தட்டு எப்படி நடுங்கி அதிர்ந்தது என்பதை வால்யா கண்டாள். நாய் பல்லை இளித்தது, காதுகளைப் பிடரித்தலையோடு ஒட்டிக்கொண்டது, அரும்பாடுபட்டது. அந்த நேரத்தில் வஸீலிய் இயந்திரத்தைப் பார்த்துக்கொண்டிருந்தபடியால் குஸாச்கா அதிர்வினால் எப்படி அரண்டு போயிற்று என்பதைக் கவனிக்கவில்லை.

"என் கண்ணல்லவா, ஊம்? படுத்துக்கொள், ஊம், அமைதியாக" என்று கிசுகிசுத்தாள் வால்யா, உள்ள உருக்கம் கொண்டு.

மோட்டாரின் இரைச்சலில் அவள் சொன்னது காதில் விழவில்லை என்றாலும் குஸாச்கா ஓரளவு தளர்ந்தது. அமைதியாகப் படுத்திருப்பதற்குப் பழக்கப்பட்டிருந்தபடியால் நாய் நடுங்கும் தட்டிலிருந்து அறுத்துக்கொண்டு ஓடத் தொடங்கவில்லை.

ஆனால் பதிவுக் கருவிகள் நாடித்துடிப்பு அதிக விரைவாகியிருப்பதை இயந்திரத்தின் வாயிலாக அறிவித்தன. பசிய திரைமீது சிறு மின்னல்களின் சஞ்சலத்தை மருத்துவர்கள் கவனித்தார்கள்.

வீட்டு நிலைவாயிலில் படுத்திருக்கும் விசுவாசமுள்ள காவலாளி போன்று, குஸாச்கா எல்லாத் தொல்லைகளையும் பொறுத்துக்கொண்டது. அதிர்வு நின்று வார்கள் கழற்றப்பட்டதும் அது சில நிமிடங்கள் தொங்கும் நாக்குடன் தரைமேல் இளைப்பாறிவிட்டு, ஒன்றுமே நடக்காதது போலத் துள்ளி எழுந்து நின்றது.

"சபாஷ்!" என்று மெச்சி அதன் வாய்க்குள் மிட்டாயைத் திணித்தாள் வால்யா.

கொஸ்யாவ்கா தட்டின்மீது முறையிடுவது போன்று சற்று முனகியது, அப்புறம் வெகு நேரம்வரையில் நடுங்கிக்கொண்டிருந்தது. சர்க்கரைக் கட்டி கிடைத்த பிறகுதான் அது தன்னுணர்வை அடைந்தது.

மால்ச்சிக் என்ற நாய் சோதனைக்குப் பிறகு பெருமூச்சு விட்டது, முன் துருத்திய ஒளிவீசும் விழிகளால் எல்லோரையும் ஆச்சரியத்துடன் நோக்கியது.

வஸீலிய் வஸீலியெவிச் அருகிருந்தவர்களிடம் தந்திரமாகக் கேட்டார்: "இப்பொழுது இந்த நாய் என்ன நினைக்கிறது தெரியுமா? முடிந்தால் இது சந்தோஷமாக ஒப்புக்கொண்டிருக்கும்—நேற்று தான் மரையாணியைத் திருடிவிட்டதாகத் தனது குற்றத்தை இது வெகு நேரத்துக்கு முன்பே புரிந்துகொண்டுவிட்டது, உரிய தண்டனையை ஏற்றுக்கொள்ளவும் தயாராயிருந்தது. ஆனால் சாதாரண மரையாணிக்காக இம்மாதிரி உலுக்கல் கிடைக்கும் என்று இது எதிர்பார்க்கவே இல்லை!"

எல்லோரும் சிரித்தார்கள். பேராசிரியர் சொன்னார்:

"என்னவாயினும் முதல் பகைவன்—அதிர்வு, நடுக்கம் அல்லது, மால்ச்சிக் நினைப்பதுபோல, உலுக்கல்—

விண்வெளி விமானியின் மிகப் பலவீனமான பகைவன். ஜெட் விமானிக்கு இந்தப் பகைவன் அதிகப் பயங்கரமானது. "பிளாட்டர்"—உலுக்கி—என்று இதற்குப் பெயர். விமானத்தின் இறக்கைகள் ஒட்டுப் பலகைத்தாள்கள் போல் நடுங்கக்கூடும், விமானியை அறைக்குள் தூக்கித் தூக்கிப் போடும். விமானம் சிதறிப்போகும்... ராக்கெட்டில் அதிர்வு அழிவு விளைக்கும் அபாயம் கொண்டதல்ல, அதற்குப் பழகிக்கொள்ள மட்டுமே வேண்டும்."

நாய்கள் தினந்தோறும் பழகிக்கொண்டன. வார்களால் இறுக்கப்பட்ட சிறு சோதனைப் பிராணிகளை இயந்திரம் வஞ்சனையின்றி உலுக்கியது. அவை, ஈர நாக்குகளை மட்டும் வெளியே நீட்டியவாறு அமைதியாகப் படுத்திருந்தன. நாக்குகளும் சிறு அதிர்வுடன் நடுங்கின.

வஸீலிய் வஸீலியெவிச் பசிய திரை மீது பார்வை செலுத்தியவர், கோடுகளின் மர்ம ஓட்டத்தால் மகிழ்வுற்றார்.

எஞ்சின்கள் முழு மூச்சாக இரைந்து கொண்டிருந்த போது வால்யா தணிந்த குரலில் பாடிக்கொண்டே பாக்கெட்—கருவிகளை, குழாய்களையும் உருண்டைகளையும் பற்றி மறுபடி எண்ணமிட்டாள். இப்போது அவை குஸாக்காவுடன் சேர்ந்து குலுங்குகின்றன. அப்புறம் அதனுடன் ராக்கெட்டில் பறந்து, பிரயாணியின் அனுபவங்கள் அனைத்தையும் உயிருள்ள சாட்சியைக் காட்டிலும் மேலாக அறிவிக்கப் போகின்றன.

"காற்பந்தாட்டக் குழுவின் மருத்துவன்-ஆட்ட மைதானத்தில். கப்பல் மருத்துவன்—கப்பலில். அறுவை மருத்துவன்—நோயாளி அருகே விண்வெளி மருத்துவனோ, இயந்திரங்களின் பக்கத்தில்" என்று வஸீலிய் வஸீலியெவிச்சின் குரலில் சொல்லிக்கொண்டாள் வால்யா, பின்பு பெருமூச்செறிந்தாள்: ஆனால் நானோ? நிக்கர்களும் பனியன்களும் தைக்கிறேன், நாய்களுக்குப் போடுகிறேன், கழற்றுகிறேன். ஒருவிதக் கண்டுபிடிப்பும் செய்ய வில்லை நான்."

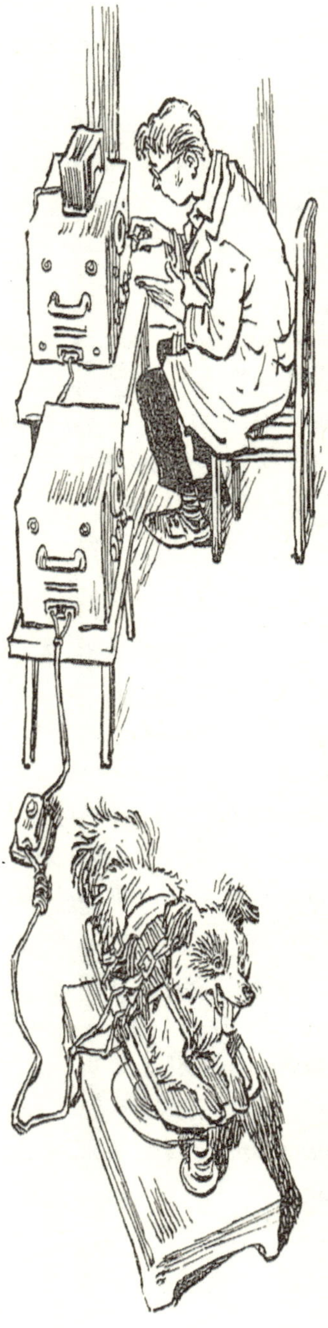

சில நாட்களுக்குப் பிறகு நாய்கள் வட்ட ஹாலுக்குக் கொண்டுவரப் பட்டன. ஹாலின் நடுவே குடைராட்டினத்தை அப்படியே ஒத்த இயந்திரம் ஒன்று நின்றது. அடி ஆதாரங்கள் கொண்ட தூண், தூணின் மீது சட்டம், சட்டத்தின் இரு நுனிகளிலும் இரண்டு தொட்டில் அறைகள். நாய்களைப் புதிய ஆபத்துக்குப் பழக்குவது இந்த இயந்திரத்தின் வேலை. மையவிலக்கக் கருவி என்பது இதன் பெயர். சுழல் கையில் மையவிலக்கக் கருவி மிகுந்த விரைவுடன் இயங்கி, முன்னறியா அபரிமித கனத்தைச் செயற்கையாக ஏற்படுத்தியது.

மருத்துவர் த்ரோனவும் அவரது துணைவி ஜீனாவும் குசாச்காவை தட்டோடு சேர்த்துத் தொட்டில் அறையில் வைத்து அதன் கதவை மூடினார்கள்.

“அமைதியாகப் படுத்திரு. வாலை ஆட்டாதே” என்று அறிவுறுத்தினார் மருத்துவர்.

எஞ்சின் உறுமியது, தொட்டில் அசைந்தாடியவாறு இடத்திலிருந்து கிளம்பியது. சுவர்கள் நாயை எதிர்கொள்ள விரைந்துவந்து அதற்கு மிக அருகாகக் கடந்து சென்றன. பின்பு அவை ஒரே மொத்தமான பட்டையாக ஒன்று கலந்துவிட்டன. காற்று சடை மயிரை உப்பவைத்தது, மூக்கைக் குளிர்வித்தது. தலையைத்

திருப்புவது கூட அரிதாகும் அளவுக்கு வன்மையுடன் அது தன்னை அழுத்துவது போலக் குசாக்காவுக்கு தோன்றியது. சுற்றும்போதே தொட்டில் படிப்படியாக உயர்ந்து பக்கவாட்டில் சாய்ந்தது. இயந்திரத்துக்கு அடியில் டெலிவிஷன் திரைக்கும் கருவிகளுக்கும் அருகே மருத்துவரும் சோதனைக்கூடத் துணைவியும் உட்கார்ந்திருந்த இடத்திலிருந்து பார்க்கும்போது தொட்டில் சுவரோடு வழுக்கிக்கொண்டு போவதுபோலத் தென்பட்டது. சர்க்கஸில் பெரிய உருண்டைக்கு உள்ளே மோட்டார் சைக்கிள் விடுபவன் இப்படித்தான் செல்வான்.

அறை எவ்வளவு விரைவாகப் பறந்ததோ அவ்வளவு அதிகமான வலிமையுடன் நாயைத் தட்டோடு சேர்த்து நசுக்கியது கண்ணுக்குப் புலப்படாத மாபூதம். நாயின் எடை மேலும் மேலும் அதிகரித்துக்கொண்டு போயிற்று. ஐந்தே கிலோகிராம் நிறையுள்ள குஸாக்கா முதலில் பெரிய தெரு நாயாகவும், பின்பு ஸெட்டர் நாயாகவும், கடைசியில் அல்ஸேஷியன் நாயாகவும் வளர்ந்துவிட்டது போலிருந்தது. ஆனால் அது அளவில் பெருக்கவே இல்லை. மாறாக, இன்னும் சின்னதுகூட ஆகிவிட்டது. பாரமிகுதியின் வன்மை அதை நசுக்கியது.

கருவிகளைப் பார்த்து த்ரோனவ் தெரிந்துகொண்டார்— இதோ நாய் ஏழு மடங்கு. எடை மிக்கது ஆகிவிட்டது என்று. டெலிவிஷன் திரையில் தென்பட்டது மெலிந்து போன முகம். அதாவது, இரத்தம் இரும்பைப் போன்ற நிறை உள்ளது ஆகிவிட்டது என்று அர்த்தம். அப்பா, இதயத்துக்கு வேலை செய்வது எவ்வளவு கஷ்டமாயிருக்கும்! அதுவும் இரும்பால் ஆனது போல் இருக்கும்.

''நிறுத்து! இயந்திரம் ஓய்ந்தது. சட்டம் இன்னும் சுற்றிக்கொண்டிருந்தது. தான் ஒருபோதும் இல்லாத அளவு லேசாகிவிட்டதாக நாய் உணர்கிறது. அசையாமல் காற்றில் மிதப்பதுபோல அதற்குத் தோன்றுகிறது. அறை நின்றுவிட்டதை அது கவனிக்கவில்லை.

“உயிரோடிருக்கிறாயா?” என்று தொட்டிலை நோக்கியவாறு வேடிக்கையாகக் கேட்கிறார் த்ரோனவ்.

‘‘உயிரோடு தான் இருக்கிறது! ஆனால் எந்த நிலையில்? விரைவாக மூச்சுவிடுகிறது, குழப்பத்துடன் கண்களைக் கொட்டுகிறது, அதன் சாளை குட்டமாகப் பெருகியிருக்கிறது.’’

“சபாஷ்!” என்று கூறி, நாயின் இரைக்கும் விலாவைத் தடவிக்கொடுக்கிறார் மருத்துவர். “தெருநாயாக இருந்து வாழ்க்கையில் அல்லாடல் பட்டதன் பயனாகும் இது! வளர்ப்பு நாய் இம்மாதிரித் தொல்லைகளைத் தாங்கியிருக்காது.” “நாயைக் கூர்ந்து பார்வையிட்டவாறே அதை நோக்கிச் சொல்லிக்கொண்டு போனார் த்ரோனவ்: “எனக்கு ஒரு வளர்ப்பு நாயைத் தெரியும். அது அறிவுள்ளது. திறமைசாலி என்றே சொல்லலாம். ஆனால் தனது திறமையை எல்லாம் அது வெட்டி விஷயங்களில் செலவிடுகிறது: எஜமானனுக்குச் செருப்புக்களை எடுத்துத் தருகிறது. மையவிலக்கக் கருவியை அது தாங்கியிராது.“

“நாளைக்கு இது தாங்குமா?” என்று வினவினாள் ஜீனா.

“தாங்கும்.”

மறுநாள் புலப்படாப் பூதம் இன்னும் கொடுமையாக நசுக்கியது, குஸாச்காவுக்கு இன்னும் கடினமாயிருந்தது. தலை முன்னாக அது தொட்டிலில் படுத்திருந்தது, பாரமோ எல்லாவற்றுக்கும் முன்னதாகத் தலைமேல் தான் அழுத்தியது. இரத்தம் குபீரென்று கால்களுக்குப் பாய்ந்தது. குஸாச்காவின் கண்கள் இருண்டன, அது உணர்வு இழந்தது.

அடுத்த தடவை அது பின்புறமாகப் பறந்தது. கண்களுக்குமுன் கருந்திரைக்குப் பதில் செந்திரை மறைப்பது போலிருந்தது, ஏனெனில் இரத்தம் நேரே தலைக்குப் பாய்ந்தது.

உடலின் ஒவ்வொரு உயிரணுவும் தன் பக்கத்து அணுவை நசுக்குகிறது. உடலிலேயே யாவற்றினும் இயக்கம் மிக்கதான இரத்தம் மற்ற எல்லா வற்றுக்கும் முன்பு பாரமிகுதியின் ஆதிக்கச் சக்திக்கு உள்ளாகிவிடுகிறது.

குஸாச்கா அறையில் எந்த நிலையில் இருந்தது என்பதை த்ரோனவ் அறிந்திருந்தார். கருந்திரை செந்திரை பற்றியும் அவருக்குத் தெரிந்திருந்தது— சொந்த அனுபவத்திலிருந்தும் பாரமிகுதி அளவிக் கருவியின் பதிவுகளிலிருந்தும். இந்தக் கருவி நேரற்ற வேலி போன்ற பல்வைத்த கோட்டைக் காகிதத்தின் மேல் வரைந்தது. நாய் எவ்வளவு அதிகச் சுமையைத் தாங்கியிருக்கிறது (அதாவது, அதன் எடை எத்தனை மடங்கு அதிகரித்திருக்கிறது) என்பதையும் இந்த அதிகச் சுமை எத்தனை நிமிடங்கள் அல்லது வினாடிகள் செயல்பட்டிருக்கிறது என்பதையும் இந்தக் கோடு அறிவித்தது.

கண்ணுக்குத் தென்படாத சக்திகள் பறக்கும் பிராணியை நெஞ்சிலிருந்து முதுகுப்புறமோ அல்லது முதுகிலிருந்து நெஞ்சுப் புறமோ தாக்குவது எல்லாவற்றிலும் மேலானது என்றும் தலைமுன்னாகவோ கால் முன்னாகவோ பறப்பது மிகவும் துன்பகரமானது என்றும் அப்போது சோதனைப் பிராணி உணர்வு இழந்து விடுகிறது என்றும் மேற்கொண்டு அறிந்திருந்தார் த்ரோனவ்.

எனினும் மருத்துவர் நாயைத் தமது இயந்திரத்தில் இப்படியும் அப் படியுமாகக் கிடத்தினார். கருவியின்

வாயிலாக அதைக் கண்காணித்த படியே பின்வரும் பாட்டை வாய்க்குள் பாடிக்கொண்டார்:

"அலைப்புறுதல்,
அவதிப்படல்
அறிந்திருக்க வேண்டும் நாம்.
புலப்படாத
பூதச் சுமை
பொறுத்துக்கொள்ள வேண்டும்
நாம்."

ஜீனா த்ரோனவின் அருகே உட்கார்ந்து பயிற்சி நாட்குறிப்புப் புத்தகத்தில் எழுதிக்கொண்டிருந்தாள். ஆனால் எல்லாவற்றிலும் துல்லியமான குறிப்புக்களைப் பதிவு செய்தன கருவிகள். நாயின் மார்பிலும் விலாக்களிலிருந்தும் பின்புறமாகவும் நாய்களைத் தாக்கிய பாரமிகுதிகள் யாவற்றையும் அவை நிழற்பட டேப்பில் பதிவு செய்தன.

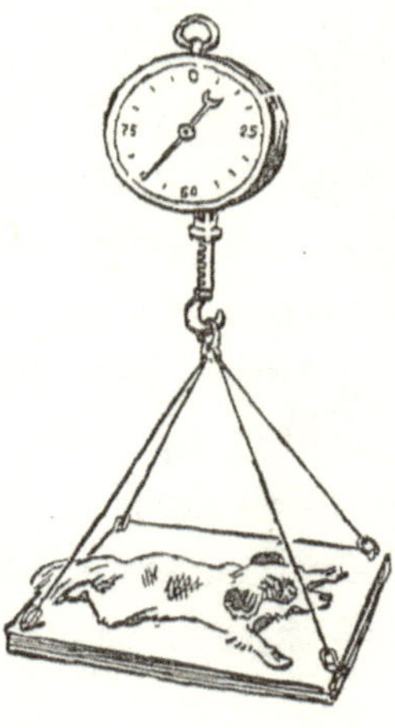

நூற்றுக்கணக்கான மீட்டர் நிழற்பட டேப்பில் பல்வைத்த கோடுகளாகப் பதிவு செய்து வைத்துக்கொள்வது எதற்காக என்று ஜீனா த்ரோனவிடம் கேட்கவில்லை. "பதிவுகளை ஒத்திட்டுப் பார்க்க விரும்புகிறார். த்ரோனவ், ஆமாம். இதோ ராக்கெட்டுகள் பறக்கப் போகின்றன. நாய்களின் உடல்நிலை குறித்துக் கருவிகள் தகவல் அறிவிக்கும், புதிய டேப்புக்களில் பதியும். அப்போது த்ரோனவ் அவற்றையும் இந்த டேப்புக்களையும்

ஒப்பிட்டு, பறப்பின்போது விண்வெளி விமானியை எத்தகைய தென்படாச் சக்திகள் தாக்குகின்றன என்பதை அறிந்துகொள்வார்” என்று தானே கற்பனை செய்துகொண்டாள்.

“அலைப்புறுதல்,
அவதிப்படல்,-”

என்று பாடினார் குதூகல மருத்துவர். இப்போது ஜீனா அவரைப் பெருமையுடன் நோக்கினாள். இவர் போன்றவர்கள், மருத்துவர்களும் விஞ்ஞானிகளும் ஆயிரம் ஆயிரம் சோதனைகளும் பரீட்சைகளும் செய்தார்கள். மையவிலக்கக்கருவிநாய்களை மட்டுமே அல்ல, உரம் வாய்ந்த மனிதர்களையும்—விமானிகளையும்—சுழற்றியது. ஐந்து முதல் பத்து நிமிடங்கள் வரை நேரத்தில் பத்து, பன்னிரண்டு வரை பாரமிகுதியை அவர்கள் எவ்விதக் கெடுதலுமின்றித் தாங்கிக்கொண்டார்கள். அப்போது அவர்கள் சௌகரியமான வாகில் இருந்து கொண்டார்கள். பார அதிகரிப்புக்கள் அவர்களை மார்பிலும் முதுகிலுமே தாக்கின. ஒரு சோதனையாளன்—பேராசிரியரின் உரையில் ஜீனா இதைப்பற்றிக் கேள்விப்பட்டாள்—நீர்மூழ்குவோனி லேசான உடுப்பு அணிந்து, மையவிலக்கக் கருவியோடு பொருத்தப்பட்டிருந்த நீர்நிறைந்த தொட்டியில் தலைகுப்புற முக்குளித்தவாறு, சில வினாடிகளுக்குப் முப்பது மடங்கு நிறை அதிகரிப்பைத் தாங்கிக்கொண்டான்!

மையவிலக்கக் கருவியின் அறையில் குரங்குகளும் தவளைகளும், நீர்த் தொட்டியில் மீன்களும் நுண்ணுயிர்களான பச்சை யூக்ளென்களும் கூட எவ்வாறு சுற்றிவந்தன என்பதை த்ரோனவ் ஒழிவு நேரங்களில் ஜீனாவுக்கு விவரிப்பார். குரங்குகள் மனிதர்கள் போலவே உணர்ந்தன. நீர்த்தொட்டியுடன் இயந்திரம் தனது விசையை அதிகரித்ததும் சின்னஞ்சிறு மீன்கள் பெரிய பைக் மீன்களை விட எடை மிக்கவை ஆகின. நீந்தும் தவளைகள் கொண்ட தொட்டியை இயந்திரம் இன்னும் அதிவேகமாகச் சுற்றியது. விளைவாக ஒவ்வொரு தவளையும் நூற்றைம்பது கிலோகிராம் எடை கொண்டது ஆகிவிட்டது, பச்சை யூக்ளென் நுண்ணுயிர்களின் தொட்டில் அறை வெறி கொண்டது போல விரைந்து சுற்றியது. அவற்றின்

எடை - இரண்டு லட்சம் மடங்கு ஆகிவிட்டது. எனினும் இந்த நுண்ணுயிர்கள் நீரில் இருந்தபடியால் பிழைத்துவிட்டன.

முடிவில் த்ரோனவ் சொன்னார்: "இது என்னதான் விந்தையாக இருந்தபோதிலும், புலப்படாச் சக்திகளிலிருந்து தண்ணீர் மற்ற எந்தக் கவசத்தையும் விட மேலாகப் பாதுகாப்பு அளிக்கிறது. தாக்குதல்களிலிருந்தும் தீவிரப்படுத்தப்பட்ட பாரத்திலிருந்தும் பாதுகாப்புத் தரும் ஏதேனும் ஒருவகை அறையையோ உடுப்பையோ சிந்தித்து அமைப்பது சாத்தியமே என்று இதனால் தெரிகிறது. இதைப்பற்றி த்ஸி ஒல்கோவ்ஸ்க்கியே எழுதினார். இம்மாதிரிக் காப்புக்கள் புனையப்படும் வரையில், நமது நாற்கால் வேவுகாரர்கள் விண்வெளியில் எதிர்ப்படும் எந்தத் திடீர் நிகழ்ச்சிகளுக்கும் தயாராகப் பயிற்றப்பட வேண்டும்."

குஸாக்கா தினந்தோறும் எடைமிக்க நாயாக மாறுவதும் மறுபடி தன் சுய நிலைக்கு வருவதுமாக இருந்தது. எதற்காக இவ்வாறு செய்ய வேண்டும் என்பது அதற்கு விளங்கவில்லை. ஆயினும் ஒவ்வொரு தடவையும் கீழ்ப்படிவுடன் நடந்து கொண்டது. தொட்டில் அறை இயங்கத் தொடங்கியதும் குஸாக்கா பணிவுடன் தலையை முன்கால்கள் மேல் கிடத்திக் கொள்ளும், புலப்படாச்

சக்தியின் நசுக்கலை எதிர்க்காதிருக்கும். பார்க்கப்போனால் எந்த விந்தைக்கும் தான் பழகிக்கொள்ள முடியும் என்று சொல்வது போலிருக்கும் அதன் கிடக்கை.

பின்னர் குஸாச்கா ஒலி புகாவண்ணம் அடைக்கப்பட்ட சிற்றறைக்குள் இருந்து பழகியது. விண்வெளியின் வெறுமை என்னும் மூன்றாவது பகைவனை எதிர்ப்படுவதற்கு அது இவ்வாறு ஆயத்தம் செய்துகொண்டது. சில நாட்கள் அது எவரையும் காணவில்லை, தனிமைக்குப் பழக்கப் படுத்திக் கொண்டது. காலையுணவும் பகலுணவும் விசேஷத் தானியங்கிக் கருவிகள் அதற்கு அளித்தன.

ஆனால் சோதனைக்குப் பின் தன் கூண்டுக்குத் திரும்பியதும் இந்தப் புதிய உளப்பதிவுகள் அனைத்தையும் குஸாச்கா மறுபடியும் அனுபவித்தது. உறக்கத்தில் காதுகளையும் முன் கால்களையும் அசைக்கும், இடைவிடாது குரைக்கும். இரவு மேற்பார்வைப் பணி ஆற்றிய வால்யா கூண்டை நெருங்கியது தான் தாமதம், நாயின் காதுகள்—முதலில் ஒன்று, பின்பு மற்றது—நடுநடுங்கும், விறைக்கும், மேலெழும், ஆள் பக்கமாகத் திரும்பும். வால் உயிர்ப்படைந்து தரைமீது மெல்லென அடித்துக்கொள்ளும். இமைகள் திறந்து கொள்ளும். அறிமுகமான விழிகளைக் குஸாச்கா தன் பார்வையால் எதிர்கொள்ளும்.

வால்யா கம்பிகளுக்கு இடையே கையை நுழைத்து நாயைத் தடவிக் கொடுப்பாள். அப்புறம் போய்விடுவாள். அப்போது குஸாச்கா அமைதியாகக் காலைவரை உறங்கும்.

பலிக்காத பயணம்

மாலை நேரங்களில் நாய்கள் இளைப்பாறுகையில் கூண்டுகளுக்குள் சலிப்பு குடிபுகுந்துவிடும். நாய்கள் முன் கால்களைத் தளர்த்தி நீட்டியவாறு படுத்துக் களைப்பாறும். முதலில் கொஞ்சம் கூச்சத்துடன் சில கொட்டாவிகள் கூண்டுகளுக்குள்ளிருந்து கிளம்பும். சில நிமிடங்களுக்கெல்லாம் நாய்கள் அனைத்தும் வெளிப்படையாகக் கொட்டாவி விடும்.

ஒரு சில நாய்கள் முனகும், வேறு சில தும்மும், இன்னும் சிலவோ, தணிந்த முறையீட்டுப் பாட்டை நீட்டி முழக்கும்.

ஆனால் மேற்பார்வை மருத்துவர் வந்ததுமே பிராணிகளின் மனநிலை மாறிவிடும். அவர் நட்புடன் உரையாடுவார், வேடிக்கை செய்வார், சர்க்கரைக்கட்டி தின்னத் தருவார்.

மால்ச்சிக் என்ற நாயுடன் அவரது உரையாடல்கள் மிகவும் சுவையுள்ளனவாய் இருக்கும். நாய் உட்கார்ந்து, தலையை ஒருபுறம் சாய்த்துக் கொண்டு கவனமாயிருக்கும் பாவனையுடன் விழிகளில் உண்மையுடன் நோக்கும்.

"ஐயையே, மால்ச்சிக், என்ன ஆயிற்று பார்த்தாயா?" என்றார் மருத்துவர்.

"என்ன?" என்று வினவின நாயின் உண்மையுள்ள கண்கள். "நேற்று ஒரு கடிந்துரைகூட இல்லை, மையவிலக்கக் கருவியில் அருமையாகச் சுற்றினாய்..."

"ஆம், உண்மைதான்!" எனப் பெருமையுடன் உறுதிப்படுத்தியது மேலே தூக்கிய கறுப்புமூக்கு.

"ஆனால் இன்றோ? சோதனைக்கூடத்துக்குள் வந்ததும் வராததுமாக என் மேஜை மேல் தாவி ஏறிக் காகிதங்களை எல்லாம் நனைத்துவிட்டாய்!..."

"நிஜமாய்த் தானா?" மால்ச்சிக்கின் தோற்றம் முழுவதும் அளவுகடந்த வியப்பைக் காட்டியது.

"இந்தக் காரியம் செய்வதற்கு மேஜை மேல் ஏறுவது அத்தியாவசியமா என்ன?" என்று கேட்டார் தொந்தரவுக்கு ஆளானவர்.

"இல்லவே இல்லை!" என்று புரிந்துகொண்ட பாவத்தில் ஆடியது நாயின் வால்.

மருத்துவர் மேலே சொல்லிக்கொண்டு போனார்: "எனக்குத் தெரிந்த வளர்ப்பு நாய் ஒன்று இருக்கிறது, மிகவும் அறிவுள்ளது. அது ஒருபோதும் இந்த மாதிரி ஒழுங்கீனமாக நடந்துகொண்டிருக்காது. இவ்வளவுக்கும் அது இல்லத்தில் வசிக்கிறது. நீயோ, மால்ச்சிக், என்னதான் இருந்தாலும்

ஆராய்ச்சிக் கல்லூரியில் வசிக்கிறாய். ஐயையே!...''

கடிந்துகொள்ளும் "ஐயையே" எத்தனை தடவை கூறப்பட்டதோ, அத்தனை தடவை கண்களைக் கொட்டியது மால்ச்சிக். மெதுவாக எழுந்திருந்தது, மூலைக்குச் சென்று, எல்லோருக்கும் தொங்கவிட்ட வாலைக் காட்டியவாறு அங்கே நின்றது.

மாலை எப்படி என்று தெரியாமலே முடிந்துவிட்டது. உறக்கம் வந்துவிட்டது.

ஒவ்வோர் இரவும் வெண்பனி வெகுவாகப் பெய்தது. வெளிமுகப்புப் பணியாளர்களால் தொடப்படாத வெண்பனிக் குவியல்கள் மேலும் மேலும் வளர்ந்துகொண்டு போயின, ஜன்னல் குறடு வரை எட்டின. வெண்பனிக் குவியல்களின் மேலாக அடி வைத்து அறைக்குள் புத்தாண்டு புகுவதற்கு மிக மிகக் கொஞ்ச நாட்களே இருந்தன.

ஒரு நாள் குஸாச்கா, ப்யோஸ்த்ரயா, மால்ச்சிக், மூன்று நாய்களும் பயிற்சிக்குப் பதிலாக முகப்பு வெளியில் வெண்பனியில் உலாவுமாறு விடப்பட்டன. அப்புறம் நாய்கள் நிறுக்கப்பட்டன. அவற்றின் இரத்தம் பகுத்தாய்வின் பொருட்டு எடுத்துக்கொள்ளப்பட்டது. எக்ஸ்ரே அறையில் மார்புக் கூட்டின் நிழற்படங்கள் பிடிக்கப்பட்டன. இவை எல்லாம் முன்னரும் செய்யப்பட்டனதாம். ஆனால் இப்போது மருத்துவர்களின் செயல்களில் விசேஷமான சடங்கு முறை புலப்பட்டது.

ஆராய்ச்சிக் கல்லூரியில் நீண்டகாலமாக எந்த நிகழ்ச்சிகளுக்கு ஆயத்தங்கள் செய்யப்பட்டு வந்தனவோ அவை இந்த நாட்களில் நிறைவேற வேண்டியிருந்தன.

வால்யா, ப்யோ ஸ்த்ரயாவின் இரத்தப் பகுப்பாய்வை இன்னொரு முறை சரிபாருங்கள். அதன் இரத்தம் சாதாரணத் தரத்திலிருந்து வேறு படுவானேன்?" என்று பதற்றத்துடன் சொன்னார் வஸீலிய் வஸீலியெவிச்.

"ஆச்சரியமாய் இருக்கிறதே. ஊட்டம் அதிகமான உணவு. அமைதியான உறக்கம். எனவே இப்படி இருப்பானேன்?" என்றாள் வால்யா.

யோஸ்த்ரயாவுக்கு உடம்பு சரியில்லையா என்ன? வஸீலிய் வஸீலியெவிச் நாயைப் பரிசோதனை செய்தார். அறையில் குறுக்கும் நெடுக்கும் நடந்தார். சிந்தனை செய்தார். ஆயினும் அவருக்கு ஒன்றும் பிடிபடவில்லை.

“தெரிந்துகொண்டேன், தெரிந்துகொண்டேன்!” என்று அரை மணி நேரத்துக்குப் பிறகு வால்யா அறிவித்தாள். “கஸ்யாவ்கா அதைக் கடித்துவிட்டது. ஜீனா வொரப்யோவா ப்யோ ஸ்த்ரயாவுக்கு மிட்டாய் கொடுத்தாள். கஸ்யாவ்கா அதைப் பிடுங்கிக் கொள்வதற்குப் பாய்ந்தது, ஒன்றும் பிரமாதமில்லை. நாளை அதற்கு எல்லாம் சரியாகிவிடும்!”

மருத்துவர் கடிந்துகொள்ளும் பாவனையுடன் தலையசைத்தார். ஆனால் வால்யாவோ, ப்யோ ஸ்த்ரயாவுக்கு நோய் எதுவும் இல்லை, கோளாறுக்கு மறைமுகக் காரணம் மிகச் சாதாரணமானது என்பதால் மகிழ்ச்சி அடைந்தாள்.

அன்றிரவு பனித்தாத்தாவுக்குக் கற்பனை கட்டுமீறிப் பொங்கியது போலும். ஜன்னல் கண்ணாடிகள் மீது முடிந்த வகையில் எல்லாம் சித்திரக் கோலங்கள் வரைந்து தள்ளிவிட்டார்.

காலையில் மருத்துவர் யோல்க்கின் மென்மயிர்த்தோல் மேல்கோட்டும் தொப்பியும் நமுதா

பூட்சுகளும் அணிந்து கொண்டு, குஸாச்கா, ப்யோஸ் த்ரயா, மால்ச்சிக் மூன்றுக்கும் கழுத்துப் பட்டிகள் மாட்டி, அவற்றை முகப்பு வெளிக்கு இட்டுச் சென்றார். அங்கே மூன்று மருத்துவர்கள் அவற்றுக்காகக் காத்திருந் தார்கள். ஆராய்ச்சிக் கல்லூரி ஊழியர்கள் அனைவரும் ஜன்னலருகே நின்று பார்த்துக்கொண்டிருந்தார்கள். வால்யா, ஜீனா, த்ரோனவ், பேராசிரியர் ஆகியோரும் வேறு பலரும் —எவர்களுடைய பரிவு மிக்க கரங்களை நாய்கள் நன்கு அறியுமோ அவர்கள்—அவற்றை வழியனுப்பினார்கள். அவர்கள் கைகளை வீசி ஆட்டினார்கள், பலகணி மேல் திறப்பு வழியாக ஏதோ கத்தினார்கள்.

சுற்று வேலிக்கு வெளியே இரண்டு "பொப்யேதா" மோட்டார்கள் காத்திருந்தன. யோக்கின் நாய்களுடன் ஒரு காரிலும் மருத்துவர்கள் மற்ற காரிலும் ஏறி அமர்ந்தார்கள். மிக ஆழ்ந்த மகத்துவமுள்ள நேரத்தில் நிலவுவது போன்ற முழு மௌனத்துடன் பிரயாணம் தொடங்கியது. எஞ்சின்கள் மட்டுமே கார்களை இலக்கை நோக்கி எளிதில் இட்டுச் சென்றவாறு இசைத்தன.

பொப்யேதா கார்களின் கதவுகள் திறக்கப்பட்டதும் எதிரே தெரிந்த அகன்ற பரப்பைக் கண்டு நாற்கால் குழு பிரமித்தது. நாய்கள் இரு மருங்கிலும் பார்வை செலுத்தி, வீடுகளும் தெருக்களும் நகர் முழுவதுமே எங்கே மறைந்து போயின என்று புரியாமல் திகைத்தன. அவற்றுக்கு எதிரே இருந்தது வெண்பனி படர்ந்த சமவெளி. அதன்மீது நின்றன இறக்கைகள் கொண்ட இயந்திரங்கள்.

"விமானத்தை இவை முதல் தடவையாக இப்போதுதானே பார்க்கின்றன! போதாக்குறைக்கு இந்தத் திடல் வேறு... மறுபடியும் தங்களைத் தெரு நாய்களாக நினைத்துக் கொண்டுவிட மாட்டாவா இவை? குரைக்கத் தொடங்கிவிடாவா?" என்று பதைப்புடன் எண்ணமிட்டார் யோல்க்கின்.

இல்லை, அவை குரைக்கவில்லை. அமைதியாக விமானத்தின் பக்கம் ஓடின, அனாயாமாகப் படிகளில் ஏறி உள்ளே சென்றன.

ஏற்கனவே இருக்கைகளில் அமர்ந்திருந்த பிரயாணிகள் - ராக்கெட் எஞ்சினீயர்கள், டெக்னீஷியன்கள், அமைப்பாளர்கள் ஆகியோர் இவர்கள் —குஸாச்கா, ப்யோஸ்த்ரயா, மால்ச்சிக், மூன்றையும் ஒரே சந்தோஷ ஆரவாரத்துடன் வரவேற்றார்கள். இந்தக் கூச்சலால் குழப்பம் அடைந்த நாய்கள் கூடிய விரைவில் வஸீலிய் வஸீலியெவிச்சின் காலருகே படுத்துக் கொள்ள முயன்றன. எஞ்சின்கள் இரைந்தன, விமானம் அசைந்தாடியது, பின்பு மெதுவாகப் புறப்பட்டது. அப்புறம் எஞ்சின்களின் பெருமுழக்கத்தை உற்றுக் கேட்பது போல நிலைத்து நின்றது. பிறகு திடீரென முன்னே பாய்ந்து கணந் தோறும் விரைவை அதிகரித்துக்கொண்டு போய் மிருதுவாக, பிரயாணிகள் அநேகமாக உணராத வகையில் தரையிலிருந்து எழும்பிப் பறந்தது.

விசேஷ விமானம் இரண்டு மணி நேரத்தில் நிர்ப்பந்தத்தின் பேரில் தரையிறங்க வேண்டியதாயிற்று: முன்னே பனிப்புயல் வீசுவதாக வானொலி தகவல் கொடுத்தது, பிரயாணிகளும் விமானிகளும் விமான நிலையத்தைச் சேர்ந்த சிறு விடுதியில் தங்கினார்கள். விரைவிலேயே இந்தக் கட்டிடத்தைச் சுற்றிலுங்கூட வெண்புள்ளிகள் நிறைந்த சூறைக்காற்று சுழன்றடித்து

விமானத் திடலையும் பிற வெளியுலகு அனைத்தையுமே பார்வையிலிருந்து மறைத்துவிட்டது.

மறு நாள் காலையிலும் ஜனங்களின் கண்களுக்கு முன்னே வெண்பனியின் வெறித் தாண்டவம் காட்சி தந்தது. அன்றைய தினம் காலண்டரில் டிசம்பர் மாதம் முப்பத்தோராம் தேதி என்று குறிக்கப்பட்டிருந்தது. எல்லோரும் புத்தாண்டைச் சிறு விடுதியில் கொண்டாடுவதற்கு ஏற்பாடு செய்தார்கள். அதற்குள் எதிர்பாராத செய்தி ஒன்றைக் கேட்டு எல்லோரது முகங்களும் வாடிப் போயின. பருவநிலைக் கோளாறு காரணமாக ராக்கெட் செலுத்தப்படுவது தள்ளிப் போடப்பட்டிருக்கிறது என்பது அச்செய்தி.

மாஸ்கோவுக்கு ரயிலிலோ அல்லது பனிப் புயல் அடங்கியதும் விமானத்திலோ திரும்ப முடியும். மாஸ்கோக்காரர்கள் ஜன்னல் வழியே வெளியே நோக்கி, சந்தேகமின்றி ரயிலில்தான்" என்றார்கள். பயணத்துக்கு ஆயத்தம் செய்யலானார்கள்.

"என்ன செய்வது?" என்று குஸாக்கா, மால்ச்சிக், ப்யோஸ்த்ரயா, மூன்று நாய்களிடமும் கலந்து ஆலோசித்தார் வஸீலிய் வஸீலியெவிச். "மணியோ ஒன்று ஆகிறது. சிற்றுண்டிச் சாலையோ மூடியிருக்கும். பசியோ பிராணன் போகிறது. பெட்டியை இங்கே வைத்துவிட்டு உங்களைக் கூட்டிக்கொண்டு உணவு விடுதிக்குச் செல்வதா? இல்லை, உங்களோடு உள்ளே விடமாட்டார்கள்... பெட்டியை எடுத்துக்கொண்டு, உங்களை இங்கேயே விட்டு விட்டு ஓடிப்போய்ச் சாப்பிட்டு விட்டு வருவதா? ஊஹூம். திரும்ப நேரம் இருக்காது... இப்படிச் செய்வோம்! பெட்டியை எடுத்துக்கொள்கிறேன், எல்லோரும் உணவு விடுதிக்குப் போவோம். நடப்பது நடக்கட்டும்!..."

உணவுவிடுதியில் உடுப்பறைப் பணியாள் நாய்களைச் சந்தேகத்துடன் ஓரக் கண்ணால் பார்த்தான். ஆனால் அவை வார்களில் கட்டப்பட்டிருப்பதைக் கண்டதும் ஒன்றும் தடை சொல்லாமல் பெட்டியை வாங்கி

வைத்துக்கொண்டான் (அறிக்கைப் பலகை தெரிவித்ததுபோல, அதற்கு விடுதி நிர்வாகம் பொறுப்பு ஏற்றுக்கொள்ளவில்லை).

மேஜையருகே விரைந்து வந்த பரிசாரகி தரையில் உட்கார்ந்திருந்த நாய்கள் மேல் இடறத் தெரிந்தாள். ஆ, என்று வியப்பைக் காட்டி விட்டுக் குத்திட்டு அமர்ந்து மூன்று நாய்களையும் தடவிக்கொடுத்து "மிலாஷ்க்கி!" (சர்க்கரைக் கட்டிகளா!) என்று கொஞ்சினாள்.

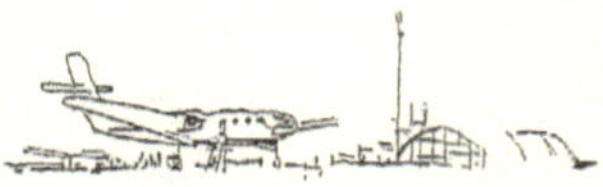

வஸீலிய் வஸீலியெவிச்சுக்குப் பீங்கான் தட்டிலும் "மிலாஷ்க்கி களுக்கு" இரும்புத் தட்டுக்களிலும் சூப் கொண்டுவந்தாள். அவருடைய தட்டை மேஜைமேலும் மற்ற தட்டுகளைத் தரையிலும் வைத்தாள். இரும்புத் தட்டுகளில் இருந்த ஓட்கஞ்சி தேவையானபடியே குளிர்ந்திருந்தது. தவிர, விஷயம் அறிந்த சமையல்காரர் இறைச்சிக் கறியிலிருந்து சில எலும்புகளை அதில் போட்டிருந்தார். கேட்க வேண்டுமா, தேவாமிர்தம் தான்!

சரியான நேரத்துக்கு ரயிலில் போய்ச் சேர்ந்தார்கள். எட்டாவது பெட்டிக்கு ஓடிச் சென்றார்கள். கண்டக்டர் டிக்கட்டைச் சரிபார்த்துவிட்டு அதைத் திருப்ப நீட்டி, நாய்களுடன் இருந்த பிரயாணியிடம் கண்டிப்பாகக் கூறினான்:

“இளைஞரே, மூன்று நாய்களை உடன் கொண்டு செல்வது கூடாது. உத்தரவுப்படி பெட்டியில் இரண்டு நாய்கள்தாம் அனுமதிக்கப்படும். நான் எதுவும் செய்வதற்கில்லை.”

ரயில் இன்னும் இரண்டே நிமிடங்கள் தான் நிற்கும் என்று அறிந்த போதிலும், அத்தகைய சமயத்தில் கூட வஸீலிய் வஸீலியெவிச் நிதானம் இழக்கவில்லை. கண்டக்டருக்கு மரியாதையாகப் பதில் அளித்தார்:

“மன்னித்துக்கொள்ளும். இரண்டு பெட்டிகளில் என்னைப் பிய்த்துக்கொள்ள என்னால் முடியாது. உத்தரவை மீறவேண்டியது தான்.”

இவ்வாறு சொல்லிவிட்டுக் கைப்பெட்டியை நடை வழியில் போட்டார். அப்புறம் மால்ச்சிக், ப்யோ ஸ்த்ரயா, குஸாச்கா மூன்றையும் ஒன்றன்பின் ஒன்றாக ஏற்றினார். ரயில் புறப்பட்டது.

ரயில் பெட்டி தனி அறைகள் கொண்டதல்ல. அதில் ஜனங்கள் ஏராளமாக நிறைந்திருந்தார்கள். மூன்று அழகிய நாய்களுடன் வந்த மனிதர் தமது இடம் போய்ச் சேர்வதற்குள், ஆவலும் மகிழ்ச்சியும் தொனிக்கும் ஆரவாரம் அவரைத் தொடர்ந்து வந்தது. அப்புறம், ஏதோ எல்லாக் கைப்பெட்டிகளிலிருந்தும் வெளியே குதித்துவந்துவிட்டார்களோ என்னும்படி அத்தனை நிறையக்

குழந்தைகள் தோன்றினார்கள். வஸீலிய் வஸீலியெவிச் இடத்தில் சரிவர அமர்ந்து கொள்ளக்கூட இல்லை, அதற்குள் அவரது நமுதா பூட்சுகளையும் மென்மயிர்த்தோல் மேல்கோட்டையும் ஓரக் கண்ணால் நோட்டமிட்டுக்கொண்டிருந்த கிழவர் ஒருவர் கேள்விகள் போடத் தொடங்கினார்.

“நீங்கள் வேட்டைக்காரரா? ஆனால்—மன்னிக்க வேண்டும் —தெரு நாய்களை எதற்காக இட்டு வந்தீர்கள்? அல்லது ஒரு வேளை தெருநாய்களைக் கொண்டே கரடி வேட்டை ஆட முடியுமோ? எஸ்கிமோ நாய்களை விட இவை ஒன்றும் குறைந்துவிட வில்லையோ?”

விரும்பினாலும் விரும்பாவிட்டாலும் வஸீலிய் வஸீலியெவிச் வேட்டைக் கதையொன்றைப் புனைந்துரைக்க நேர்ந்தது. நாய்களை நடைவழியில் இழுத்துவிடுவதற்காக நடு நடுவே கதையை இடை நிறுத்தியவாறு ஏதோ சொல்லிக்கொண்டு போனார். ‘‘இவை சாதாரணத் தெருநாய்கள் அல்ல, விண்வெளி விமானிகள்’’ என்று கிழவரிடம் அவரால் தம்பட்டமடிக்க முடியாதே. இவ்வளவு முக்கியத்துவமுள்ள பேர்வழிகள் சாதாரண ரயில் வண்டியில் பயணம் செய்கின்றன என்று சொன்னால் ஒருவரும் அவரை நம்பமாட்டார்களே.

வேட்டைக் கதை மாஸ்கோ சேரும்வரையிலும் நீடிக்கும்படி அவ்வளவு நீளமாயிருந்தது.

“என் வீட்டில் தங்குவோம். இறைச்சிப் பணியாரம் தின்னக் கொடுத்துப் படுக்கப் போடுகிறேன்” என்று தன் சக பிரயாணிகளிடம் சொன்னார் வஸீலிய் வஸீலியெவிச்.

புத்தாண்டு பிறக்கும் தறுவாயில் அவர்கள் திடுமென்று வீட்டுக்குள் புகுந்தார்கள். வஸீலிய் வஸீலியெவிச்சின் மனைவி, தாய், எட்டு வயது மகன் ஸாஷா எல்லோருக்கும் அவர்களைக் கண்டதில் ஒரே மகிழ்ச்சி. அவர் அவர்களை ஒவ்வொருவராக முத்தமிட்டார், எல்லோருக்கும் மொத்த மாகப் புத்தாண்டு வாழ்த்து கூறினார்.

“புத்தாண்டுப் பிர் மரம் எப்படி மணக்கிறது!” என்று அப்புறம் சொன்னார்.

குஸாக்கா, மால்ச்சிக், ப்யோ ஸ்த்ரயா மூன்றுக்குமே, இறைச்சிப் பணியாரம்தான் எல்லாவற்றையும் விட நல்ல மணம் வீசுவதாகப்பட்டது. அதைச் சுவைத்துச் சுவைத்து விரைவிலேயே தின்று தீர்த்துவிட்டன. பசி ஆற்றிக்கொண்ட பின் ஸாஷாவுடன் குதூகலமாக விளையாடின, தங்கள் பயணத்தைப் பற்றி மறந்துவிட்டன.

காலையில் யோக்கின் நாய்களைக் கல்லூரிக்கு இட்டுச் சென்றார். மிருக மருத்துவ நிலையத்திலிருந்து வந்த புதிய நாடோடி நாய்கள் கூண்டில் அவற்றின் இடங்களைக் கைப்பற்றிக் கொண்டுவிட்டதாகத் தெரிய வந்தது. வேறு அறையில், சிறிய கூண்டுக்குள் பிரயாணிகள் மூன்றும் ஒன்றாக வைக்கப்பட்டன. இது ரொம்ப வசதியாய் இல்லை தான். தவிர அதே அறையில் காலிக் கூண்டு ஒன்று இருந்தது.

ஆனால் வஸீலிய் வஸீலியெவிச் அதைத் திறப்பதாக இல்லை. வெற்றுக் கூண்டின் அருகே மௌனமாக நின்று, பழக்கமான குறிப்புப் பலகையைப் பார்த்துவிட்டு வெளியே போய்விட்டார்.

வெற்றுக் கூண்டில் பின்வரும் குறிப்பு காணப்பட்டது: "இங்கே வசித்தது லாய்க்கா."

இங்கே வசித்தது லாய்க்கா

வெற்றுக் கூண்டின் வரலாற்றை விவரிப்பதற்கு அண்மையில் கடந்த காலத்தை, 1957வது ஆண்டைப் பின்னோக்காகப் பார்வையிடுவோம்.

1957ஆம் ஆண்டு அக்டோபர் மாதம் மூன்றாம் தேதி உலகத்துக்குச் சாதாரணமான, எல்லா நாட்களையும் போன்ற தினமாகவே இருந்தது. பள்ளி மாணவர்கள் வகுப்பு அறைகளில் சாய்வு மேஜைகளுக்கு அருகே அமர்ந்திருந்தார்கள், தொழிலாளர்கள் இயந்திரங்களுக்கருகே நின்று வேலை செய்தார்கள். விமானிகள் ஒலியைக் காட்டிலும் விரைவாகப் பறந்தார்கள். இரவில் தூங்கப் போகும் போது, மறு நாள்

காலை புது யுகத்தில் கண் விழிக்கப் போவதாக யாருமே எண்ணவில்லை.

ஆனால் அக்டோபர் 4ஆம் தேதி காலை ஒரு செய்தி உலகனைத்திற்கும் பரபரப்பூட்டியது: பூமிக்கு மேலே பறந்தது வெள்ளி உருண்டை. முதலாவது விண்வெளிக் குண்டு ஆகிய இது மிகச் சிறியதே—அதன் எடை 83.6 கிலோகிராம் என்பதையும் அதன் விட்டம் 58 சென்டி மீட்டர் என்பதையும் எல்லோரும் அறிந்திருந்தார்கள்—ஆயினும் இந்த நிகழ்ச்சி எவ்வளவு முக்கியத்துவம் உள்ளது என்பதை மக்கள் புரிந்து கொண்டார்கள். நெருப்பு பயனுக்குக் கொண்டுவரப்பட்டது போல. நீராவி இயந்திரம் நிறுவப்பட்டது போல. விமானப் பறப்பு போல. மின் ஆற்றலோ அணு ஆற்றலோ கண்டுபிடிக்கப்பட்டது போல.

உலக விஞ்ஞானிகள் சோவியத் விஞ்ஞானிகளை வாழ்த்தினார்கள். தொழிலாளர்கள் பெருமை அடைந்தார்கள். அவர்களுடைய சாதாரணக் கரங்கள் இத்தகைய அற்புதத்தைப் படைக்கவல்லன! உருண்டையின் விண்வெளி விரைவை அறிந்து விமானிகள் பொறாமை கொண்டார்கள். ஒரு வினாடிக்கு எட்டுக் கிலோமீட்டர்கள். இந்த வேகத்தை முன்னர் கற்பனை செய்வதே கடினமாயிருந்தது. பள்ளி மாணவர்களோ, சாய்வு மேஜைகளின் அருகில் அமர்ந்தவாறே கனவுகளில் ஏற்கனவே தொலைதூர விண்வெளியில் பறக்கத் தொடங்கி விட்டார்கள்.

நட்சத்திரங்களுக்குச் செல்லும் பாதை மனிதர்களுக்குத் திறக்கப்பட்டு விட்டது! இந்தப் பாதை முடிவற்ற பிரபஞ்ச வெளி எங்கும் சென்றது. அது தொடங்கியது ஐம்முனைச் செந் நட்சத்திரத்தின் நாடாகிய சோவியத் யூனியனில்.

“புது நட்சத்திரம்!”, “பறக்கும் கற்பனை!”, “சோவியத் சந்திரன்!” எல்லா நாட்டுச் செய்தித்தாள்களும் பரபரப்பு ஊட்டுவதற்கான சொற்களைப் பொறுக்கி எடுத்தன. முடிவில் எல்லாம் ஒரே பெயருக்கு வந்து சேர்ந்தன: “ஸ்பூத்னிக்! இந்த ருஷ்யச் சொல் நன்கு ஒலித்தது. “தவா ரிஷ்” — தோழர் — என்ற சொல்லைப் போல.

கடிதங்கள் பறந்துவந்தன.

"மாஸ்கோ, ஸ்பூத்னிக். நான் விண்வெளியில் பறக்க விரும்புகிறேன்." "மாஸ்கோ ஸ்பூத்னிக். விண்வெளி விமானிகளின் பட்டியலில் என் பெயரையும் சேர்த்துக்கொள்ள வேண்டுகிறேன்."

"மாஸ்கோ. ஸ்பூத்னிக். விஞ்ஞானத்தின் நலத்துக்காகத் தேவைப்பட்டால் என் உயிரையே வழங்குவேன்."

விமானிகளும் மாணவர்களும் முன்னோடி இளைஞர்களும் இவ்வாறு எழுதினார்கள். ஆயிரக்கணக்கான மக்கள் விண்வெளியை வெற்றிகொள்ளும் பேரவாவினால் துடித்தார்கள்,

அந்தச் சமயத்தில் சந்தடியற்ற மாஸ் கோ வீதி ஒன்றிலிருந்த வீட்டில் பத்துச் சோதனையாளிகளுக்குப் பயிற்சி தரப்பட்டு வந்தது, பத்தில் ஒரு சோதனையாளி புதிய ஸ்பூத்னிக்கில் பறக்க வேண்டியதாக இருந்தது. கீழ்ப்படிவுள்ள பத்து நாய்கள், தோல் வார்களால் இடையில் இறுக்கப்பட்டு, சிறு பாரஷூட் குதிப்பாளிகள் போல, மையவிலக்கத் தொட்டிலில் சுற்றின, இரைச்சல்களைக் கேட்டன, நெரிசலான கூண்டுகளில் உட்கார்ந்தன, எல்லாவிதத் தொல்லைகளை யும் மகிழ்ச்சிகளையும் அனுபவித்தன.

ஒரு வார்த்தையில் சொன்னால் குஸாச்காவும் நமது பிற கதாபாத்திரங்களும் அப்புறம் அனுபவிக்க நேர்ந்த எல்லாவற்றையும் அனுபவித்தன

இந்தப் பத்திலிருந்து தெரிந்தெடுக்கப்பட்டது ஒரு நாய் -லாய்க்கா.

அதற்கு அந்தப் பெயர் ஏன் இடப்பட்டது என்பதை ஒருவராலும் சொல்ல முடியவில்லை. லாய்க்கா (குரைப்பவள்) யாரையும் நோக்கி ஒரு தடவை கூடக் குரைத்ததில்லை. பொதுவாகவே அது குரைத்தது ஒரே ஒரு தரம் தான்-இருண்ட குறுகிய மாடிப் படியில். அப்போது லாய்க்கா மேலே போய்க்கொண்டிருந்தது, ஒரு சிறுமி கீழே இறங்கி வந்து கொண்டிருந்தாள். லாய்க்கா வழிவிட்டு ஒதுங்கியது. சிறுமி அதைக் கவனிக்காமல் அதன் காலை மிதித்துவிட்டாள். லாய்க்கா மெதுவாகக் கீச்சிட்டு முனகி, சிறுமியை அச்சுறுத்தியது. அந்தப் பயங்கொள்ளி அரண்டு போய் வீரிட்டு அலறி நாயை வெருள வைத்துவிட்டாள். தன் வாழ்க்கையிலேயே முதன்முதலாக அப்போதுதான் லாய்க்கா முழுக்குரலையும் காட்டிக் குரைத்தது.

மெல்லிய கால்களும் பேதைமையும் வியப்பும் காட்டும் முகமும் கொண்ட இந்தத் தெருநாய்க்குட்டி எல்லாவற்றிலும் தாங்கு திறன் மிக்கது என்பது புலனாயிற்று. மருத்துவர் த்ரோனவ் தமது இயந்திரத்தை முடுக்கிவிட்டு, புருவங்களைச் சுளித்துக்கொண்டு தலையை ஆட்டினார். பிரசண்டமான சக்திகளை அவர் செயல்படப் புரிந்துகொண்டிருந்தார். அவற்றின் தாக்குதல்களை நாய் தாங்குமா தாங்காதா என்பது அவருக்குத் தெரியவில்லை. விண்வெளி மருத்துவ இயல் அவருக்கு இதுபற்றி ஒன்றும் கூற முடியவில்லை. அதுவரை எவரும் இம்மாதிரிச் சோதனை நடத்தியதில்லை—ஸ்பூத்னிக்கில் செல்வதற்குப் பிரயாணிகளைத் தயார் செய்த தில்லை.

லாய்க்காவோ, இயந்திரத்தின் கடைசிச் சுற்றுவரை எல்லாவற்றையும் தாங்கிக் கொண்டது. த்ரோனவ் கதவைத் திறந்து நாயைப் பதபாகமாகக் கைகளில் அணைத்தெடுத்துக் கைக்குட்டையால் அதன் முகத்தைத் துடைத்தார். லாய்க்காவின்

துவண்டு தொங்கிய காதுகள் குத்திட்டு விறைத்து நின்றன. ஈட்டி போன்று கூர்த்த செவிகள் உடைய இந்த நாயின் உறுதியை எந்தச் சக்தியாலும் குரைக்க முடியவில்லை.

“ஆக விஷயம் இதுதான்” என்று தமது அவதானிக்கை முடிவைத் தொகுத்துரைக்கலானார் த்ரோனவ். “ராக்கெட் கிளம்பும்போது படுத்திருக்க வேண்டும். பாரமிகுதி முதுகு—மார்புவாகாகத் தாக்கும் வகையில். அப்புறம் ஸ்பூத்னிக் கிரகப் பாதையில் இயங்கத் தொடங்கும். எல்லாம் பாரமற்றவை ஆகிவிடும். அப்போது நாய் முன்னங்கால்களால் தரையிலிருந்து எம்பி நிமிர்ந்து உட்காரும் அல்லது நிற்கும்.”

“படுப்பது, உடகாருவது, நிற்பது என்று திரும்பிச் சொன்னார் யோல்க்கின். இவை எல்லாம் சின்ன அறையில் பிடித்துக்கொள்ளவும் இயங்க அனுமதிக்கவும் வல்ல விசேஷமான உடுப்பு-குழந்தைகள் அணியும் உள்ளங்கி போன்றது -தேவைப்படும்.”

“தீனி ஊட்டுவதை, அதற்குத் தீனி ஊட்டுவதை மறந்துவிடாதீர்கள்!” என்று நினைவுபடுத்தினார் ஆராய்ச்சிக் கல்லூரி மெக்கானிக் ஸெர்யோஷா.

எல்லாமே எடையற்றதாக இருக்குமே, அப்போது அதற்கு எப்படி உணவு ஊட்டப் போகிறீர்கள்?

தண்ணீரைத் தட்டில் ஊற்ற முடியாது—அது பந்து உருண்டை போலத் துள்ளிப் போய்விடும். இறைச்சிக் கறியை வைத்ததுமே அது மிதந்து சென்றுவிடும். உள்ளங்கி பிடித்துக் கொண்டிருக்கையில், இடத்தை விட்டு நகர முடியாத நிலையில், நாய் அதைத் தாவிப் பற்ற முடியுமா என்ன?"

மருத்துவர்கள், விஞ்ஞானிகள், சோதனைக் கூடத் துணைவர்கள், எல்லோருமே புதுப்புனைவுகள் செய்தார்கள். துணிகளை அளவெடுத்துக் கத்தரித்து உடுப்புகள் தைத்தார்கள். நாற்கால் சோதனையாளிகள் ஒரு நாளைக்கு எவ்வளவு உணவு கொள்கின்றன, எவ்வளவு ஆற்றல் செலவிடுகின்றன என்பதைக் கணக்கிட்டார்கள். வெவ்வேறு விதக் குறிப்புகளின் படி உண்டிகள் தயாரித்தார்கள். நாய்களுக்கு அவற்றைச் சுவைக்கக் கொடுத்தார்கள். உணவுவகைகளைப் பின்வருமாறு அமைத்தார்கள்: ரொட்டி வருவல், இறைச்சிப் பொடியல், மாட்டுக் கொழுப்பு, தண்ணீர். ஆனால் விண்வெளி உண்டி அறையில் பறந்து சிதறாதபடி இவற்றை எல்லாம் பிணித்து வைப்பது எப்படி?

அதிர்ஷ்டவசமாக ஒருவருக்கு அருமையான யோசனை உதயமாயிற்று: போஸ்டில்!

பேஸ்டில் எனப்படும் கலவையில் சேர்க்கப்படும் ஒட்டுப் பொருள்! இந்தப் பொருள் அகர் அகர் எனப்படும். சிவப்புக் கடற் பூண்டுகளில் இது கிடைக்கிறது.

அகர்-அகர் எனப்படும் துகள் அற்புதமான புதையல்! எல்லா உணவுப் பண்டங்களையும் நீரையும் ஊட்டமுள்ள ஜெல்லியாக ஒட்ட வைத்தது அது. இந்த ஒட்டு மொத்தையைத் தட்டில் போட்டார்கள்-அது வெளியே விழவில்லை. சாப்பிட முடிந்தது. ருசியாகவும் ஊட்டமுள்ளதாகவும் இருந்தது.

லாய்க்காவுக்காக வட்டப் பலகணி கொண்ட நீளுருளை வடிவான அறை தொழிற்சாலையில் கட்டப்பட்டது. நாயை அவதானிப்பதற்கான கருவிகள், சுவையுள்ள ஜெல்லி நிறைந்த தானியங்கி ஊட்டிக் கருவி, ஆக்சிஜனை வெளிவிடுபவையும் கரியமிலவாயுவை உட்கிரகித்துக் கொள்பவையுமான இரசாயனப் பொருள்கள், பிரயாணிக்காக விசேஷ இருக்கை ஆகியன இந்த உருளைக்குள் அமைக்கப்பட்டன. லேசான உடுப்பு அணிந்த லாய்க்கா, இந்த இருக்கையில் முன்னும் பின்னும் இயங்கவும் உட்காரவும் படுக்கவும் நிற்கவும் முடிந்தது. வட்ட மூடி கொண்ட தொட்டி வடிவான, இறுகப் பூட்டிய சிறு வீடு தயாராகிவிட்டது. விண்வெளியின் வெறுமை அதற்குள்ளிருக்கும் லாய்க்காவுக்கு அச்சந் தராது.

இந்த அறையில் லாய்க்கா பல நாட்களைக் கழித்தது. தானியங்கிக் கருவி அதற்கு உணவு ஊட்டியது. இரசாயனப் பொருள்கள் ஆக்சிஜன் வழங்கின. உலோகச் சுவர்களோ முழு அரவமின்மையை நிலைநிறுத்தின. அவ்வளவுதான். ஒளிச் சாளரத்தின் வழியே மருத்துவர்கள் அதை இடைவிடாது கண்காணித்து வந்தது உண்மையே. ஆனால் லாய்க்கா அவர்களைப் பார்க்கவில்லை. தனியாய் இருப்பதற்கு அது பழகிவிட்டது. நிம்மதியாக இருந்தது. சாப்பாட்டு நேரம் நெருங்கியதும் வெற்று ஊட்டுக் கருவியை நோக்கி உதடுகளை நக்கிக்கொண்டது.

தரையில் எல்லாம் நன்றாயிருந்தது. ஆனால் விண்வெளியில்? மருத்துவர்களுக்கு எல்லாவற்றையும்விடக் கவலை அளித்தது

பாரமின்மை. புலப்படாப் பெருஞ்சுமை விண்வெளி விமானியைச் சக்கை சாறாகப் பிழிந்தெடுத்த பின்னர், திடீரென்று அவன் எடை முழுவதையும் இழந்து விடுவான், காற்றில் மிதப்பான். இதயம் எப்படி வேலை செய்யும்? இத்தகைய விந்தையான மாற்றத்தை அது எப்படித் தாங்கிக்கொள்ளும்?

சில வெளிநாட்டு விஞ்ஞானிகள் அவலச் சொற்களை முன்மொழிந்தார்கள். பாரமற்ற நிலையில் வாழ்வு சில நிமிடங்கள் மட்டுமே நீடிக்கும் என்றும், இரத்தம் தனது நிறையை இழந்துவிடும் என்றும் நாளங்களின் சுவர்களை அழுத்தாது என்றும், எனவே இதயத் துடிப்பு நின்றுவிடும் என்றும் அவர்கள் சொன்னார்கள்.

“உண்மையில் அப்படித்தானோ?” என்று பதைத்தார்கள் உலகனைத்திலும் உள்ள விண்வெளி மருத்துவர்கள். மோசம் என்னவென்றால், சோதனைக் கூடத்தில் பாரமின்மையை ஏற்படுத்துவது முடியாததாயிருந்தது. உலகத்தில் ஒரே ஓர் இடத்தில் தான் உடல்களுக்கு எடை கிடையாது. அதுதான் பூமி உருண்டையின் மையம். புவி ஈர்ப்பு அங்கே எல்லாப் புறங்களிலும் ஒருப்போலச் செயல்பட்டு ஒன்றையொன்று அழித்துவிடுகின்றது. ஆனால் அவ்வளவு ஆழத்தில் புக முடியுமா என்ன? ஆறாயிரம் கிலோமீட்டர் ஆழமுள்ள சுரங்கம் குடைய முடியுமா என்ன?

இதோ விமானங்கள் வானில் கிளம்பிப் பறக்கின்றன. அவை வெகு உயரே சென்று, மேலே எறியப்பட்ட கல்லையே போன்று பிரமாண்டமான வளைகோடு இட்டவாறு கீழ்நோக்கிப் பறக்கின்றன. இது பரவளைவுப் பறப்பு எனப்படும். இதன் மேற்பகுதியில், விமானம் கண்ணுக்குத் தெரியாத காற்று மலை மேலிருந்து சரிகையில், அறைக்குள் சற்று நேரத்துக்குப் பாரமின்மை ஏற்படுகிறது. விமானியின் மீது இரு சக்திகள் ஏக கலத்தில் செயல்படுகின்றன: மையவிலக்கச் சக்தி அவனைப் பூமியிலிருந்து அப்பால் அகற்ற முயல்கிறது—அவன் கவணிலிருந்து எறியப்பட்ட குண்டு

போல; புவி ஈர்ப்பு அவனைக் கீழ்நோக்கி இழுக்கிறது. இந்த இரு ஆற்றல்களும் ஒன்றையொன்று சரிக்கட்டி விடுகின்றன. எனவே மனிதன் தனது எடையை இழந்துவிடுகிறான். ஒரு சில வினாடிகள் எவ்வித ஆதாரமும் இன்றிக் காற்றில் உட்கார்ந்திருக்க அவனால் முடியும்.

விமானிகள் இந்த அனுபவத்தைப் பற்றிப் பலவாறாகச் சொன்னார்கள். ஒருசிலருக்குக் குமட்டலும் தலைசுற்றலும் ஏற்பட்டதாம் கடலில் கப்பலின் ஆட்டத்தால் உண்டாவது போல. வேறு சிலருக்குக் கைகளையும் கால்களையும் இயக்க முடியவில்லையாம். பின்னும் சிலருக்கு ஏணையில் இருப்பதுபோல் தோன்றியதாம், மிக இன்பமாக இருந்ததாம். இளைப்பாறுவதற்குச் சிறந்த ஆரோக்கிய நிலையம் பாரமின்மையே என்றார்கள் இவர்கள்.

ஆனால் இந்தக் கடைசி வகையினர் ஒரு வேளை தவறாகச் சொல்லுகிறார்களோ? ஒரு கால் அவர்கள் அபாயத்தை உணரத்தான் இல்லையோ?

ராக்கெட்டுகள் மேல் நோக்கிப் பறந்தன. அவற்றில் பயணம் செய்த ஆமைகள், மூஞ்சூறுகள், சுண்டெலிகள், நாய்கள் ஆகியன, பரவளைவுப் பறப்பின் போது விமானிகள் போலவே, குறித்த நேரத்துக்கு எடையை இழந்துவிட்டன. ஆனால் இவை சில வினாடிகளுக்கு மட்டுமே அல்ல, சில நிமிடங்களுக்கு எடையற்ற நிலையில் இருந்தன. எவ்வித ஊனமும் பழுதும் இன்றிப் பாரஷூட் உதவியால் தரை இறங்கின இந்தப் பிராணிகள்.

இவை மூன்று, ஐந்து, பத்து நிமிடங்கள் பாரமற்ற நிலையில் இருந்தன. ஆனால் மணிக்கணக்காக? நாள் கணக்காக?

த்ரோனவ், பேராசிரியர், யோல்க்கின், லாய்க்காவைப் பறப்புக்கு ஆயத்தப்படுத்திய மற்றவர்கள், எல்லோருமே நம்பிக்கையுடன் தான் இருந்தார்கள்—விண்வெளி விமானியின் இதயம் மணிக் கணக்காகவும் நாள் கணக்காகவும் துடித்துக்கொண்டிருக்கும் என்று. ஆனால் உடனேயே புதிய அச்சங்கள் அவர்களைக் கலவரப்படுத்தின. கால்களுக்கு அடியில்

ஆதாரத்தை இழந்துவிட்டதும் லாய்க்கா எப்படி நடந்துகொள்ளும்? விலங்குகளின் அரசன் எனப்படும் சிங்கம் கூட, சர்க்கஸில் ஊஞ்சல்களில் ஊசலாடுகையில் திகிலால் விறைத்துப் போகிறதே. பார்வையாளர்களின் தலை களுக்கு மேலாக அது பாய்ந்து எழும்பக்கூடும், ஓர் அபாயமும் அதனால் ஏற்படாது. ஏனெனில் சிங்கம் ஒரேயடியாகக் கிலியடித்து, கட்டையாய் விறைத்துப் போயிருக்கும். இன்னொரு நிகழ்ச்சியும் நன்கு தெரிந்ததே. உயிர்க்காட்சிச்சாலைக்கு விமானத்தில் கொண்டுவரப்பட்ட வேங்கை ஒன்று, நரம்பு நடுக்கம் காரணமாக ரோமங்களை இழந்து வழுக்கை ஆகிவிட்டது.

லாய்க்காவும் இதே மாதிரிப் பேரச்சம் கொண்டுவிடாதா? அது இயங்குமா, உண்ணுமா? எல்லாமே மருத்துவர்களுக்குப் புதிராய் இருந்தது.

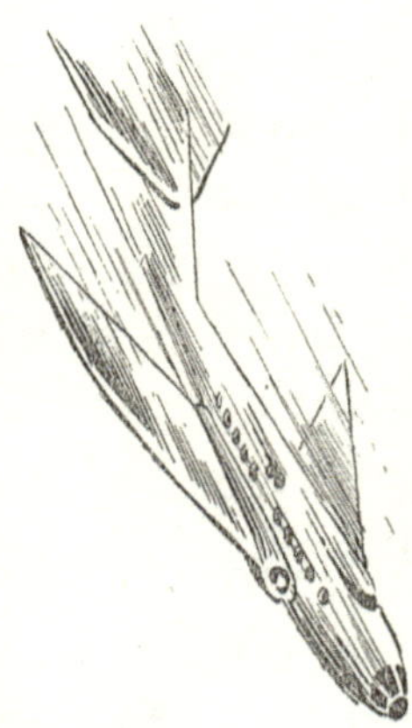

பல அடுக்குகள் கொண்ட ராக்கெட்—முழு ராக்கெட் தொடர்—லாய்க்காவுடன் இரண்டாவது ஸ்பூத்னிக்கை விண்வெளிக்கு இட்டுச் சென்றது.

அதே 1957ஆம் ஆண்டு நவம்பர் மாதம் மூன்றாம் தேதி, துணிவு மிக்க இந்த நாயை மக்கள் அறிந்துகொண்டார்கள், நேசித்தார்கள். செய்தித்தாள்களில்

அதன் உருவப்படத்தை எல்லோரும் பார்த்தார்கள். அவர்களுக்கு ஒரே நேரத்தில் மகிழ்ச்சியும் துயரமும் பொங்கின. முதலாவது விண்வெளி விமானியைக் கண்டதில் மகிழ்ச்சி. அந்த விண்வெளி விமானி திரும்பப்போவதில்லை என்று அறிந்ததில் துயரம்.

லாய்க்கா! இனிய, விசுவாசமுள்ள லாய்க்கா! பார் அனைத்திலும் உள்ள விஞ்ஞானிகளுக்கு நீ எவ்வளவு களிப்பு ஊட்டினாய்! ஆயிரம் கிலோ மீட்டர் உயரத்தில் பறந்த உனது இதயத்தின் மெல்லிய துடிப்பொலி, மற்ற ஓசைகள் யாவற்றையும் அவர்களுக்குக் கேட்காதபடி அமிழ்த்திவிட்டது.

வான் தொடும் மாளிகைகளின் மேல் துருத்திய கூர்ங்கோபுரங்கள் கொண்ட நகரின் நிழல் வரைப்படத்தை ஒத்த சித்திரத்தை தானியங்கி வரைவிகள் காகித நாடாவில் வரைந்தன.

விண்வெளிப் பிரயாணியின் இதயம் துடித்தது, துடித்தது!

ஆராய்ச்சிக் கல்லூரியில் விழாக் கொண்டாட்டம். பூமிக்கு மேலே பறந்தது முதலாவது உயிர்ப்பிராணி. அதைப்பற்றிய விவரம் பூராவையும் இரண்டு தொன்மைக் கிரேக்கச் சொற்களால் கூறிவிட முடியும்: காஸ்மோஸ்—விண்வெளி, நாட்டிக்கா—கப்பலோட்டல்! விண்வெளியில் கப்பலோட்டுவது. விண்வெளி விமானி! அது இந்தக் கட்டிடத்திலிருந்து தான் வெளிச் சென்றது.

காகித நாடா மருத்துவர்களுக்கு விவரித்தது: ராக்கெட் எஞ்சின்கள் பெருமுழக்கம் செய்யத் தொடங்கியதும், அந்தப் பயங்கர இரைச்சல் லாய்க்காவுக்குத் திகிலூட்டியது. (லாய்க்காவைச் சொல்லப் போவானேன்! ராக்கெட் திடலில் எஞ்சின்களின் பேரோதையால் அனுபவசாலிகளான விமானிகளுக்கே சில சமயங்களில் நாடி தளர்ந்து போய்விடுவதுண்டு). சற்று நேரம் லாய்க்கா தலையை இங்குமங்கும் திருப்பியது. அப்புறம் அபரிமிதக் கனம் அதைத் தரையோடு சேர்த்து அழுத்தியது. அதன் இதயம் மும்மடங்கு விரைவாகப் படபடத்தது. ராக்கெட் தொடர்

வாயுமண்டலத்தின் ஊடாகக் கிழித்துக்கொண்டு மேலே சென்றதுமே ஓசையெல்லாம் சட்டென்று அடங்கிப் போயிற்று. நாய் அசைவற்ற வெறுமையை அடைந்தது.

உடலின் காரீயக் கனத்தைத் தாங்கிக்கொள்ள அதற்கு த்ரோனவ் பயிற்சி அளித்திருந்தது நல்லதாயிற்று. மையவிலக்கக் கருவியில் சுற்றிவந்த பின்னர் ஏற்படுவது போலவே லாய்க்காவின் மார்பு சீர்பட்டது, இதயம் படிப்படியாக அமைதி அடைந்தது. தரையில் அது ஒரு போதும் இத்த கைய விந்தையான பாரமின்மை நிலையை அனுபவித்ததில்லை எனினும், லாய்க்கா பயப்படவில்லை. சற்றுக் களையாறிய பின் அது சுற்று முற்றும் நோட்டமிட்டது. அப்புறம் முன்கால்கள் உடலைக் கரையிலிருந்து உகைக்கு மேலே

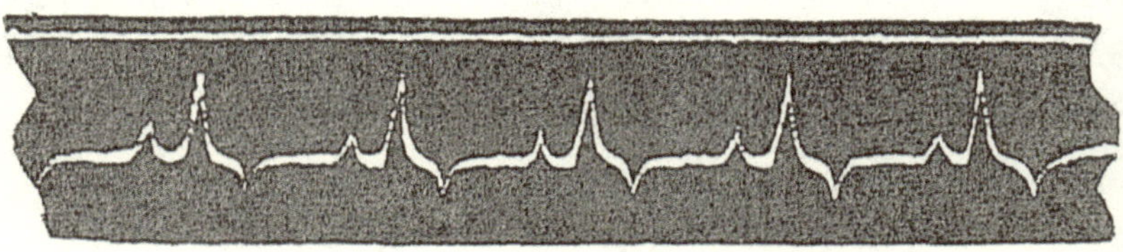

கிளப்பின. விண்வெளி விமானி பாரமின்மையில் முதல் அடிவைப் புக்களைச் செய்தது.

விவாதத்துக்கு இடமான பிரச்சினைக்கு மருத்துவர்கள் இறுதியாக முடிவு கண்டார்கள்: பாரமின்மை உயிர் வாழ்வுக்கு ஆபத்தானது அல்ல! மேல் கிடையாது, கீழ் கிடையாது, காலடியில் ஆதாரம் கிடையாது என்ற நிலைமைக்குப் பழக்கப்படுவது லாய்க்காவைக் காட்டிலும் மனிதனுக்கு அதிகக் கடினமானது தான், சந்தேகமில்லை. கிடுகிடு பள்ளத்தின் அருகே பலருக்குத் தலை சுற்றுவதில்லையா? விழக்கூடும் என்ற எண்ணத்தினாலேயே சிலருக்குத் தலை சுற்றுமே. ஆனால் மனிதன் தனது உணர்ச்சிகளையும் அனுபவங்களையும் பழக்கங்களையும் அடக்கி ஆள வல்லவன். பாலே நர்த்தகன் தனது உடலை அற்புதமாக ஆட்டிவைக்கிறான், ஸ்கீயிங் செய்பவன் தாவு மேடையிலிருந்து தன்னம்பிக்கையுடன் பாய்கிறான், நீர்மூழ்கி வேட்டைக்காரன் துப்பாக்கியும் கையுமாக மீனை விரட்டிச் செல்கிறான், விமானி உயரத்தைக்

கண்டு அஞ்சுவதில்லை. காற்றில் நீந்துவதற்கு மனிதன் கற்றுக்கொள்ள முடியும்! திடீரென அசாதாரண வலிமை உள்ளவை ஆகிவிடும் கைகளையும் கால்களையும் விருப்பப்படி இயக்க அவன் பழகிவிடுவான். மென்மையான பிளாஸ்டிக் புட்டியிலிருந்து, தண்ணீரை அழுத்தி வெளியேற்றிக் குடிக்கக் கற்றுக்கொள்வான். விட்டத்தில் ஈ நடப்பது போல, காந்த பூட்சுகள் அணிந்து தலைகீழாக அனாயாசமாய் நடப்பான்.

சந்திரனுக்குப் பறந்து செல்ல முடியும். இதய நோய் உள்ளவர்களுக்கு விண்வெளி ஆரோக்கிய நிலையம் அமைப்பது பற்றி எண்ண முடியும். காற்றில் வெறுமே உட்காரமுடியும். தனது கண்டுபிடிப்பினால் இந்தப் பிரச்சினைகளுக்கெல்லாம் தீர்வு கண்டு விட்டது லாய்க்கா.

ஏழு நாட்கள் அது ஸ்பூத்னிக்கில் வாழ்ந்தது, எட்டாவது நாள் ஆக்சிஜன் தீர்ந்து போய்விட்டது...

அது வசித்த கூண்டு, ஆராய்ச்சிக் கல்லூரியில் வெறுமையாகவே இருந்தது. அதில் குறிப்புப்பலகை அடிக்கப்பட்டது:

“இங்கே வசித்தது லாய்க்கா” என்று. இந்தக் கூண்டுக்குள் யாரும் அனுமதிக்கப்படவில்லை.

அடுத்த விண்வெளி விமானி பூமிக்குத் திரும்பிவர வேண்டும் என்பதை நினைவுபடுத்தியது வெற்றுக் கூண்டு.

பரிவுள்ள எழுதுகோல்

பனிக்காலம் போரியாவின் வீதியை வெண்பனிக் குவைகளால் அரண் செய்துவிட்டது. இப்போது காலையில் எழுந்ததும் முகப்பு வெளிப் பணியாளர்களின். துடுப்புக் கரண்டிகள் நடைபாதைகளிலிருந்து வெண்பனியைச் சுறண்டி அகற்றும் ஓசை போரியாவின் காதில் படும்.

எல்லையோர வீட்டின் மறுபுறம் இருந்த பாழ்வெளியில் ஸ்கேட்டிங் மைதானம் அமைக்கப்பட்டிருந்தது. அதன் நடு மையத்தில், இரண்டு துணிச்சல்காரர்கள் ஒரு காலத்தில் ராக்கெட்டைச் செலுத்திய இடத்தில் புத்தாண்டுப் பிர் மரம் நாட்டப்பட்டிருந்தது. கென்னாதியும் ல்யூபாவும் கைகள் கோத்துக்கொண்டு அதைச் சுற்றி நடனமாடியதை போரியா ஒரு தடவை தன் கண்ணாரக் கண்டான். கென்னாதி தூக்கணங்குருவி போல வளைந்தவாறு ஸ்கேட் அணிந்த ஒற்றைக்காலால் எட்டு என்ற எண்ணை நடனமாடி வரைந்தான். சிவப்பு ஸ்வெட்டரும் சிவப்புத் தொப்பியும் அணிந்த ல்யூபாவும் அதேபோல எட்டு என்ற எண்ணை வரைந்தாள். அப்புறம் இருவரும் நின்று உரையாடினார்கள். ல்யூபாவின் தொப்பிமேல் வெண் பனி தங்க ஜொலிப்புடன் சுடர்ந்தது, ல்யூபா கென்னாதியைப் பார்த்துப் புன்னகை செய்த போது அவள் ல்யூபா அல்ல, தெய்வப்பெண் என்று தோன்றியது.

எல்லோரும் களிப்புடன் இருந்தார்கள்—வீட்டுத் தலைமை நிர்வாகி கூடத்தான். வெடியதிர்ச்சி வரலாற்றை அவர் அடியோடு மறந்துவிட்டார். ஆனால் துர் நிகழ்ச்சியின் வாயற்ற சாட்சியங்கள் வீட்டில் இருந்தன. கடிந்துரைகளைவிட அதிகமாக இவை போரியாவை மனம் பதைக்கச் செய் தன. இரட்டை சோபாவுக்கு அப்பால் மூலையில் சடைச்சி வழக்கமாகப் படுத்து உறங்கும் சிறு பல்வண்ண மெத்தை போரியாவின் விழிகளை உறுத்தியது. சமையல் அறையில் இருந்த சடைச்சியின் இரும்புத் தட்டும் அப்படியே. இதில் தான் பரிவுள்ள வீட்டு எஜமானி எலும்புகளைப் போட்டுவைப்பது

வழக்கம். காணாமற் போன நாய் எவ்வளவு அன்பும் அறிவும் உள்ளதாக இருந்தது என்பது பற்றி உரையாடல் தொடங்கும் போதோ, போரியாவுக்கு எல்லாவற்றிலும் மோசமாய் இருக்கும். அம்மாதிரி வேளைகளில் போரியாவுக்குப் பொறுக்க முடியாத துக்கம் வந்துவிடும். தொப்பியை எடுத்துக்கொண்டு யாரிடமும் ஒரு வார்த்தை சொல்லாமல் வீட்டிலிருந்து மறைந்துவிடுவான். சடைச்சி தப்பிப் பிழைப்பதற்குரிய நூற்றுக்கணக்கான வழிவகைகளைப் பற்றிப் போகிற போக்கில் எண்ணமிட்டவாறு தெருத் தெருவாகச் சுற்றித் திரிவான். வழக்கமாக போரியா தன் எண்ணங்களில் ஒரேயடியாக ஆழ்ந்து, இருள் படர்வதைக் கூடக் கவனிக்கமாட்டான். பத்து மாடிகள் கொண்ட பிரமாண்டமான வீட்டில் விளக்குகள் பொருத்தப்பட்ட பின்பே இருப்பிடம் திரும்புவான்.

“இதோ வந்துவிட்டது, ராட்சத வீடு” என்று ஒளிவீசும் ஜன்னல்களை ஏறிட்டு நோக்கியபடியே பெருமூச்செறிவான். “ஒருவேளை இரண்டாயிரம் பேர் இதில் வசிக்கலாம். அல்லது, இன்னும் அதிகமாகவே இருக்கும். ஆயினும் சடைச்சி எங்கேயோ குளிரில் விறைக்கிறது என்பது பற்றி இவர்களில் ஒருவருக்கேனும்

கவலை இல்லை. கென் னாதிய்? அவனைப்பற்றி நினைக்காதிருப்பதே மேல். ஒருவேளை உட்கார்ந்து ராக்கெட் செய்து கொண்டிருக்கிறான் போலும். அல்லது தகப்பனாருடன் சஞ்சிகைகளைப் பார்த்துக் கொண்டிருப்பான். அவர்கள் வீட்டுக்குத் தபால்காரன் கட்டுக் கட்டாகக்கொண்டு வரும் சஞ்சிகைகள் எல்லாவற்றின் பெயர்களைக் கூட நினைவுவைத்துக்கொள்ள முடியாது— அவ்வளவு நிறைய."

மிகமிகச் சமீபத்தில் கூட போர்யா கென்னாதிய் மேல் பொறாமைப்பட்டான். "அவனுடைய தகப்பனார் பத்திரிகையாளர், என் தகப்பனாரோ சாதாரணத் தொழிலாளி" என்று. ஆனால் 6 "அ" வகுப்பு மாணவர்கள் அனைவரும் பால்பியரிங் தொழிற்சாலைக்குப் போய்வந்த பிறகு, "ஸ்மேலவுக்கு இணையாக வேலை செய்யுங்கள்!" என்று எழுதப்பட்ட போஸ்டர் தொழிற்கூடம் முழுவதையும் வியாபித்துக் கொண்டிருந்ததை போரியா பார்த்த பிறகு, அவன் கண்கள் திறந்து கொண்டன போல் ஆகிவிட்டன.

மாலையில் தகப்பனார் தம் வழக்கப்படி பூக்கள் போட்ட பெரிய குவளையில் தேநீர் பருக அமர்ந்தபோது போரியா அவர் அருகே உட்கார்ந்துகொண்டு அவருடைய புருவங்களையும் விழிகளையும் மூக்கையும் ஒரே நிலையாகப் பார்வையிடத் தொடங்கவே அவருக்குக் கவலையாய்க்கூடப் போய்விட்டது.

"நீ என்ன என்னை ஒரே பார்வையாய்ப் பார்க்கிறாய்? நான் உனக்கு யார்—அப்பொலோன் பெல்விதேர்ஸ்க்கியா என்ன? ஊம், போய்த் தூங்கு என்றார்.

எவருக்கு இணையாவதற்கு எல்லோரும் முயன்று கொண்டிருக்கிறார்களோ, அவர் தன்னுடன் ஒரே வீட்டில் வசிக்கிறார் என்ற எண்ணத்தினால் நெஞ்சில் இதமான உணர்ச்சி பொங்க, போரியா உறங்கச் சென்றான்...

"ஒரு வேளை வீட்டிற்குப் போய், அப்பாவுடன் சதுரங்கம் விளையாடலாமா?"—இவ்வாறு நினைத்துத் தன் இல்லத்து ஜன்னலை நோக்கிய போரியா உடனே எண்ணத்தை மாற்றிக்கொண்டான். "இல்லை. இன்னும் கொஞ்சம் உலாவுகிறேன். பச்சை விளக்கு எரிகிறது. எனவே அப்பா

மாதிரி வரைப்படங்களைத் தயாரிப்பதில் முனைந்திருக்கிறார் என்று ஆகிறது...”

நாம் தனியாகவும் துயரத்துடனும் இருக்கும்போது சிந்தனைகள் இடையீடின்றிப் பெருகுகின்றன. வீடுகள், சுற்று வேலிகள், தெரு விளக்குகள், எல்லாம் நாம் சொல்வதை உற்றுக் கேட்பது போலத் தோன்றுகிறது. பொருள்கள் அருமையான பேச்சுத்துணைகள். நமது பேச்சை அவை ஒருபோதும் இடைமுறிப்பதில்லை. நாம் கவனமாயிருந்தால் அவையும் மிகச் சுவையான விஷயங்களை நமக்கு உரைக்கின்றன.

ஜன்னல்களில் தெரியும் விளக்குகள் துன்பகரமானவையும் இன்பம் நிறைந்தவையுமான எத்தனை எத்தனையோ கதைகளை போரியாவுக்குச் சொல்லும். இரண்டாவது மாடியில் சிவப்பு விளக்கு மூடியில் தெரியும் வெளிச்சத்தைக் கொண்டு மிருகப் பயிற்சி நிபுணி ஸோபியா லேப் வேலையிலிருந்து வீடு திரும்பிவிட்டாளா அல்லது அவளுடைய கிழ ஆயா அன்பீஸா வீட்டை நிர்வகிக்கிறாளா என்பதைத் திட்டவட்டமாகச் சொல்லி விடலாம். எஜமானி இல்லாதபோது அன்பீஸா சிக்கனத்திற்காக ஒளி குறைந்த பல்பை மாட்டியிருப்பாள். ஸோபியா லேப்புக்கோ பிரகாசமான, கண் கூசும் வெளிச்சம் பிடிக்கும். பயிற்சி நிபுணியிடம் தேர்ச்சி பெற்ற நாய் கள் இருக்கின்றன. அவற்றில் ஒன்றுக்கு “சீ!” என்றும் “அபத்தம்” என்றும் சொல்ல வரும் என்று வதந்தி உலவியது. சடைச்சியைப் பற்றிப் பயிற்சி நிபுணியிடம் கேட்டால் நன்றாயிருக்கும் ஆனால் ஸாபியா லேப் தனது வியப்பூட்டும் நாய்களில் ஒன்று உடன் வர நுழைவாயிலில், தென்படும் போதெல்லாம் போரியாவின் மன உறுதி மறைந்துவிடும், நிமிட நேரத்திற்கெல்லாம் ஸோபியாலேப் தானே வெளி வாயிலுக்கு அப்பால் மறைந்து விடுவாள்.

மூன்றாவது மாடியில் முன்மாடங்கள் உள்ள இரண்டு இல்லங்களில் ஓய்வு பெற்ற ஜெனரல் ஒருவரும் பிரபல ஓவியர் ஒருவரும் வசித்தார்கள். ஜெனரல் வீட்டில் விளக்கு எரிந்து ஓவியர் வீட்டு ஜன்னல்கள் இருள் அடைந்திருந்தால் ஓவியர் ஜெனரல் வீட்டிற்கு விருந்தாளியாகப் போயிருக்கிறார்

என்று அர்த்தம். ஜெனரல் வீட்டில் விளக்கு அணைந்து ஓவியர் வீட்டு ஆரஞ்சு விளக்கு எரிந்தால் ஜெனரல் ஓவியரின் விருந்தாளி என்று பொருள்.

ஓவியர் கன் ஸ்த்தந்தீன் பாவ்லவிச் ரோகவ் தனிவகைப்பட்ட மனிதர். எழுதுகோலையும் வண்ணங்களையும் கொண்டு அவர் நூற்றுக்கணக்கான நல்லியல்புள்ள நகையூட்டும் மனிதர்களைப் படைத்து சிறுவர் சிறுமியர்களை மகிழ்விப்பதன் பொருட்டு உலகில் உலாவ விட்டிருந்தார். புராத்தீனோ என்ற நீள்மூக்குச் சிறுவன் பொம்மையைப் படைத்தவரான பிரசித்தி பெற்ற "அப்பா கார்லோவையே" இந்தக் கலையில் அவர் விஞ்சிவிட்டார். கார்லோவைப் போலவே ரோகவும் தமது படைப்புகள் பால் பெருந்தன்மையுடன் நடந்து கொண்டார். அவருடைய மிகவும் பரிகசிக்கத்தக்க படைப்புக்கள் கூடச் சிறுவர்கள் மனதில் பரிவு உண்டாகச் செய்தன.

எப்படிப்பட்ட பருவநிலையிலும் கதகதப்பான பூட்சுகள் அணிந்து, மேல் கோட்டும் கம்பளி லேஞ்சியும் போட்டு உடம்பை மூடிக்கொண்டு, தொலை நோக்கிகளும் கையுமாக அவர் முன்மாடத்தில் நிற்கக் காணலாம். அவரது இந்த விசித்திரமான உருவத்தைக் கண்ட எவனோ ஒருவன் அதை பிரமாண்டமான வயல்காட்டுப் பொம்மைக்கு ஒப்பிட முயன்றான், ஆனால் ரோகவின் வீட்டைச் சேர்ந்த சிறுவர்கள் ஓவியரைப் பற்றிய கேலிப் பேச்சை மன்னிக்கவில்லை ஆதலால் அவன் பச்சாத்தாபப்பட நேர்ந்தது.

விஷயம் என்னவென்றால் ஓவியர் கொடிய நோய்வாய்ப்பட்டிருந்தார். மருத்துவர்கள் அவர் வீட்டை விட்டு வெளியே போவதைத் தடை செய்திருந்தார்கள். ஆனால் முன்மாடத்தில் இருந்தபடியே, கப்பலில் காப்டன்

மேடையிலிருந்து பார்ப்பது போல, சுற்றிலும் நெடுந்தொலை கண்ணோட்ட அவரால் முடிந்தது, தொலைநோக்கி அவரை வீதிகள், சந்துகள் வழியே இட்டுச் சென்றது. முதியவை யும் இளையவையும் குதூகலமுள்ளவையும் கவலை

தோய்ந்தவையும் ஆகிய நூற்றுக்கணக்கான ஈடற்ற முகங்கள் அவரது பார்வையில் பளிச்சிட்டு மறைந்தன.

முகமெல்லாம் மலர்ந்த புன்னகை ஓவியரின் வெளிறிய வதனத்திலிருந்து அகன்றதே இல்லை. நல்லியல்புள்ள நகை அரும்பும் அவரது பிரகாசமான விழிகளுக்கு இந்தப் புன்னகை ஒளியூட்டுவது போலிருந்தது.

இதோ அவர் கூட்டத்தில் ஏதோ அக்கறைக்கு உரிய விஷயத்தைப் பார்த்துவிட்டார். ஒரு கை தொலைநோக்கியைக் கண்களில் பொருந்த வைத்துக்கொண்டது, இன்னொரு கை கூராக்கிய எழுதுகோலைப் பிடித்துக் கொண்டது.

சில நிமிடங்கள் கழிந்ததும் வெள்ளைக் காகிதத்தின் மேல் பின் குத்திவைத்தது போலத் தோற்றம் அளித்தது ஒரு காட்சி: அலுவலகத் தலைவனின் வாயை நாய்ப் பார்வையுடன் நோக்கியவாறு பரபரக்கிறான் ஒரு அடிவருடி; இன்னொரு புறம், அகன்ற சாக்குப் பை போன்ற மேல் கொட்டில் சிக்கியவாறு விரைகிறாள் நவநாகரிக நங்கை ஒருத்தி; சடங்கு பாராட்டும் அதிகாரி ஒருவன் தனது அலுவலகத் தோற்பையின் கனம் தாங்கமாட்டாமல் வளைகிறான்.

ரோகவின் படங்களைப் பார்த்துவிட்டுப் பலர் ஆரம்பத்தில் அடக்க முடியாமல் சிரிப்பார்கள், ஆனால் அப்புறம், அவற்றில் தம்மை அடையாளம் கண்டுகொண்டு வாயடைத்துப் போய் வெட்கத்துடன் கண்களை மறைத்துக்கொள்வார்கள்.

அன்று காலையில் நடந்த ஒரு நிகழ்ச்சி போரியாவுக்கு நினைவு வந்தது: ரோகவின் அறை வாயில் வழியாகப் போகையில் போரியா நெடிய மனிதர் ஒருவர் மீது மோதிக் கொண்டான். அடக்கமாட்டாமல் பொங்கிவந்த சிரிப்புடன் போராடிக் கொண்டிருந்தார் அந்த மனிதர். அறைக்கு உள் ளேயே அவர் சிரிக்கத் தொடங்கிவிட்டார் என்பதும் இப்போது அவரால் சிரிப்பை எவ்விதத்திலும் நிறுத்த முடியவில்லை என்பதும் புலப்பட்டன. அவர் தலையைச் சுழற்றினார். குந்திக் கொண்டு, வழியும் மகிழ்ச்சிக் கண்ணீரை உள்ளங்கையால் துடைத்துக்கொண்டார். கொஞ்சம் இளைப்பாறிய பின்

காகிதக் கோவை அட்டையைத் திறந்து படத்தைப் பார்த்ததும் படி அடக்கமுடியாத சிரிப்பு அவருக்குப் பீறிக்கொண்டு வந்துவிட்டது.

ஆவலால் உந்தப்பட்டு போரியா அவரது தோள் மேலாகத் தானும் எட்டிப் பார்த்தான். யாரோ உள்ளுக்குள் கிச்சுக்கிச்சு மூட்டியது போல அவனும் பக்கென்று நகைத்தான். கிளி வடிவினனான பகட்டுக்காரன் ஒருவன் அதில் சித்திரிக்கப்பட்டிருந்தான்.

ரோகவிற்கு அறிமுகமான அந்த மனிதர் போரியாவைப் பார்த்துக் கண்சிமிட்டிவிட்டு, கையை உயர்த்தி வாடகை மோட்டார் ஒன்றை நிறுத்தினார். அவர் செய்தித்தாள் அலுவலகத்துக்குப் போக அவசரப்பட்டார். மறுநாள் காலைச் செய்தித்தாளில் ரோகவ் வரைந்த படம் வெளி வருவதும் வராததும் அவருடைய விரைவையே பொறுத்திருந்தன. அவர் சரியான நேரத்திற்குள் அலுவலகம் சேர்ந்துவிட்டால் மறுநாள் ஆயிரக்கணக்கான, இல்லை, லட்சக்கணக்கான வாசகர்கள் மட்டித்தனமான வீண் பகட்டைக் கண்டு சிரிப்பார்கள். சிரிப்பு மருந்துபோல் செயலாற்றுகிறது என்பது எல்லோருக்கும் தெரிந்ததே.

ரோகவ் மட்டும் சடைச்சியின் படத்தை வரைந்து விட்டாரானால் இந்த மனிதர்களே அதைத் தேடிக்

கண்டுபிடிக்க உதவக்கூடுமே!"

திடீரென எழுந்த இந்த எண்ணத்தால் போரியாவுக்கு மூச்சுக்கூட முட்டியது. விளக்குகளால் பிரகாசித்த வீட்டின் மீது கண்ணோட்டினான். ரோகவின் ஓவியச்சாலையில் விளக்கு எரிந்துகொண்டிருந்தது. விரைவாக அவரிடம் போக வேண்டும், விரைவாக!

"வணக்கம், தம்பீ. நான் உனக்கு எவ்விதத்தில் உதவக்கூடும்?" மகிழ் ததும்பும் சுருக்கங்கள் கொண்ட சாம்பல் நிறக் கண்கள் உற்சாகமூட்டும் விதத்தில் நோக்கின. முன் நடையிலிருந்தே தான் மளமளவென்று சொல்லத் தொடங்கினான் போரியா - சடைச்சியைப் பற்றியும் ராக்கெட்டைப் பற்றியும். அவனது கதையை இடைமுறிக்காமலே ஓவியர் மெல்லப் பின்னே நடந்து, விருந்தினனையும் உடன் அழைத்துச் சென்று ஓவியச்சாலைக்குள் புகுந்தார், உயிருள்ளதே போலிருந்த சிவப்பு மகமல் பூனை ஒன்றின் அருகே இரட்டை சோபாவில் போரியாவை உட்கார வைத்தார், பென்சில்களும் வண்ணங்களும் காகிதங்களும் குவிந்து கிடந்த மேஜைக்கு எதிரே நாற்காலியில் அமர்ந்து கொண்டார்.

"ஆம். இது துயரக் கதையே" என்று புரிந்துகொண்ட பாவனையில் தலையசைத்தார் ரோகவ். "குதூகலமான, நகைப்பூட்டும் விஷயங்கள்தாம் ஜனங்களை அதிகமாகக் கவர்கின்றன, தூண்டுகின்றன. ஆனாலும் நாம்! முயன்று பார்ப்போம், முயன்று பார்ப்போம். இப்போதே தொடங்கு வோம்" என்றார்.

ரோகவ் பென்சிலை எடுத்துக் கொண்டார். ஆனாயாசமான வீச்சுடன் அழுத்தமாக வரைந்தார்—காகிதத்தின் வெள்ளைப் பின்னணியைத் தாக்குவதுபோல. சிறிது நேரத்திற்கெல்லாம் அவர் படம் வரைந்த காகிதத்தை போரியா பக்கம் நீட்டினார்.

"ஒத்திருக்கிறதா?"

"அதே அச்சு!" என்று வியப்பும் களிப்பும் பொங்கக் கூவினான் போரியா. அவன் எதிரே இருந்தது சடைச்சி, அவனுடைய சடைச்சி! அதன் நீட்டிய முகத்தையும் "நான்

உன் தோழி, நீயோ?" என்று வைத்த கண் வாங்காமல் நோக்கியவாறு வினவும் கரிய, அன்பு ததும்பும் விழிகளையும் நூறு நாய்களுக்கு நடுவில் கூட அவன் அடையாளம் கண்டு கொண்டிருப்பான்.

"எனது பிரதான விமர்சகன் 'அதே அச்சு' என்று எப்போது சொல்லிவிட்டானோ, நான் படம் தீட்டத் தொடங்கலாம் என்று ஆகிறது" என்று உவகையுடன் கூறினார் ரோகவ்.

போரியாவுக்கு ஆச்சரியமாயிருந்தது. "தொடங்கலாமா? அதென்ன அப்படிச் சொல்லுகிறீர்கள்? நீங்கள் சடைச்சியின் படம் போட்டாயிற்றே, அல்லவா?" என்றான்.

"இல்லை அப்பனே, படம் இன்னும் தீட்டவில்லை. நீ பார்த்தது வெறும் மாதிரி வரைவு மட்டுமே. நீ கொஞ்சம் பொறுத்திருக்க வேண்டும்."

மறுபடியும் போரியா சோபாவில் அமைதியாக உட்கார்ந்திருந்தான் ரோகவ் படம் தீட்டினார். இப்போது அவர் முன்னைவிட மெதுவாகப் படம் எழுதினார். நடு நடுவே வரைவதை நிறுத்திவிட்டுப் புன்முறுவல் செய்தார் —எதை எண்ணி என்பது அவர் ஒருவருக்கே தெரியும்.

ஓவியர் தன்னைப் பற்றி முற்றிலும் மறந்து விட்டார் என்று போரியா எண்ணத் தொடங்கிய சமயத்தில் ரோகவ் திடீரென அவனை அழைத்தார்:

"எங்கே, விமர்சகா, இதைப் பார் சற்றே!"

விமர்சகன் அருகே வந்து பார்த்தவன் பேச்சற்றுப்போய் நின்றான். அவ்வளவு தூரம் பிரமித்துப் போனான் அவன். சந்தோஷப்படுவதா கோபித்துக்கொள்வதா என்று கூட அவனுக்குத் தெரியவில்லை.

அவன் உட்கார்ந்து சிந்தித்துக்கொண்டிருந்த நேரத்தில், சடைச்சி சாதாரண நாயிலிருந்து விண்வெளி விமானியாக மாறிவிட்டிருந்தது; அது ராக்கெட்டில் பறந்தது. எதிர்காற்றில் அதன் காதுகள் கொடிகள் போலப் படபடத்தன. இதையாவது போனால் போகிறது என்று விடலாம். ஆனால் கோணல் கண் முயல்களும் ஓனாய்களும் அணில்களும் வாரிவிட்ட

வால்கள் கொண்ட நரிகளும் துள்ளிக் குதித்துக் கொண்டும் முன் கால்களை அசைத்து ஆட்டிக்கொண்டும் கரணம் அடித்துக்கொண்டும் இருந்தனவே, அவற்றுக்கு இங்கே என்ன வேலை? தெரிந்தெடுத்த பிரமுகர்கள் அடங்கிய இந்தச் சமுதாயம் அனைத்தும் சடைச்சியை வரவேற்பதற்காகவே குழுமியிருக்கிறது என்பதை அப்புறம் கவனித்துப் பார்த்துத் தெரிந்துகொண்டான் போரியா. பெர்ரிப் பழச் செடிகளுக்கிடையிலிருந்து பூச்செண்டுகளுடன் ஓடிவந்தது பழுப்புக் கரடி. ஒன்றின் வாலை மற்றொன்றாகப் பிடித்துக்கொண்டு வந்தன பயங் கொள்ளிச் சுண்டெலிகள். ஆழ்ந்த தோற்றங்கொண்ட அசட்டுக் கொக்கு நின்று இறக் கைகளைப் படபடவென்று அடித்துக் கரகோஷம் செய்தது - அவசரத்தில் தான் சதுப்பு நிலத்திலிருந்து பிடித்து வந்திருந்த தவளைக் குஞ்சு தனது நீண்ட காலைப் பற்றிக்கொண்டு ஊசலாடுவதை அது கவனிக்கவில்லை.

போரியா பீறிட்டுவந்த சிரிப்பை அடக்கிக்கொண்டு விஷயத்தை நினைவுபடுத்திக் கொண்டான். இங்கே கேலிச்சித்திரம் எதற்காக? அவன் புருவத்தைச் சுளித்துக்கொண்டு ஆழ்ந்த பார்வையுடன் தவளைக்குஞ்சை நோக்கலானான். தவளைக்குஞ்சு

மகா வேடிக்கையாயிருந்தது… போரியா அடக்கமாட்டாமல் புன்னகைத்தான். இவ்வளவு நேரமும் அவனையே உற்றுக் கவனித்துக் கொண்டிருந்த ரோகவ், சுமை இறங்கியது போலப் பெருமூச்சுவிட்டார்.

படம் வாசகர்களுக்குக் கவர்ச்சியாயிருப்பது முக்கியம். அவர்கள் அதைக் கூர்ந்து பார்ப்பார்கள், அடிக்குறிப்பையும் கட்டாயமாகப் படிப்பார்கள். காணாமற்போன நாயின் வரலாற்றுச் சுருக்கமும் சடைச்சியை எங்கே எப்போது பார்த்தார்கள் என்பதைப் பத்திரிகை அலுவலகத்துக்கு விரைவில் தெரிவிக்குமாறு வேண்டுகோளும் இந்தக் குறிப்பில் இருக்கும்.

ஒரு வாரம் கழிந்தது. மிகவும் நகைச்சுவையுள்ள குழந்தைகள் சஞ்சிகையில் புதிய சித்திரம் வெளியாயிற்று. நூற்றுக்கணக்கான சாதாரணக் கடிதங்களும் அவசரக் கடிதங்களும் சஞ்சிகையின் அலுவலகத்துக்குப் பறந்துவந்தன. அவை எல்லாம் மேஜை மீது அடுக்கப்பட்டதும் ஆசிரியர் கைக்கு வந்த ஒரு கடிதத்தை எடுத்துப் படித்தார். க்ராஸ்னப்ரூத்னயா என்ற இடத்திலிருந்து கொட்டை எழுத்துகளில் எழுதியிருந்தான் நாய் வைத்திருந்த பையன் ஒருவன்: “அன் பார்ந்த ஆசிரியரே! என்னுடைய நாய் ஷாரிக்கின் படத்தை வரைந்ததற்காகச் சித்திரக்கார மாமாவுக்கு நன்றி தெரிவிக்கிறேன். என் ஷாரிக்குக்கு மூன்று வரை எண்ணத் தெரியும். நான் பத்துவரை எண்ணுவேன்.”

ஆழ்ந்த அர்த்தம் தொனிக்க “ஹ்ம்” என்று ஒலித்துவிட்டு அடுத்த கடிதத்தை எடுத்தார் ஆசிரியர். உறைக்குள்ளிருந்து கடிதத்துடன் விழுந்தது மிடுக்கான தோற்றமுள்ள புல்டாக் ஒன்றின் நிழற்படம். ரோகவ் வரைந்திருந்த குறுகிய முகமுள்ள நாயை இந்த புல்டாக் ஒத்திருக்கவே இல்லை எனினும் ஓவியர் தனது நாயையே சித்திரித்திருப்பதாக அழுத்திக் கூறினான் கடிதம் எழுதியவன்.

இன்னும் ஒரு கற்றைக் கடிதங்களைப் பார்வையிட்ட பின்னர் ஆசிரியர் சற்று நேரம் கண்களை மூடியபடி உட்கார்ந்திருந்தார். மாஸ்கோ நகரில், ஒரே அச்சில் வார்த்தவைபோன்ற இரு

நூறு நாய்களாவது இருக்கின்றன என்று அவருக்குப்பட்டது. அவற்றின் சொந்தக்காரர்களின் கூற்றுப்படி இந்த நாய்கள் தீப்பிடித்த கட்டிடங்களிலிருந்து குழந்தைகளை வெளியே இழுத்து வந்திருந்தன, திருடர்களைப் பிடித்திருந்தன, தாங்கு திறனும் துணிவும் விசுவாசமும் வாய்ந்திருந்தன— ஒரு வார்த்தையில் சொன்னால் மிக மிகத் தொலைவிலுள்ள கிரகத்துக்குப் பறந்து செல்லத் தகுதி வாய்ந்திருந்தன. ஆனால் இவற்றில் ஒன்றேனும் தெருவிலிருந்து கொண்டுவரப் பட்டவை அல்ல, எல்லாமே சிறு குட்டிகளிலிருந்தே வீட்டில் வளர்க்கப்பட்டவை. சுருங்கச் சொன்னால் அவற்றில் ஒன்றுகூடச் சடைச்சி இல்லை.

இந்த விஷயத்தை போரியா ரோகவிடமிருந்தே தெரிந்து கொண்டான். முதல் தடவையில் போலவே இரட்டை சோபாவில் சிவப்புப் பூனையின் அருகே உட்கார்ந்திருந்தான் போரியா.

“இதுதான் விஷயம், தம்பீ. நமது திட்டம் பலிக்கவில்லை” என்று செய்தியைக் கூறிமுடித்துவிட்டுக் குற்றம் புரிந்தவர் போல முறுவலித்தார் ரோகவ். “எனது புத்தக சாலையைப் பார்க்க விரும்புகிறாயா?” என்று பரிவுடன் வினவினார்.

"இல்லை, நான் போகிறேன்" என்று குரல் தழுதழுக்கக் கூறினான் போரியா. நல்ல பகல்போது எனினும் "நல்லிரவு!" என்று வணக்கங்கூறி விடை பெற்றுக்கொண்டான்.

ஓவியர் வியப்படையவில்லை. மனக்கலக்கம் அடைந்திருக்கும்போது மனிதன் வேறு என்ன சொல்ல முடியும்?

க்ளோரெல்லா

தான் வீட்டு நடையைத் தாண்டி வெளியே வரவேண்டியது தான் தாமதம், அருஞ்செயல்கள் உடனே எதிர்ப்படும், திருப்பங்களில் மகிழ் நிறைந்த மணிகள் ஒலிக்கும், தன்னைக் களிப்பிலும் வியப்பிலும் ஆழ்த்தும் மர்மங்கள் வெளிப்படும் என்று அசையாத நம்பிக்கை கொண்டிருந்தாள் ல்யூபா.

எனவே ஓவியர் வீட்டிலிருந்து வெளிவந்த போரியாவை மாடி இடை மேடையில் கண்டதும் அவள் தனக்குள் சொல்லிக்கொண்டாள்: "தொடங்குகிறது" என்று. "க. பா. ரோகவ்" என்ற பெயர்ப் பலகையை ஆழ்ந்த அர்த்தம் தோன்ற நோக்கிவிட்டு, துருவி ஆராயும் பார்வையை போரியா மீது திருப்பி, தனக்கு எல்லாம் தெரியும் என்று காட்டிக்கொண்டு தந்திரமாக விழிகளைச் சுருக்கினாள். ஆனால் உண்மையில் அவளுக்கு ஒன்றும் தெரியாது ஆதலால், "போரியா, ஸ்கேட்டிங் மைதானத்துக்கு வருகிறாயா?" என்று மட்டுமே அவளால் சொல்ல முடிந்தது.

சிறுமியை ஏறெடுத்துக்கூடப் பார்க்காமல் தடதடவென்று மாடிப்படி இறங்கினான் போரியா.

ஒன்றும் பேசாமல் இருவரும் தெருவுக்கு வந்தார்கள். ஞாயிற்றுக் கிழமை. வெயில் ஒளியும் இளங்குளிரும் வீசின. ஸ்கீகள் கறுமுறுத்தன, சிட்டுக் குருவிகள் சிலம்பின. "உர்ரென்று இருந்ததெல்லாம் போதும்" என்று சொல்ல வாயெடுத்த ல்யூபா, கென்னாதிய் வருவதைக் கண்டு வாயை மூடிக்கொண்டாள். புதுப்புனைவாளனின் முகம் நோயாளியினது போல ஒரேயடியாக வெளிறியிருந்தது. "ஏக்கம் பிடித்திருக்கிறான். போரியாவுக்கும் இவனுக்கும் ராஜி செய்து வைக்க வேண்டும்" என்று நினைத்துக்கொண்டாள் ல்யூபா.

"ஸ்கேட்டிங் மைதானத்துக்கு வருகிறாயா?" கென்னாதிய் தோள்களைக் குலுக்கினான். ல்யூபா கேட்ட கேள்வி நம்பவே முடியாத அளவு மடத்தனமான கேள்வி என்பதை அவனுடைய தோற்றம் அனைத்தும் காட்டியது.

"எனக்கென்ன, வேறு வேலையில்லையா?" என்று காரியத்தில் முனைந்திருக்கும் மனிதன் போன்ற தோரணையில் கூறினான்.

"ஏது, சந்திரனுக்கே போக ஆயத்தம் செய்து கொண்டிருக்கிறாயோ?" என்று இடும்பாகக் கேட்டாள் ல்யூபா.

"ரொம்பத் தெரிந்து கொண்டாயானால் சீக்கிரம் கிழவி ஆகிவிடுவாய்" என்று குத்தலாகப் பதில் கொடுத்துவிட்டு, ஒரு பக்கமாக நின்றுகொண்டிருந்த நண்பனை ஜாடையாகப் பார்த்தான் கென்னாதிய்.

இந்தப் பதிலைக் கேட்டதும் போரியா சீழ்க்கையடித்துவிட்டு அப்பால் போய்விட்டான்.

ஊஹும், இன்று ல்யூபாவுக்கு எதுவும் வாய்க்கவில்லை. அது சலிப்பூட்டும் சாதாரண நாளாக இருக்கப் போகிறது என்று எண்ணிக்கொண்டாள் ல்யூபா. மர்மமான நிகழ்ச்சி தனக்கு இரண்டு தாவடிக்குள் நடந்து கொண்டிருப்பதை அவள் அனுமானிக்கத்தானும் இல்லை.

கென்னாதிய் உண்மையாகவே விண்வெளிப் பறப்புக்கு ஆயத்தம் செய்துகொண்டிருந்தான். முன்னதாகவே பயிற்சி செய்து தனது சித்த உறுதியைப் பரீட்சித்துப் பார்த்துக்கொண்டிருந்தான் அவன். பறக்கும் ராக்கெட்டில் இன்னும் எத்தனை தொந்தரவுகளைச் சகித்துக்கொள்ள வேண்டிவருமோ, யார் கண்டது? அது வேற்று நட்சத்திரங்களை அடைவதற்கு ஒரு நாள், இரண்டு நாள் அல்ல, ஓர் ஆண்டு முழுவதும் பறந்து கொண்டிருக்கலாம். இந்த நேரம் எல்லாம் சாப்பிடவும் நீர் பருகவும் வேண்டும். மூச்சுவிடுவதைப்பற்றியோ, சொல்லவே தேவையில்லை. கென்னதிய் கணக்கிட்டான்: ஒரு நாளைக்கு ஒரு மனிதன் இருபத்து நான்கு பீப்பாய்கள் அளவுள்ள காற்றைச் சுவாசிக்கிறான்—அதாவது, மணிக்கு ஒரு பீப்பாய்! ஒரு

வருஷம் பறப்பதென்றால் எத்தனை பீப்பாய் காற்று தேவைப்படும்? ஒரு ராக்கெட்டில் எல்லாச் சேமிப்புகளுக்கும் இடம் பற்றாது. க்ளோரெல்லா—இதுதான் விண்வெளி விமானியைக் காப்பாற்றும்! க்ளோரெல்லா ஆக்சிஜனை வெளிவிடுகிறது. அதை உணவாகக் கொள்ளலாம். நாள் கணக்கில் அல்ல, மணிக்கணக்கில் அது பல்கிப் பெருகுகிறது.

இந்த நீர்ப் பூண்டைக் கண்ணாடித் தொட்டியில் வளர்த்துவந்தான் கென்னாதிய், க்ளோரெல்லா விளைக்கும் செயல்பாட்டைத் தானே அனுபவித்துப் பார்க்கும் பொருட்டு மூன்று நாட்களுக்கு அதைத் தவிர வேறு ஒன்றும் சாப்பிடுவதில்லை என்று தீர்மானித்தான்.

ல்யூபாவுடன் பேசிக்கொண்டிருந்தபோது கென்னாதியுக்குப் பசியால் தலை கிறுகிறுத்தது. ஆனால் தன் உடல் நிலை சரியாயில்லை என்பதை அவன் வெளிக்காட்டிக் கொள்ளவில்லை. பாழ்வெளியை நோக்கி உறுதியுடன் அடிவைத்துச் சென்ற ல்யூபாவைக் காண அவனுக்குப் பொறாமையாயிருந்தது. ஆனாலும் தான் போவதில்லை என்று நிச்சயித்தான். விண்வெளி விமானி அசையா உறுதியும் ஆண்மையும் உள்ளவனாக விளங்க வேண்டும். வருந்தத்தக்க விஷயம்

என்னவென்றால்; எல்லோரும் இதைப் புரிந்து கொள் வதில்லை—அம்மா கூட—என்பது தான். அவள் எப்போது பார்த்தாலும் கறிவடைகளைத் தின்றால் தான் ஆயிற்று என்று வற்புறுத்துகிறாள்.

கென்னாதிய் பெருமூச்செறிந்தான், ஜன்னல் குறட்டின் மேல் உட்கார்ந்த சிட்டுக் குருவி மேல் வெண்பனி உருண்டையை எறிந்தான், வீடு திரும்பினான்.

வீட்டில் அவன் தாயார் சட்டைக் கைகளை முழங்கைக்கு மேல் சுருட்டிவிட்டுக்கொண்டு, முகம் சிவக்க அடுப்படியில் வேலை செய்து கொண்டிருந்தாள். ஆப்பிள் கேக்கின் இன் மணம் வீடு முழுவதும் கமகமத்தது. வாயில் ஊறிய நீரை கென்னாடிதிய் விழுங்கினான். முறுமுறுவென்று சிவந்த பொருக் கும் தங்கநிறப் பழக்கூட்டுமாகத் திகழ்ந்த அற்புதமான வட்டக் கேக் தான் எங்கு பார்த்தாலும் அவன் கண்முன் காட்சி அளித்தது. இந்தக் காட்சியை அகற்றுவதற்காக கென்னாதி தலையைக் கூட அசைத்து ஆட்டினான்.

மன உற்சாகத்தை விடாதிருக்கும் பொருட்டு அவன் எழுது மேஜை அருகே சென்று, விண்வெளிப் பறப்பு இயலுக்கு ருஷ்யாவில் அடிப்படை அமைத்தவரான த்ஸிஓல்கோவ்ஸ்க்கியின் நாட்குறிப்பைப் புரட்டினான்.

மூலைக்கு மூலை உற்சாகமாக நடைபோட்டபடியே, ஆனால் கேக்கைப் பற்றியே ஓயாமல் நினைத்துக்கொண்டு, உரக்கப் படித்தான்: "என்னைச் சோதனைக்கு உட்படுத்திக் கொண்டேன். சில நாட்கள் ஒன்றுமே சாப்பிடவோ குடிக்கவோ இல்லை." ஆகாகா! சில நாட்கள். நானோ? ஒரு பகல் உணவு கொள்ளவில்லை, அதற்குள் தோல்வியை ஒப்புக்கொள்ளத் தயாராகிவிட்டேன். த்ஸி ஒல்கோவ்ஸ்க்கியின் பாடு என்னைவிட எளிதாயிருந்தது என்பது உண்மைதான்—அவரை யாரும் கண்காணிக்கவில்லையே. என்னைப்போல அவருக்குப் பெற்றோருடன் போராட வேண்டியிருக்கவில்லையே. இங்கே யோ, பூனை தீஷ்க்கா மட்டும் இல்லாவிட்டால் சோதனைகள் எல்லாம் நடுவிலேயே முறிந்து போயிருக்கும்...

"தீஷ்க்கா; இந்தா, தீஷ்க்கா" என்று அழைத்தான் கென்னாதிய்.

மயிரடர்ந்த சைபீரியப் பூனை சோம்பலுடன் அடிவைத்து அலமாரியிலிருந்து வெளிவந்து உடம்பை நக்கிக் கொண்டது. கென்னாதிய் க்ளோரெல்லாப் பத்தியம் இருக்கத் தொடங்கிய பின் இந்தப் பூனை முன்னைவிடக் கொழுத்துவிட்டது வெளிப்படையாகத் தெரிந்தது.

"இப்போது நாம் சாப்பிடப் போகிறோம்" என்று பூனைக்குத் தகவல் கொடுத்தான் கென்னாதிய்.

கண்ணாடித் தொட்டியருகே சென்று பசுமை படர்ந்த கலங்கல் நீரை ஏக்கத்துடன் நோக்கினான். க்ளோரெல்லா சாப்பிடவே பிடிக்கவில்லை. இருந்தாலும் கண்ணாடித் தம்ளரை எடுத்து, நீரை முகந்து, புனல் வடிவில் சுருட்டிய ஒற்றுக் காகிதக் குழல் வழியே அதை வடிகட்டலானான். அதே சமயம் பூனைக்கு விஷயத்தை விளக்கினான்:

"கேள் தீஷ்க்கா . க்ளோரெல்லாவில் ஆல் புமன் என்ற முட்டை வெள்ளை, கொழுப்புக்கள், கார்போஹைட்ரேட்டுக்கள், விட்டமின்கள் ஏ, பி, ஸி—எல்லாம் இருக்கின்றன. ஆகையால் தீஷ்க்கா, நமக்கு ஒன்றும் கேடு வந்துவிடாது!"

தீஷ்க்கா எல்லாவற்றையும் ஒப்புக்கொண்டது. புர்ரிடுவதன் மூலம் அவனது கூற்றை அங்கீகரித்தது.

க்ளோரெல்லாவை வீரத்துடன் விழுங்கிவிட்டு கென்னாதிய் குத்திட்டு அமர்ந்து மேஜைக்கு அடியிலிருந்து கறிவடைத் தட்டை வெளியே எடுத்தான்.

"இங்கே வா, தீஷ்க்கா. என் கண்ணல்லவா? வா இங்கே" என்று கொஞ்சலாக அழைத்தான்.

தீஷ்க்கா கறிவடையை முகர்ந்துபார்த்ததே தவிர, தின்ன விரும்பவில்லை. (இதற்குமுன்பு கென்னாதியின் காலையுணவையும் பகல் சாப்பாட்டையும் அது ஏற்கனவே தின்றுவிட்டிருந்தது.)

"நீ என்ன? என்னைக் காட்டிக் கொடுக்கப் போகிறாயா? ஊம்?" என்று கத்தினான் கென்னாதிய். மனத்தாங்கலால் அவனுக்கு அழுகையே வந்துவிடும் போலிருந்தது.

அரண்டுபோன தீஷ்க்கா அலமாரிக்கு அடியில் பாய்ந்து பதுங்கியது. ஆனால் கென்னாதி தோல்வியை ஒப்புக் கொள்வதில்லை என்று தீர்மானித்தான். பூனையின் வாலைப் பிடித்து இழுத்துத் தட்டின் அருகே தள்ளினான்.

"தின்னு, தின்னு, துரோகி!" என்று உத்தரவிட்டான்.

கூச்சலைக் கேட்டுச் சமையலறையிலிருந்து ஓடிவந்த தாயார், பட்டினி கிடக்கும் கென்னாதிய் எதிர்ப்பைக் காட்டும் பூனையைக் கைகளில் பிடித்தவாறு ஆறிய கறிவடைத் தட்டின் பக்கத்தில் குந்திட்டு உட்கார்ந்திருந்த கோலத்தைக் கண்டாள்.

கென்னாதிய் உண்மையை ஒப்புக்கொள்ள வேண்டியதாயிற்று. அந்தக் கணமே அவன் சாப்பிடவில்லை என்றால் கண்ணாடித் தொட்டியும் க்ளோரெல்லாவும் ஜன்னல் வழியே வெளியே கடாசிவிடப்படும் என்ற அச்சுறுத்தலுக்குப் பின் கேக்குகள் உண்பதற்கு கென்னாதிய் இசைந்தான்.

ஆப்பிள் கேக் க்ளோரெல்லாவைவிட எவ்வளவோ ருசியாயிருந்தது. ஆயினும் வருங்கால நட்சத்திர விமானி அதை மெதுவாகவே தின்றான். விண்வெளிப் பறப்பில் கேக்கைவிட க்ளோரெல்லாவே மேல் என்று

ஓயாமல் தன்னையே உறுதிப்படுத்திக் கொண்டான்.

பீரங்கியா... ராக்கெட்டா?

வாழ்க்கையில் விந்தையான உடன் நிகழ்ச்சிகள் ஏற்படுகின்றன. பல்வேறு மனிதர்கள் அறைகளில் விளக்குகளுக்கு அடியில் உட்கார்ந்திருக்கிறார்கள். திடீரென்று ஒருவனுக்கு அலுப்புத் தட்டுகிறது. ஒரு நிமிடத்திற்கெல்லாம் பார்த்தால் இரண்டாமவன், மூன்றாமவன் என்று பிறரும் செய்வதற்கு ஒன்றும் இன்றி வளையவருகிறார்கள். கொட்டாவிபோலவே சலிப்பும் ஒருவனிடமிருந்து மற்றவனுக்குப் பரவுகிறது. பெரியவர்கள் சலிப்பு நேரத்தைத் தனிமையில் கழிப்பதை விரும்புகிறார்கள். ஆனால் பதின்மூன்று வயதுச் சிறுவர்களோ, அப்படியில்லை. பாடங்கள் படித்து முடிக்கப்பட்டுவிட்டன, ஷெர்லாக் ஹோம்ஸ் பற்றிய துப்பறியும் நவீனம் "மர்மத் தீவு" என்ற நூலுடனும் தபால் தலை ஆல்பத்துடனும் அலமாரியில் கவனிப்பாரற்றுக் கிடக்கிறது. பெரியவர்கள் யாரும் கடற்போர் விளையாட்டுக்குத் தயாராயில்லை. முந்திய நாள் வீசிய பனிப் புயலுக்குப்பின் ஸ்கேட்டிங் மைதானத்தில் பனிக்கட்டித் தரை ஒரேயடியாகக் கரடு தட்டிக்

கிடப்பதால் தன்மதிப்புள்ள எந்த ஆட்டக்காரனும் ஸ்கேட் அணிந்து வெளிவரவில்லை என்றால், பதின்மூன்று வயதினர் கும்பல் கும்பலாக வீட்டு வாயில்களுக்கு முன் குழுமி, ஊர்ப்பட்ட சேதிகளை எல்லாம் அலசித் தீர்ப்பார்கள். தொலைவிலுள்ள விண்மீன்களிலிருந்து வரும் மர்மக் குறியீடுகள், கண்ணுக்குப் புலப்படாத மாவீரர்கள், இறவாமையின் இரகசியங்கள், ஆயிரம் ஆண்டுகளுக்குப்பின் மாலையின் நீல மங்குலில் இதே போல வாயில்களின் அருகே நின்று விவாதிக்கப் போகிற பாக்கியசாலிகள்—இப்படி எத்தனை எத்தனையோ விஷயங்கள் இந்தப் பேச்சில் அடிபடும். ஏதேனும் ஒரு மாடியில் ஜன்னல் மேல்கதவு திறந்து, தாயாரின் கடுமையான குரல், “மணி பத்துக்கு மேல் ஆகிவிட்டது, வேலையற்றவனே! வா வீட்டுக்கு!” என்று அதட்டும்வரை முடிவற்ற இந்தப் பேச்சு நீடிக்கும்.

வழிநடப்போரின் அலட்சியமான கால்களால் மிதித்துச் சமமாக்கப்பட்ட ஒற்றையடிப் பாதையில் முன்னர் பேசிவைத்துக் கொள்ளாமலே மாலையில் இதேபோலச் சந்தித்தார்கள் நமது மூன்று கதாபாத்திரங்களும். எதிர்பாராமல் அருகருகே வந்துவிட்ட பிறகு அவர்கள் ஒருவருக்கொருவர் முகமன்

கூற வேண்டியதாயிற்று. அப்புறம் "அன்னமும் மீனும் நண்டும்" என்ற காட்சியை நடித்துக் காட்டுபவர்கள் போல ஒவ்வொருவரும் தனித் தனியே விலகி நின்றுகொண்டார்கள். எனினும் பேச வேண்டும் என்ற ஆசை கயிறு போன்று அவர்களைப் பிணித்திருந்தது ஆகையால், எந்த மந்திரச் சொல்லுக்குப் பின் கூச்சமின்றி ஒருவரையொருவர் நேரிட்டு நோக்க முடியுமோ அதை யாராவது கடைசியில் நிச்சயம் உச்சரிப்பான் என்ற நம்பிக்கையுடன் ஒரே இடத்தில் கால்களைத் தொப்பு தொப்பென்றுவாறு நின்றார்கள். முதன் முதலாக அந்தச் சொல் உதித்தது ல்யூபாவுக்கு.

"டேய், டேய்! துருவ நட்சத்திரம் நம் வீட்டுக்கு உயரே தெரிகிறது!" என்று தலையை மேலே நிமிர்த்தியபடி சொன்னாள்.

அவளுடைய கட்டளைக்குக் கீழ்ப்படிந்து தலைநிமிர்த்திப் பார்த்தார்கள் இருவரும்.

"இப்போது மேகங்கள் சஞ்சரித்துக்கொண்டிருக்கின்றன, அதனால் தென்படவில்லை. இல்லாவிட்டால் நான் உங்களுக்குப் பிரகாசமான நட்சத்திரங்கள் எல்லாவற்றையும் காட்டியிருப்பேன்" என்றான் கென்னாதிய்.

தனது முன்னாள் நண்பன் "உனக்கு" என்று சொல்லாமல் 'உங்களுக்கு' என்று கூறியதை போரியா கவனித்தான். அசையாத பெரிய விண்மீன் வீட்டுக்கு உயரே முன்போலவே உறைபனித் துண்டு மாதிரி ஒளிர்ந்தது. கென்னாதிய் உச்சரித்த நட்சத்திரங்களின் பெயர்களும் அதே போன்று உணர்ச்சிக் கதகதப்பு அற்றவையாக ஒலித்தன. இருந்தபோதிலும் போரியாவுக்குத் தெருவில் கதகதப்பு வந்துவிட்டது போலத் தோன்றியது.

"கதகதப்பாக, வெப்பமாகக்கூட இருக்கிறது" என்று பொருத்தமின்றிக் கூறினான்.

"கடைசியாகக் கிடைத்துள்ள விவரங்களின்படி சந்திரனில் கடுங்குளிர்—270 டிகிரி சென்டிகிரேட்" என்றான் முன்னாள் நண்பன்.

இலையுதிர் காலத்தில் ஆப்பிள் விற்பதற்கான பெட்டிக்கடை ஒன்று பூட்டப்பட்டு முகட்டில் வெண்பனி படர்ந்து இருந்தது. பேச்சு நடக்கையிலேயே ல்யூபா தனது வெள்ளை நமுதா பூட்சுகளைத் தொப்பு தொப்பென அடித்தவாறு அதன் அருகே சென்று கல்லாப் பலகை மேல் துள்ளி உட்கார்ந்தாள்.

"ஆகா, காற்று வீசாமல் எவ்வளவு அடக்கமாக இருக்கிறது! வாருங்கள் இங்கே!" என்றாள்.

போரியாவும் கென்னாதியும் மெதுவான வெண்பனியை வலுவெல்லாம் கொண்டு உழக்கியவாறு பாய்ந்து ஓடினார்கள். பெட்டிக்கடையை அவர்கள் அடைந்தபோது அவர்களுடைய நமுதா பூட்சுகள் மேல் ஒரேயடியாக வெண்பனி அப்பி யிருந்தது. ஒற்றைக் காலில் சதிராடியபடி பெட்டிக்கடையைக் கைகளால் பிடித்துக் கொண்டு பூட்சுகளில் அப்பியிருந்த வெண் பனியைத் தேய்த்துப் போக்க அவர்கள் ஆடிய ஆட்டத்தில் ல்யூபா வெண்பனிக் குவியலில் விழத் தெரிந்தாள். ல்யூபாவோ எந்தச் சோதனைக்கும் உட்படத் தயாராயிருந்தாள். அவள் வென்றுவிட்டாள். தங்களுக்கு இடையில் படர்ந்திருந்த உறைபனி இளகிவிட்டது என்பதை அவள் கண்டாள்.

"இரு, இரு! இதோ உனக்குக் காட்டுகிறோம்!" என்று கத்தினான் போரியா. "காட்டுகிறோம்" என்ற பன்மைச் சொல் அவனுக்கு மகிழ்ச்சி அளித்தது. கடையின் பலகைச் சுவர் மேல் வெண்பனி உருண்டைகளை முழு பலத்துடனும் வீசி அடித்தான். கென்னாதியும் வெண்பனியை அள்ளினான்.

ஒவ்வொரு முறையும் பனிப்பந்தை வீசி அடித்துக் கொண்டே, "இதோ முதல் ஸ்பூத்னிக், இதோ இரண்டாவது, இந்தா, மூன்றாவது! இதுதான் "கனவு" என்ற "ராக்கெட்!" என விளக்கம் தந்தான்.

பெட்டிக்கடை மேல் வெண்பனி மலையாய்க் குவிந்துவிட்டது. ல்யூபா கிளுகிளுத்துக்கொண்டே ஒரு மூலையில் பதுங்கினாள்.

"அடேய் , டேய்! போதும்!" என்று எங்கோ இருளிலிருந்து

கத்தினாள். "வாருங்கள் பிரச்சினைகளைச் சிக்கறுப்போம். வாழ்க்கையில் எல்லாவற்றிலும் முக்கியமான பிரச்சினை என்ன என்று ஒவ்வொருவரும் சிந்திப்போம், அப்புறம் அதைப் பற்றி விவாதிப்போம். எங்கே, சிந்தியுங்கள், சிந்தியுங்கள்" என்றாள்.

"இது வேறா?" என்று உறுமிய போரியா உடனே வாயை மூடிக்கொண்டான், ஏனெனில் கென்னாதிய் சிரிக்கவில்லை.

கடைமீது முதுகைச் சாய்த்தபடி நின்று விளக்குக்கு அடியே மின்னிக்கொண்டிருந்த சிறு பனிச்சிதல் பாரஷூட்களை உன்னிப்பாகப் பார்த்தான் போரியா. பாரஷூட்கள் சுழன்றன, ஒன்றோடொன்று மோதின. வெவ்வேறு பக்கம் பறந்தன, பின்பு தரையில் படிந்ததும் தங்கள் சோதரப் பாரஷூட்களின் குவியலுடன் ஒன்றுகலந்து தரை முழுவதையும் மூடும் பிரமாண்டமான ஒரே பாரஷூட்டாக மாறின. எப்படியோ திடீரென போரியாவின் மனதில் கேள்விகள் பொங்கிப் பெருகின, உடனே விடை தருமாறு கோரின. ஒவ்வொன்றும் முதன்மையுள்ளதாகவும் அதற்கு விடை காணாமல் உலகில் வாழ முடியாதென்றும் தோன்றியது.

"வணக்கம், குஞ்சுப் பறவைகளா!" என்று அருகில் எங்கோ முழங்கியது

பரிச்சயமற்ற குரல். செம்பழுப்பு மென்மயிர்த்தோல் கோட்டும், கன்னப் பொருத்துவரை இழுத்துவிடப்பட்ட காதுமூடித் தொப்பியும் அணிந்த ஒருவர் கடையின் பின்னிருந்து வந்தார். கைகளைக் கோட்டுப் பைகளுக்குள் நுழைத்தவாறு வழிப்போக்கர் மூன்று சிறுவர்களையும் குதூகலமாக நோக்கினார். “சரி, சரி... இங்கே என்ன செய்து கொண்டிருக்கிறீர்கள்? போன வருஷ ஆப்பிள்களைத் தேடிக்கொண்டிருக்கிறீர்களா? அடேடே, சேவல் குஞ்சே, படபடக்காதே, நான் விளையாட்டுக்குச் சொன்னேன்” என்று போரியாவின் புருவங்கள் சுளிப்பதைக் கண்டு சமாதானமாகக் கூறினார்.

“உங்களோடு உரையாடுவதில் எனக்கு நிரம்ப மகிழ்ச்சி கூட. செப்படி வித்தை காட்ட முடியும் என்னால். நீங்கள் விரும்பினால் உங்கள் மனத்தில் இருப்பதை ஊகித்துச் சொல்லுகிறேன். சொல்லட்டுமா? ஆம், ஆம். ஜனங்களை ஊடுருவிப் பார்க்க என்னால் முடியும். இதோ நீ இருக்கிறாயே” என்று ல்யூபாவின் கோட்டுக் கையில் விரலால் குத்தி மேலே தொடர்ந்தார்: “நீ கால்களை ஆட்டிக் கொண்டு எண்ணமிடுகிறாய்: என்னையே போன்ற உருவத் தோற்றத்துடன், இந்தக் கணத்தில் பெட்டிக் கடையின் கல்லாப் பலகை மேல் உட்கார்ந்து கொண்டு கால்களை ஆட்டியபடி, பல்லியின் வாலை அது கண்டுபிடிக்க முடியாதவண்ணம் எட்ட எறிந்துவிட்டால் அதற்கு மறுபடி வால் முளைக்குமா என்று சிந்தித்துக்கொண்டிருப்பவர் யாராவது உலகில் இருக்கிறாரா என்று.”

ல்யூபா வாயைப் பிளந்தாள்.

“மாமா, நீங்கள் என்ன, மந்திரவாதியா?” என்று ஆழ்ந்த குரலில் வினவினாள்.

“இல்லை, அசடே. உன்னுடைய மேல் தூக்கிய மூக்கு எனக்கு எல்லாக் கதையையும் சொல்லிவிட்டது.” வழிப்போக்கர் போரியாவின் தோளில் கையை வைத்தார். “நீ என்ன நினைக்கிறாய் தெரியுமா? கண்ணுக்குப் புலப்படாமலிருக்க வேண்டும் என்று.” இப்படிச் சொல்லிவிட்டு அவர்

கென்னாதியின் பக்கத்தில் போய் நின்றுகொண்டார். "நீ எண்ணுகிறாய்: சிங்கத்தின் பலமும் மானின் வேகமும் தரக்கூடிய மருந்துத் துளிகளைக் கண்டுபிடிக்கமுடியாதா என்று. இந்தப் பிரச்சினைகள் எல்லாம் அர்த்தமற்றவை. மனிதன் சந்திரனுக்கு எப்படிப் பறந்து செல்வான்—பீரங்கியிலிருந்தா அல்லது ராக்கெட்டிலா என்பதை ஊகித்துப் பாருங்கள் நீங்கள். அது மேல்."

இந்தக் கேள்வியைப் போட்டுவிட்டு வழிப்போக்கர் சட்டெனத் திரும்பி, பதிலுக்குக் காத்திராமல் நடையைக் கட்டினார்.

"இது அல்லவா வித்தை!" என்று வியந்து பாராட்டினான் போரியா. "நான் மட்டும் இந்த மாதிரி ஊகிக்கக் கற்றுக்கொண்டால்!" என்றான்.

"அவர் எல்லாவற்றையும் சரியாக ஊகிக்கவில்லை என்று வைத்துக் கொள்வோம். நான் மானைப் பற்றி நினைக்கவே இல்லை" என்றான் கென் னாதிய்.

"பல்லியைப் பற்றிச் சொன்னாரே, பல்லியைப் பற்றி. அது எப்படியாம்?" என்று ஒரே பிரமிப்புடன் கூறினாள் ல்யூபா.

"அவர் வேகமாகப் போய்விட்டார். இல்லாவிட்டால் நான் அவருக்குப் பதில் சொல்லியிருப்பேன்—பீரங்கியா ராக்கெட்டா என்பதற்கு!" கிளர்ச்சியுடன் கைகளை வீசி ஆட்டியவாறு சொன்னான் போரியா.

"என்ன சொல்லியிருப்பாயாம்?" என வினவினான் நண்பன்.

"நான் சொல்லியிருப்பேன்: 'பீரங்கிக் கழகத்தின்' தலைவர் பார்பீக்கென் பீரங்கிக் குண்டை வாழ்த்திப் பாடிய புகழ்பெற்ற பாட்டு உங்களுக்கு நினைவிருக்கிறதா?" இப்படிக் கூறி போரியா மிடுக்காக நிமிர்ந்து நின்று ஒப்பித்தான்: "ஓ அற்புதக் கருவே! தெய்விகக் குண்டே! அங்கே, மேலுலகில், தரையுலகின் தூதுவனுக்கு உரிய மதிப்புடன் நீ வரவேற்கப் படுவாய் எனக் கனவு காண்கிறேன்!"

“இது என்ன, செய்யுளா? பார்பீக்கென் என்பவன் யார்?” என வினவினாள் ல்யூபா. அவள் கல்லாப் பலகையிலிருந்து இறங்கிக்கூட வந்துவிட்டாள்.

“நல்ல பஞ்சுப் பொம்மைதான் நீ!” என்று அலட்சிய பாவத்துடன் தோள்களைக் குலுக்கினான் கென்னாதிய். “பூமியிலிருந்து சந்திரனுக்கு,” “சந்திரனைச் சுற்றி” என்ற ஜூல் வேர்ன் எழுதிய நவீனங்களை நீ படித்ததில்லையா என்ன?” என்றான்.

“குறுக்கே பேசாதே” என்று அவனை அடக்கினான் போரியா. நானே சொல்லுகிறேன். அந்தக் கதையில் “பீரங்கிக் கழகத்தின்” தலைவர் பார் பீக்கென் என்பவரைப் பற்றிச் சொல்லப்பட்டிருக்கிறது. அவரும் அவருடைய நண்பர்களும் ஒரு குண்டைச் சந்திரன் மேல் செலுத்த விரும்பினார் கள். “கொலம்பியாதா” என்ற பிரமாண்டமான பீரங்கியை வார்த்தெடுத்தார்கள். குண்டு ஏவுவதற்கான நாள் குறித்தார்கள். எராளமான ஜனங்கள் குழுமினார்கள். எப்போதடா சந்திரன் வெளிப்படும் என்று காத்திருந்தார்கள். கடைசியில் சந்திரன் வெளிப்பட்டது. அது மிதுன ராசியை அடைந்ததும் வெடியதிர்ச்சி முழங்கியது, குண்டு மேலே பாய்ந்தது...”

“ஆனால் அது சந்திரனை அடையவில்லை” என்று கெக்கலித்தான் கென்னாதிய்.

“ஏன், ஏன்? ஊம்? அவ்வளவு ரசமாயிருந்ததே” என்று அங்கலாய்த் தாள் ல்யூபா.

“இவன் பொய் சொல்லுகிறான்!” என்று காலைத் தொப்பென்று அடித்தான் போரியா. “குண்டு சந்திரனை அடைந்துவிட்டது. ஜூல் வேர்னின் புத்தகத்தில் திண்ணமாகச் சொல்லியிருக்கிறது, அடைந்துவிட்டது என்று.”

“புத்தகத்தில் சொல்லியிருக்கிறது. உண்மையிலோ...”

“உண்மையில் என்னவாம்? உன் நினைப்புப்படி உண்மையில் என்னவாம்?” என்று எச்சரிப்புடன் கேட்டான் போரியா.

கென்னாதி விளக்கலானான்: "உண்மையில் எந்த பீரங்கியிலிருந்தும் குண்டைச் சந்திரன் மீது செலுத்த முடியாது. இதற்கு மிக மிக அதிக வேகம்—வினாடிக்குப் பதினொரு கிலோ மீட்டர் வேகம்—வேண்டும். பீரங்கிக் குண்டு ஒரு வினாடிக்கு எவ்வளவு தூரம் பறக்கிறது தெரியுமா? தெரியுமா உனக்கு?" என்று தாக்குதல் தொடங்கினான்.

"எல்லாம் தெரியும். மூன்று கிலோமீட்டர். அண்ணன் சொன்னான்."

"ஆமாம். மூன்று கிலோமீட்டர். நீயே எண்ணிப்பார்: சந்திரனை நீ அடைய முடியுமா? சகதியில் தான் விழுவாய்!"

"சும்மா வார்த்தை விடாதே, ஜாக்கிரதை" என்று எச்சரித்தான் போரியா.

"நீ கோபப்படாதே. நாம் விவாதம் செய்துகொண்டிருக்கிறோம். கிரேக்கர்கள் சொல்லுவதுபோல, நேர்மையான சொற்போர் ஆடிக்கொண்டிருக்கிறோம்" என்றான் கென்னாதிய்.

"சந்தேகமில்லாமல், விவாதம் தான்" என்று களிப்புடன் கூவினாள் ல்யூபா.

"இது நேர்மையான சொற்போர் என்றால், "கொலம்பியாதா" சாதாரண பீரங்கி அல்ல, முன்னூறு மீட்டர் நீளக் குழல் கொண்ட தனிப்பட்ட பீரங்கி என்பதை நீ ஏன் கவனத்தில் கொள்ள மாட்டேன் என்கிறாயாம்?" எனச் சீறினான் ஜூல் வேர்னின் ஆதரவாளன்.

"அவ்வளவுக்கு இன்னும் மோசம்" என்று அமைதியாக மறுத்துரைத்தான் கென்னாதிய். "உன் பார்பீக்கென், அவனுடைய நண்பர்கள் எல்லோரும் துவையல் ஆகியிருப்பார்கள், அதிலிருந்து வெடித்த குண்டுக்குள் இருந்தார்களானால். உனக்கு நம்பிக்கை ஏற்படவில்லையா? அப்படியானால் பிரெஞ்சு விஞ்ஞானி ரொபேர் எனோ—பெல்த்ரி என்பவரையும் நீ நம்பவில்லை போலும்? அவரும் ஜூல் வேர்னின் புத்தகத்தைப் படித்தார், எல்லாவற்றையும் கணக்கிட்டுப் பார்த்தார். இவ்வளவு நீளக் குழல் கொண்ட பீரங்கியிலிருந்து வீசப்பட்டால் குண்டு அபரிமித வேகத்தில் பாய்ந்திருக்கும் என்றும் அதற்கு உள்

இருந்தவர்கள் தரையில் இருப்பதை விட ஆயிரம் மடங்கு அதிக எடை கொண்டவர்கள் ஆகியிருப்பார்கள் என்றும் அவர் சொல்லுகிறார். கற்பனை செய்து பார்த்தாயா? உன் தலைவருடைய மண்டைமேலிருந்த தொப்பி மட்டுமே பல டன் எடை உள்ளது ஆகியிருக்கும், அவரை நசுக்கியிருக்கும்!”

“அப்படி ஆகியிருக்காது!” என்று பெருமூச்செறிந்தாள் ல்யூபா, பாதி நம்பிக்கையுடனும் பாதி நம்பிக்கை இல்லாமலும்.

“நீ என்ன நினைக்கிறாய்? நான் பொய் சொல்லுகிறேன் என்றா? அல்லது விஞ்ஞானிகள் பொய் கூறுகிறார்கள் என்றா? அட பெண்பிள்ளைக்குட்டி!”

“கென்னாதியுக்கு இதைவிட வன்மையுள்ள வார்த்தை கிடைக்கவில்லை. “பெண்பிள்ளைக் குட்டி” முகத்தைத் தூக்கிக்கொண்டாள்.

பிரெஞ்சு விஞ்ஞானி ரொபேர் எனோ—பெல்த்ரி என்ற பெயர் நம்பிக்கை ஊட்டுவதாக ஒலித்தது. ஆயினும் ஜூல் வேர்னை ஆதரித்துப் பேச போரியாவுக்கு விருப்பம் உண்டாயிற்று. சந்திரப் பயணத்தின் எல்லாச் சூழ்நிலைகளையும் அவன் நினைவுபடுத்திக் கொண்டான், கென்னாதியின் தர்க்கங்களுடன் அவற்றை ஒப்பிட்டுப் பார்த்தான். கடைசியில் அவனுக்கு விடை கிடைத்துவிட்டது.

“தண்ணீர், தண்ணீர்!” என்று வெப்பப் பாலைவனத்தில் இருப்பவன் போலக் கத்தினான்.

“போரியா, உனக்கு உடம்பு சரியாயில்லையா?” என்று கவலையுடன் கேட்டாள் ல்யூபா.

ஆனால் போரியா அசட்டையாகக் கையை வீசி அவளிடமிருந்து அப்பால் திரும்பிக்கொண்டான்.

“புரிகிறதா உனக்கு? தண்ணீரைப் பற்றி நான் மறந்தே போனேன். அவர்கள் குண்டுக்குள் தரையில் படுத்திருந்தார்கள். தரைக்கு அடியில் இருந்தது தண்ணீர். அது அவர்களைக் காப்பாற்றியது. இது தான் விஷயம்!” என்று ஆவேசத்துடன் கூறினான்.

“தண்ணீர்த் தலையணையா? அருமை!” என்று எதிர்பாரா விதமாக ஒப்புக்கொண்டான் சொற்போராட்டக்காரன். “ஆனால் ரொம்ப மட்டும் சந்தோஷப்பட்டு விடாதே. அப்படி ஆனாலும் அவர்கள் அப்பமாய்ச் சிதைந்து தான் போயிருப்பார்கள். எனினும் கருத்து சரியானது. தண்ணீர் தாக்குதல்களிலிருந்து காப்பாற்ற முடியும் என்று த்ஸிஒல்கோவ்ஸ்க்கிய் கூட எண்ணினார். விண்வெளிவிமானி தண்ணீர் நிறைந்த தொட்டியில் இருந்தால் உயிர் பிழைப்பான் என்று அவர் கருதினார். பொதுவாகவே த்ஸி ஒல்கோவ்ஸ்க்கிய எல்லாவற்றையும் முன் கண்டார்.

“அதனால் தான், த்ஸிஒல்கோவ்ஸ்க்கிய்க்கு மரியாதை செலுத்தும் பொருட்டு நீ வகுப்பில் செவிடனாக நடிக்கிறாயோ?” என்று குத்தலாக மொழிந்தாள் ல்யூபா.

கென்னாதிய் அவளது வார்த்தைகள் காதில் படவில்லை போலப் பாசாங்கு செய்தான்.

“யெப்ரேமவ் எழுதிய ‘அந்த்ரோமீதாவின் தெளிவற்ற மூட்டத்தில்’ என்ற நூலில்...” என்று ஒரு பையன் தொடங்கினான். ஆனால் ல்யூபாவால் அதற்கு மேல் பொறுக்க முடியவில்லை.

“யெப்ரேமவும் ஆயிற்று, த்ஸி ஒல்கோவ் ஸ்க்கியும் ஆயிற்று. எல்லாம் போதும். கால்கள் பனியில் விறைத்துப் போய்விட்டன” என்று இரைந்தாள்.

“இதோ நாம் பாரமின்மையைச் சோதித்துப் பார்க்கப் போகிறோம். அப்போது தானே கதகதப்பு உண்டாகிவிடும்” என்று உறுதி கூறினான் கென்னாதிய். கல்லாப் பலகைமேல் நின்று, எம்பிக் கடைக் கூரை மேல் ஏறிவிட்டான் அவன்.

போரியா அவன் பின்னே ஏறினான். அப்புறம் இருவருமாகச் சேர்ந்து ல்யூபாவைக் கைகளைப் பற்றி மேலே தூக்கிவிட்டார்கள்.

“நான் தான் முதலாவது” என்று சொல்லி, அச்சத்தினால் அகல விரிந்த கண்களுடன் கீழே குதித்தாள் ல்யூபா.

“உனக்கு எப்படி இருக்கிறது? பாரமின்மை எற்பட்டதா உனக்கு?” கூரைமேலிருந்து குனிந்து தொங்கியபடியே கேட்டான் கென்னாதிய்.

கீழே வெண்பனிக் குவியலில் ஏதோ புரண்டு தும்மியது.

“எனக்குத் தோன்றுகிறது, முழங்காலில் முழைப்பு ஏற்பட்டிருக்கும் என்று” என முறையிடும் ல்யூபாவின் குரல் பையன்களின் செவிகளுக்கு எட்டியது.

“பொறு, இதோ நாங்களும்!” என்று விவாதமிட்ட இரு தரப்பாரும் கீழே குதித்தார்கள். பாரமின்மையை உணராமலே அவர்களும் விழுந்தார்கள்.

“உயரம் பற்றாது” என்று விளக்கினான் த்ஸிஒல்கோவ்ஸ்க்கியின் பக்தன்.

“பற்றாது” என்று பெருமூச்சுடன் உறுதிப்படுத்தினான் ஜூல் வேர்னின் ஆதரவாளன்.

ல்யூபா அதற்குள் வெண்பனிப் புதையலிலிருந்து தடுமாறி எழுந்து நொண்டி நொண்டி வீட்டு வாயிலுக்கு நடந்தாள்.

மாடி இடைப் பகுதியில் விண்வெளி விமானிகளுக்கு இதமாயிருந்தது.

"ஜூல் வேர்னும் பாரமின்மையை விவரித்திருக்கிறார்" என்று ஒன்றுமே நடக்காதது போலப் பேச்சைத் தொடர்ந்தான் போரியா. "கற்பனை செய்து பாருங்கள்: அவர்கள் குண்டுக்கு உள்ளே, நீரில் மீன்கள் போல மிதந்தார்கள். டயானா என்ற நாயும் அவர்களுடன் இருந்தது. அப்புறம் அவர்கள் மது அருந்தத் தொடங்கினார்கள். கண்ணாடித் தம்ளர்களை நேராக வெறும் வெளியில் வைத்தார்கள், குப்பியிலிருந்து அவற்றில் மதுவை ஊற்றினார்கள், குடித்தார்கள்."

"ஒன்றுமே குடிக்கவில்லை" என்று தனக்குத் தானே சொல்லிக்கொள்வது போலச் சேர்த்துக் கூறினான் கென்னாதிய்.

"மறுபடியும், மறுபடியும் நீ நொட்டை சொல்லத் தொடங்கிவிட்டாய்" என்று அவன் மேல் பாய்ந்தாள் ல்யூபா.

"அவர்கள் குடிக்கவில்லை" என்று பிடிவாதமாகத் திருப்பிச் சொன்னான் கென்னாதிய். "மது கண்ணாடித் தம்ளர்களிலிருந்து வெளியே பாய்ந்து சிறு சிறு துளிகளாகச் சிதறி, கண்களிலும் மூக்கிலும் காதுகளிலும் புகுந்திருக்கும். எல்லோரும் இருமி யிருப்பார்கள், தும்மியிருப்பார்கள், நுரையீரல் அழற்சி நோய்க்குக்கூட உள்ளாகியிருப்பார்கள். பாரமற்ற

நிலையில் திரவம் பாத்திரத்தில் தங்கியிராது என்பதை உனது பார்பீக்கென் அறியவில்லை. நான் ஆசிரியனாக இருந்தால் அவனுக்குச் சுழிதான் கொடுத்திருப்பேன்."

"பார்பீக்கென் நூறு ஆண்டுகளுக்கு முன்பு வாழ்ந்தார் என்பதை நீ மறந்துவிட்டாயா?" என்றான் பீரங்கிக் குண்டின் பக்தன்.

கென்னாதிய் யோசித்தான், தொப்பியை நெற்றிமேல் இழுத்துவிட்டுக்கொண்டான், கணித ஆசிரியரின் குரலில் சொன்னான்:

"பதிவுப் புத்தகத்தில் பின்வருமாறு குறிக்கிறேன்: மாணவன் பார்பீக்கென் திரவத்தின் மீது பாரமின்மையின் செயல்பாட்டை அறியாததற்கு மதிப்புமிக்க காரணங்கள் உள்ளன. முற்றுப்புள்ளி. சுழியை அடித்துவிடுகிறேன்."

"நானும் தோல்வியை ஒப்புக்கொள்கிறேன். பீரங்கி ரத்து செய்யப்படுகிறது. ஆனாலும் ஜூல் வேர்னை எனக்கு முன்போலவே பிடித்திருக்கிறது" என்றான் போரியா.

"ராக்கெட்டில் பறந்து போ, தவறு செய்ய மாட்டாய்" என்று யோசனை கூறினான் கென்னாதிய். "கனவு" என்ற ராக்கெட் எப்படிச் சூரியனுக்கு முகமன் கூறியது பார்த்தாயா? உலகம் முழுவதும் பிரமிக்கிறது. இவற்றை எல்லாம் த்ஸி ஓல்கோவ்ஸ்க்கிய

முன்கண்டார் அல்லவா? அவருடைய சூத்திரங்கள் யாவும் பயன்பட்டன. த்ஸிஒல்கோவ்ஸ்க்கிய ஜெட் இயந்திரக் கலையின் கடவுள் என்கிறார் என் தகப்பனார். ஆகவே, துணிவாகப் பற" என்று கூறினான்.

"சொல்வதற்கு நன்றாய்த்தான் இருக்கிறது பற என்று. அவன் அங்கே என்ன சாப்பிடுவானாம்?" என்று கவலையுடன் கேட்டாள் ல்யூபா.

"என்னவாவது? வாழைப் பழங்கள். ருசியும் மணமும் உள்ள வாழைப் பழங்கள். அவன் அவற்றை வெப்பத் தோட்டத்தில் வளர்ப்பான். இதிலே இளிப்பதற்கு ஒன்றுமில்லை! த்ஸி ஒல் கோவ்ஸ்க்கிய தாமே விண்வெளிக் கப்பல்களில் வெப்பத் தோட்டங்கள் அமைக்கும்படி யோசனை கூறியிருக் கிறார். வாழைப்பழங்களைப் பற்றியும் அவர் எழுதியிருக்கிறார். என்னைப் பொறுத்தவரை க்ளோரெல்லாவை உணவாகக் கொள்ள நான் எண்ணியிருக்கிறேன். அதைப்பற்றிக் கேள்விப்பட்டிருக்கிறீர்களா? இது கடற்பூண்டு, ஒற்றை உயிரணு கொண்டது. அதில் எல்லாவித விட்டமின்களும் இருக்கின்றன. அது எப்படி வளர்கிறது தெரியுமா? ஒரு நாளில் ஆயிரம் மடங்கு வளரக்கூடும்! நான் கூட வீட்டில் க்ளோரெல்லா வளர்க்கிறேன்."

"நீ வளர்க்கிறாயா? எங்கே?" இருவரும் ஒரே குரலில் ஆச்சரியத்துடன் வினவினார்கள்

"கண்ணாடித் தொட்டியில். வேண்டுமானால் காட்டுகிறேன். வாருங்கள் என் வீட்டுக்கு!"

கென்னாதியின் எழுதுமேஜை சிறு சோதனைக் கூடம் போலக் காட்சி அளித்தது, கூஜாக்கள், வாலைக் கூஜாக்கள், குழாய்கள், முதல் பார்வையில் அவை எதற்காக என்று தெரிந்துகொள்ள முடியாத வேறு பல சாமான்கள் ஆகியவை சோதனைக்கூடத்தில் மட்டுமே காணப்பட முடியும். கூஜாக்கள் விசித்திரமான முறையில் தாறுமாறாகக் கிடந்தன. துப்புரவுக் கண்காணிப்பாளியான ல்யூபா சட்டென இதைக் கவனித்து விட்டாள். ஆனால் கென்னாதிய் அவளுக்குச் சூடாகப் பதில்

கொடுத்தான். த்ஸி ஒல் கோவ்ஸ்க்கிய் கூடத் தமது அறையில் சாமான்கள் தாறுமாறாகக் கிடக்கவிட்டார் என்றும் தமது மேஜையில் எதையும் இடம் மாற்றிவைக்க ஒருவரையும் அவர் அனுமதிக்கவில்லை என்றும் அறிவித்தான் அவன்.

"இந்த ஒழுங்கின்மையில் அதற்கே உரிய ஒழுங்கு இருக்கிறது. எது வேண்டுமோ அதைக் கண்டெடுக்க என்னால் முடியும்" என்றான் கென்னாதிய்.

க்ளோரெல்லா கவர்ச்சியற்ற பசிய கூழ் போலக் காணப்பட்டது. வலைத் தட்டால் மூடப்பட்ட கண்ணாடித் தொட்டியில் அது மிதந்தது. மூடிக்கு மேலே நீட்டிக்கொண்டிருந்த வளைந்த கண்ணாடிக் குழாய் நீர்ப் பாத்திரத்துக்குள் சென்றிருந்தது. அதன் மறுமுனை நீருக்கு உள்ளே கவிழ்ந்த கூஜாவின் உள்ளே நீண்டிருந்தது. வந்தவர்கள் இந்த விந்தையான அமைப்பைப் பார்வையிட்டுக் கொண்டிருக்கையில் கென்னாதிய் சமையலறைக்கு ஓடி தீக் கங்கு ஒன்றை எடுத்து வந்தான்.

"க்ளோரெல்லா இன்னும் என்ன செய்ய வல்லது என்பதை இப்போது நீங்கள் பார்ப்பீர்கள்" என்று கூறிக் கவிழ்ந்த கூஜாவை எடுத்து அதற்குள் தீக்கங்கைப் போட்டான். கனிந்து கொண்டிருந்த தணல் சோதனைக் குழலுக்குள் நேரான, நிலையான ஜ்வாலையாக எரிந்தது.

"பார்த்தீர்களா? ஆக்சிஜன். O_2 க்ளோரெல்லா இதை வெளிவிடுகிறது. இம்மாதிரி நீர்ப்பூண்டு விண்வெளி விமானிகளுக்கு நிதி கிடைத்தாற்போல. இதைத் தின்னவும் முடியும். நான் தின்று பார்த்தேன். மோசமில்லை... நீங்கள் உட்காருங்களேன். எதற்காக நிற்கிறீர்கள், மரப் பாவைகள் போல? நீர் அறையில் விண்வெளி விமானியின் பறப்பையும் உங்களுக்குக் காட்டுகிறேன். அம்மா!" என்று திறந்த கதவு வழியாகத் தாயாரை விளித்து, "எனக்கு முட்டை கொடேன்!" என்றான் கென்னாதிய்.

வேண்டுகோளுக்கு மறுமொழி கிடைக்கவில்லை. "இருங்கள், இதோ நொடியில் வந்துவிட்டேன்" என்று கூறிவிட்டு மறைந்தான் கென்னாதிய்.

வந்தவர்கள் சமையலறைக்குள் எட்டிப் பார்த்திருந்தால் அவர்கள் பின்வரும் காட்சியைக் கண்டிருப்பார்கள், இல்லை, கேட்டிருப்பார்கள்.

"அம்மா, ஒரு முட்டை கொடு!"

"நான்தான் சொன்னேனே, முட்டை இல்லை என்று."

"இருக்கிறது, எனக்குத் தெரியும்."

"நான் சொல்கிறேன், இல்லை என்று."

"அப்படியா!" கென்னாதிய் நாற்காலியில் காலை வைத்துக் கதவின் மேல் ஏறி, வயிற்றை அழுத்திக் கால்கள் ஒருபுறமும் தலை மறுபுறமுமாகக் கயிறுபோலத் தொங்கினான். "நீ கொடுக்கும் வரையில் இப்படியே இரவெல்லாம் தொங்கிக்கொண்டிருப்பேன்" என்று இறுதி எச்சரிக்கை விடுத்தான்.

கதவு கிறீச்சிட்டது, தாயார் பேசாமல் பாலடையைக் கடைந்து கொண்டிருந்தாள். கென்னாதிய் வீரத்துடன் தலை கீழாகத் தொங்கிக் கொண்டிருந்தான்.

"அட பிசாசே!" என்று நெஞ்சு பதைக்கக் கத்தினாள் தாயார்.

"இந்தா, எடுத்துக்கொள்!" கென்னாதிய் கீழே குதித்து முட்டையை லபக்கென்று பற்றிக்கொண்டு ஒரு குவளை யையும் உப்புக் கிண்ணத்தையும் எடுத்துக்கொண்டு கலைந்த தலையுடன் அறைக்குத் திரும்பினான். அங்கே தன்னை எதிர்பார்த்துப் பொறுமையுடன் காத்திருந்த நண்பர்களுக்கு வெற்றிக் குறியுடன் முட்டையைக் காட்டினான்.

"உங்கள் கண்ணெதிரே நீரில் உப்பைக் கரைக்கிறேன். நீர் நிறைந்த குவளை நீர் அறையாகும். முட்டை விண்வெளி விமானி ஆகும். விண்வெளி விமானியை இதோ அறைக்குள் வைக்கிறேன்" என்று விளக்கிவிட்டுக் குவளையை விசையாக ஜன்னல் குறட்டின் மேல் ஓங்கி அடித்தான் சோதனைக் காரன்.

"ஐயோ!" என்றாள் ல்யூபா.

நீர்த் திவலைகள் தரையில் சிந்தின.

“பார்த்துக்கொள்ளுங்கள். விண்வெளி விமானிக்கு ஒரு ஊனமும் ஏற்படவில்லை. வேண்டுமானால் தொட்டுக்கூடப் பார்த்துக் கொள்ளலாம்” என்று அனுமதித்தான் கென்னாதிய்.

சிறுவர்கள் குவளைக்குள் நோக்கினார்கள்.

“ஒரு கீறல் கூட இல்லை” என்று முட்டையைத் திருப்பித் திருப்பிப் பார்த்துவிட்டு ஊர்ஜிதம் செய்தான் போரியா. “கென்னாதிய், நீ பேராசிரியர்தான்” என்றான்.

“இது நான் அல்ல, த்ஸி ஒல்கோவ்ஸ்க்கியாக்கும் கற்பனை செய்தார் இந்தச் சோதனையை. நீங்கள் என் வீட்டுக்கு இன்னும் அடிக்கடி வந்தீர்களானால் நான் உங்களுக்கு இன்னும் காட்டியிருப்பேன்” என்று சொல்லிவிட்டு “சேர்ந்திருப்போம் இனி மேல், ஊம்?” என்று எதிர்பாரா விதத்தில் முடித்தான்.

உள்ளக் கிளர்ச்சியால் ல்யூபா ரோஜா போலச் சிவந்தாள். கடைசியில் ஒருவிதமாகச் சேர்ந்தார்களே! நண்பர்களை மாறி மாறி நோக்கினாள். இருவரும் குழப்பமும் மகிழ்ச்சியும் கொண்டிருந்தார்கள்.

“இனி ஒரு போதுமே பிரியமாட்டோம். சம்மதந்தானே?” என்று தொடர்ந்தான் கென்னாதிய்.

“சம்மதம்” என்று ஒத்துக்கொண்டான் போரியா.

“சம்மதம்” என உறுதிகூறி கென்னாதியின் கையில் அடித்துக்கொடுத்தாள் ல்யூபா.

“டிங்!” என்று வாயிலருகே விழுந்தது கம்பிப்பனி. ஜன்னல்களின் வழியே தெரிந்த விளக்குகள் அணைந்தன. அதோ பச்சை விளக்கு கண்ணைச் சிமிட்டி அவிந்து, போரியா ஸ்மேலவ் உறங்குகிறான் என்பதை யாவருக்கும் அறிவித்தது.

“டிங்!”... அப்புறம் மறுபடி நிசப்தம். என்ன இது? கம்பிப்பனி அறுந்து விழுந்ததா, அல்லது கண்ணாடிக் கூஜா மேஜையில் பட்டுக் கிணிங்கென ஒலித்ததா? கென்னாதிய் கராத்தவ் படுக்கையில் புரண்டான். எழுந்து பார்த்தான்: சீன மந்தாரின் பட்டு அங்கியும் தானுமாக நாற்காலியில் அமர்ந்து அசைந்தாடிக் கொண்டிருந்தான். இரண்டு பிரமாண்டமான பறவை நாகங்கள் அவன் காலடியில் அமைதியாகப் படுத்திருந்தன.

“பீரங்கியா ராக்கெட்டா? பீரங்கியா ராக்கெட்டா?” என்று அசைந்தாடியபடியே வழிப்போக்கரின் குதூகலக் குரலில் கேட்டான் மந்தாரின். அவன் தலைமேலிருந்த மெல்லிய பின்னல் நடுங்கியது.

"ராக்கெட், சந்தேகமில்லாமல் ராக்கெட்" என்று சொல்ல விரும்பினான் கென்னாதிய். ஆனால் அவன் உதடுகள் ஒலியின்றி அசைந்தன.

மந்தாரின் வரவர அதிக விசையுடன் அசைந்து ஆடினான், பறவை நாகங்கள் மேலும் மேலும் பருத்துக்கொண்டு போயின. வான் ஹூ உட்கார்ந்திருந்த நாற்காலியை இதோ அவை தரையிலிருந்து பெயர்த்து விட்டன. டிங்... "ஜன்னல் விரியத் திறந்தது. பறவை நாகங்கள் சிவ்வென வானில் எழும்பின. வான் ஹூவின் பட்டு அங்கி பொன்னொளி வீசியது. அவன் கைகளில் போரியாவின் நாய் சடைச்சி இருந்ததை கென்னாதிய் கண்டான். "நில்லுங்கள், நில்லுங்கள்!" என்று முழு பலத்துடனும் கத்தினான், அப்போதே விழித்துக் கொண்டான்.

அறையில் இருட்டாயிருந்தது. நாற்காலி தன் இடத்திலேயே இருந்தது. ஊசலாடும் தெருவிளக்கின் பொன் ஒளி சுவரின் மீது அலைந்தாடியது. "கனவு கண்டிருக்கிறேன்" என்று சுமை நீங்கியவன் போலப் பெருமூச்சுவிட்டான் கென்னாதிய். "இருந்தாலும் சடைச்சியைத் தேடிக் கண்டுபிடிக்க வேண்டும்" என்று சொல்லிக் கொண்டான்.

மூன்று.... இரண்டு... கிளம்பு!

மூந்திய ஆண்டின் உலர்ந்த புல் காரணமாகச் செம்பழுப்பு நிறமாயிருந்த திடலில் பாராக்காரன் போல நின்றது ராக்கெட். அதன் கூர்முனை வானை, நீல வானக்கும் மட்டத்தின் நடு மையத்தை நோக்கியிருந்தது.

ராக்கெட்டின் உயரத்தில் திறந்திருந்த கதவுக்கண் சமவெளிப் பரப்பையும், வேலை மும்முரத்திலிருந்த மனிதர்களின் உருவங்களையும், ராக்கெட்டின் வடிவான உடலை ஒட்டினாற்போலத் தண்டவாளங்களின் வழுகிச் சென்ற லிப்ட் அறையையும், தாழ்வான, பாந்தமற்ற மோட்டார் வண்டியையும் பார்வையிட்டது.

ஒரே ஒரு மனிதன்தான் வேலை செய்யவில்லை, அவசரப்படவில்லை. முழங்கால் வரை மூடும் பூட்சுகள் அணிந்த கால்களை அகல விரித்து வைத்து நின்றுகொண்டு அவன் கீழிருந்து மேலே ராக்கெட்டின் கதவுக் கண்ணை ஏறிட்டு நோக்கிக் கொண்டிருக்கிறான்.

இந்த மனிதர்தான் த்ரோனவ். அவர் ஒன்றும் செய்யாமலிருந்ததற்குக் காரணம் அவர் எஞ்சினீயரோ தொழில் நுட்ப நிபுணரோ அல்ல என்பதே. அவர்கள் ராக்கெட்டைச் சுற்றிலும் ஓடியாடுகிறார்கள், லிப்டுக்குள் துள்ளுகிறார்கள், பார்வையிடுகிறார்கள், பிரியமான குழந்தை போன்ற ராக்கெட்டை வெளிப்புறமிருந்து தொட்டுப் பார்க்கிறார்கள். மருத்துவர் தமது தருணத்தை எதிர்பார்த்துக் காத்திருக்கிறார். அவர் இங்கே வந்தது பார்ப்பதற்கு மாத்திரம் அல்லவே!

வெள்ளிபோலப் பளபளக்கும் குழலையும் கருங் கதவுக் கண்ணையும் வியப்புடன் நோக்கி, த்ரோனவ் எண்ணமிடுகிறார்: "பிரமாண்டமான சைக்ளோப்! அழகிய ஒற்றைக்கண் அரக்கனே! உனக்குத்தான் எத்தனை பெற்றோர், எத்தனை செவிலிகள்! விஞ்ஞானிகள் உன்னைப் பற்றி அல்லும் பகலும் அனவரதமும் சிந்தித்த வண்ணமாயிருந்தார்கள். பொறி இயல் நிபுணர்களும் தொழில் நுட்ப விற்பன்னர்களும் நீ இருப்பது போலவே உன்னைக் காகிதத்தில் மாதிரி வரைப்படங்களிலும் பட்டியல்களிலும் புள்ளி விவரங்களிலும் - உருவாக்கினார்கள். உன்னுடைய மாபெரும் எஃகு உடலில் தொழிலாளர் கரங்களின் கதகதப்பு நிறைந்திருக்கிறது. வலிய இதயம் ஆகிய எஞ்சினில் ஆயிரம் டிகிரி வெப்பமுள்ள நெருப்பு சீறப் போகிறது; அந்த எஞ்சினை உலைகளில் மாயம் செய்து உருவாக்கினார்கள் உலோகவியல் நிபுணர்கள். உதிரத்தை, லேசான நெருப்பு உதிரத்தை உன் உடலில் பாய்ச்சினார்கள் இரசாயனிகள். ஆனால், உனக்குத் தலை மட்டும் இல்லாவிட்டால், எங்கே, எங்கே பறந்திருப்பாய் நீ, சொல், விறல் மிக்க அரக்கனே? அறிவுள்ள கருவிகளுக்காகவும் தானியங்கி இயந்திரங்களுக் காகவும் பௌதிக இயலாருக்கு நன்றி செலுத்து! செல்லும் வழியில் கணித அறிஞர்களைக் கட்டாயமாக நல்ல சொற்களால்

நினைவுகூர்: உனது ஒவ்வொரு அடிவைப்பையும் அவர்கள் தாம் நிர்ணயித்திருக்கிறார்கள்.

“ராக்கெட்—மாவீரனே! உன் பெற்றோரின் எண்ணிக்கை மிக மிகப் பெரிது. எல்லோரையும் நினைவுபடுத்திக்கொள்வது இயலாது. இல்லை, தங்கள் மொழியில் சாதாரணக் குழல் என்று பொருள்படும் ராக்கெட் என்ற பெயரை உனக்கு இட்டபோது இத்தாலியர்கள் நினைக்கவே இல்லை நீ இவ்வளவு மாவலிமை உள்ளவனாக விளங்குவாய் என்று. இப்போதோ பூமி கிடுகிடுத்து நடுங்குகிறது. கதைகளில் வரும் இல்யா முரோமெத்ஸ் திடலில் தாவி வருவதால் ஏற்படுவதல்ல இந்த அதிர்ச்சி. ராக்கெட்டே, நீ தரையை உதைத்து மேல் எழும்புகிறாய், உயரே பாய்கிறாய்—ஒரு கண்ணால் தாரகைகளை இன்னும் அருகில் சென்று பார்ப்பதற்காக. அதனால் ஏற்படுவதே இந்த அதிர்ச்சி. நன்று!”

“நேரமாகிவிட்டது!” என்று யாருடைய குரலோ ஒலித்து த்ரோனவின் சிந்தனையை இடைமுறித்தது.

வஸீலிய் வஸீலியெவிச்சும் வால்யாவும் அருகே வந்தார்கள். அவர்கள் கைகளில் நாய்கள் இருந்தன. இருவரும் சோதனைக் கூட வெள்ளை அங்கி அணிந்திருந்தார்கள். அப்பொழுதுதான் நாய்களின் இரத்தத்தை எடுத்துப் பகுப்பாய்வு செய்து, அவற்றை நிறுத்துப் பார்த்து, அவற்றின் இதயத் துடிப்பை நாடாவில் பதிவு செய்து, உடல் வெப்பத்தைக் கணக்கெடுத்துப் பார்த்துவிட்டு வந்திருந்தார்கள். ஏற்கனவே வார்களாலும் தட்டுக்களாலும் இறுக்கப்பட்டுச் சிறு பாராஷூட் குதிப்பாளர்கள் போலக் காட்சியளித்த குஸாச்காவும் பால்மாவும் அமைதியாயிருந்தன. த்ரோனவை அடையாளம் கண்டு கொண்டு அவை வாலை ஆட்ட மட்டுமே செய்தன.

“நேரமாகிவிட்டது” என்று பதிலளித்தார் த்ரோனவ்.

அவர்கள் ராக்கெட்டை நோக்கி நடந்தார்கள்.

லிப்ட் அறை மேலே ஊர்ந்து சென்றது. மஞ்சள் புல் பற்றைகள் தங்களிடமிருந்து எவ்வளவு விரைவாக அகன்று செல்கின்றன என்பதை நாய்கள் அவதானித்தன.

வழியனுப்ப வந்தவர்களோ, மேலே நோக்கினார்கள்.

திறந்த கதவின் பக்கத்தில் லிப்ட் நின்றது. மருத்துவர்கள் தட்டுக்களை ராக்கெட் அறைக்குள் வைத்தார்கள். நாய்களின் உடுப்புகளுக்கு வெளியே துருத்திக்கொண்டிருந்த கம்பிகளைக் கருவியுடன் இணைத்தார்கள். எல்லாவற்றையும் சரிபார்த்தார்கள். பிரயாணிகள் அறையை இன்னொரு தடவை பார்வையிட்டார்கள்.

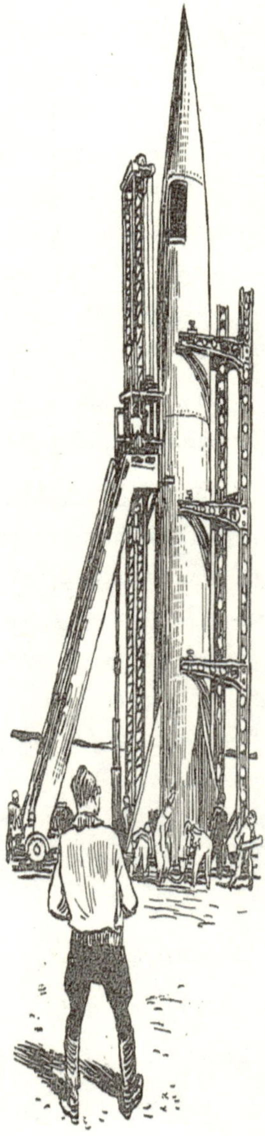

தொப்பி வடிவான இந்த அறையில் எல்லா முன்னேற்பாடுகளும் செய்யப்பட்டிருப்பதாகத் தென்பட்டது. அதற்குள் தனி உலகம் அடங்கியிருந்தது. கனத்த நமுதா உள் துணி விண்வெளி விமானிகளை வெப்பத்திலிருந்து காத்தது. பறப்பின்போது ராக்கெட் அடுப்பின் மேலுள்ள கொதிநீர்க் கெட்டில் போலச் சூடேறும். மூச்சு விடுவதற்குக் காற்றுடன் கலந்த பிராணவாயு பலூன்கள் இருந்தன. கண்காணிப்பெல்லாம் கருவிகளே செய்தன. நாய்களின் உடல் நிலையை நாடாக்களில் பதிவு செய்வதுடன் வானொலி வாயிலாகவும் தகவல்கள் அறிவித்தவண்ண மாயிருக்கும் அவை. இதோ இருக்கிறது விண்வெளி விமானிகளின் போராட்டத் துணை—பாரமிகுதி வரைவி; அதன் நாடா மீது மின்னல் போலத் துள்ளிக் குதிக்கும் வரைப்படம்

தென்படாச் சக்திகளைப் பற்றி விவரம் அறிவிக்கும். விண்வெளிப் பிரயாணிகளின் தலைக்கு நேர் மேலே தொங்கும் சினிமாப் புகைப்படக் கருவி பறப்பின் முதல் நிமிடம் தொடங்கிக் கடைசி நிமிடம் வரையில் அவற்றைப் படமெடுத்துக்கொண்டிருக்கும். அதே சமயம் கடிகாரத்தையும் அவை படம் பிடித்த வண்ணமாயிருக்கும். எந்தக் கணத்தில் என்ன நிகழ்ந்தது என்று மருத்துவர்கள் தெரிந்துகொள்வது இதனால் சாத்தியமாகும். கருவிகளின் அறிக்கையுடன் திரைப்படங்களை ஒத்திட்டுப் பார்ப்பதும் அவர்களுக்கு இயலும்.

பாரஷூட் மட்டுமே மருத்துவர்கள் கண்களுக்குப் புலப்படவில்லை. அது எங்கோ தரைக்கு அடியில் வலிவான பஞ்சுப் பற்றைக்குள் வைக்கப்பட்டிருக்கிறது. தேவைப்படும் போது திறந்து கொள்ளும்.

“எல்லாம் எப்படி?” என்று கேட்கிறார் த்ரோனவ்.

என் கருத்துப்படி எல்லாம் சிறப்பாக இருக்கின்றன. *TY-104* விமானத்தில் உள்ளதைக் காட்டிலும் மோசமல்ல. நல்லது, பயண மேற்பார்வைக்காரி, விடை பெற்றுக்கொள்ளுங்கள்” என்றார் வஸீலிய் வஸீலியெவிச்.

“தஸ்விதானியா—விரைவில் சந்திப்போம்—குஸாச்கா, தஸ்விதானியா பால்மா! கலவரப்படாதீர்கள். எல்லாம் நலமே முடியும்!” என்று விடை பெற்றுக்கொண்டாள் வால்யா.

“விரைவில் சந்திப்போம்!” என்றார்கள் ஆடவர்கள். ராக்கெட் அறையின் வாயில் மூடப்பட்டது. பிரயாணிகள் வழியில் அவதானிப்பதற்குச் சிறு தட்டைவிடச் சிறிய சாளரம் மட்டுமே இருந்தது. வால்யா, த்ரோனவ், வஸீலிய் வஸீலியெவிச் மூவரும் ஒருவர்பின் ஒருவராக அதன் வழியே உள்ளே பார்த்தார்கள். அப்புறம் அவர்கள் இறங்கிவிட்டார்கள். வட்டச் சாளரத்தின் வழியாக நீலவானம் மட்டுமே தென்பட்டது.

நாய்கள் தட்டுகளின் மேல் உடல்களைப் பரப்பியவாறு அருகருகே படுத்திருந்தன. குஸாச்கா அமைதியாக அங்குமிங்கும் கண்ணோட்டியது. பால்மா அசட்டையான தோற்றம் கொண்டிருந்தது, முயற்சி செய்து கொட்டாவி விட்டது. இம்மாதிரி அவை நெடுநேரம் படுத்திருந்தன. எந்த நிகழ்ச்சிக்காக அவை இவ்வளவு நீண்ட காலமாக ஆயத்தங்கள் செய்து வந்தனவோ அது தொடங்கிவிட்டது என்று அவை எண்ணவே இல்லை. கருவிகள் ஏற்கனவே அறிக்கை செய்யலாயின. பலூன்களிலிருந்து காற்று வரலுற்றது. சினிமா நிழற்படக் கருவி மெல்லக் கடகடக்க ஆரம்பித்துவிட்டது.

ராக்கெட்டைச் சுற்றிலும் திடல் காலியாகிவிட்டது. ஜனங்கள் கான்க்ரீட் படிகள் வழியே இறங்கிக் காப்பு அரணுக்குள் சென்றார்கள். அதற்கு மேலே பளிச்சிட்டன தொலை நோக்கிக் குழாய்களின் கண்ணாடிகள். எல்லோருக்கும் கடைசியாகச் சென்றார்கள் தொழில் நுட்ப நிபுணர்கள்.

காப்பு அரணுக்குள் ஒரே நெரிசலாயிருந்தது. ஆயினும் த்ரோனவ் பின்வருமாறு எண்ணமிட்டார்: “விசேஷ உடைகளும், மேலங்கிகளும் தொழிலாளர் உடுப்புக்களும் அணிந்த இன்னும் பலர் இங்கு வந்தால் எவ்வளவு நன்றாயிருக்கும்! தொழிற்சாலை இயந்திரங்கள், உலைகள், சோதனைக்கூடங்கள், மாதிரி அமைப்பாளர் அலுவலகங்கள் முதலியவற்றில் வேலை செய்பவர்கள் சற்று நேரம் ஒழிவு எடுத்துக்கொண்டு

இங்கு வந்து தங்கள் கை வேலை எப்படியிருக்கிறது என்று பார்த்தார்களானால், அவர்களுடைய களைப்புற்ற முகங்கள் புன்னகையால் ஒளிர்ந்தால் நன்றாயிருக்குமே. ஆனால் வரமாட்டார்கள். வேலை மும்முரம். அவர்களுடைய படைப்பு இது ஒன்று மட்டும் அல்லவே..."

ராக்கெட் செலுத்தப்பட வேண்டிய தருணம் நெருங்கிக்கொண்டிருந்தது. எஞ்சினீயர்கள் தங்கள் இடங்களில்—இயந்திரங்கள் விசைகளின் அருகே இருந்தார்கள். அவர்கள் முகங்கள் நிம்மதியைக் காட்டின. கமாண்டர் பிரதான விசையை—செலுத்து விசையை—எப்போது அழுத்தப் போகிறார் என்று எதிர்பார்த்திருந்தன விழிகளும் கைகளும்.

எல்லோர் கவனமும் தலைவர் மீதே இருந்தது. உரையாடல்கள் எவையும் இல்லை. நிசப்தம். பெரிய வினாடிக் கடிகாரங்களின் முட்கள் ஒவ்வொரு தடவை நகரும் போதும் ஏற்படும் சிறு சரசரப்பு மட்டுமே கேட்கிறது.

கமாண்டர் பதற்றம் அடையாமலிருப்பது ஏன் என்று வஸீலிய் வஸீலியெவிச்சால் புரிந்துகொள்ள முடியவில்லை. அவர் கண்களுக்குக் கமாண்டர் பள்ளிக்கூடக் கணித ஆசிரியரை ஒத்திருந்தார். மழித்த தலை, கட்டுக்குட்டான உடல், வீட்டிலணியும் மென்மையான சட்டை. கணித ஆசிரியர் எப்போதும் அமைதியுடனிருந்தார்—பரீட்சைகளின் போது வகுப்பு முழுவதும் அரவமின்றிக் கொதித்துப் பொங்கிக் கொண்டிருக்கையில் கூட. கணித ஆசிரியரையாவது புரிந்து கொள்ள முடியும். ஆனால் இந்தக் கலக்கமற்ற கமாண்டர்? ராக்கெட்டில் எதுவும் பழுதடைந்து விடாது என்று அவரால் நம்பிக்கையுடன் இருக்க முடியுமா?

கமாண்டர் சொன்னார்:

"தயாராகுக!"

பின்பு வினாடி முள்ளுடன் கூடவே எண்ணலானார்:

ஐந்து ..... நான்கு ..... மூன்று ..... இரண்டு .... கிளம்பு!

பிரகாசமான நெருப்புப் பிழம்பு கீழிருந்து ராக்கெட் மீது

ஒளி பாய்ச்சியதையும் புகைச் சுருள் அதன் உடல் மீது கவிந்ததையும் டெலிவிஷன் திரையில் பார்வையாளர்கள் கண்டார்கள். இதைத் தொடர்ந்து வெடியோசை வந்து காப்பு அரணின் கதவுமீது மோதியது. ஓகோ! என்ன சக்தி!

பாதையில் கிளம்பிச் செல்வது தேவைதானா என்று நிதானமாக ஆலோசிப்பது போல ராக்கெட் மெதுவாகப் புகைப்படலத்திலிருந்து மேலே எழும்பியது, தீக் கொழுந்துகளை ஊற்றாகப் பீச்சியது, பழுக்கக் காய்ந்த வாயுக்களின் ஒளி ரோஜாத் தூணின் ஆதாரத்தில் தரைமேல் சார்ந்து நிற்பது போன்ற தோற்றத்தோடு உயரே பாய்ந்து வினாடி தோறும் விரைவை அதிகரித்துக்கொண்டு சென்றது. தங்க மின்னல் போலப் பளிச்சிட்டு நுண்ணிய ஒளிர் புள்ளியாக மாறியது.

அப்போதுதான் யோக்கினுக்குக் கருவிகளின் நினைவு வந்தது. அவற்றைநோக்கிப் பாயப் போனவர் சுவற்றில் முதுகை மோதிக்கொண்டார்.

விறல்மிக்க ராக்கெட்டின் தொண்டர்கள் - தொழிலாளர்கள், இயந்திர நுட்ப நிபுணர்கள், எஞ்சினீயர்கள் ஆகியோர் பசிய திரையை நெருக்கமாகச் சூழ்ந்து கொண்டார்கள். திரை மீது தத்திக் குதித்த வெள்ளலையில் பதித்த பார்வையை அவர் கள் அகற்றவே இல்லை. ஒன்றும் புரியாவிடினும் அவர்கள் மிகக் கவனமாக நோக்கினார்கள். ஓடிய அலை ராக்கெட் பிரயாணி கள் பற்றிய விவரங்களை அறிவித்துக்கொண்டிருந்தது.

மற்றவர்கள் கால்களை மிதித்துக்கொண்டும் மன்னிப்பு கோரிக்கொண்டும் வஸீலிய் வஸீலியெவிச் கருவியின் பக்கம் நகர்ந்தார். வால்யா அவர் முதுகில் முட்டியால் குத்தி விரைவாக, இன்னும் விரைவாக என்று தூண்டினாள். மனத்தாங்கலால் அவளுக்கு அழுகை வந்துவிடும் போல் இருந்தது. இயந்திரக் கருவிகளின் மொழியைப் புரிந்துகொள்ளப் பயின்றுவிட்டாள் கல்லூரியில் பரீட்சை கொடுத்துவிட்டாள், இப்போது ஒன்றுமே அவளால் பார்க்க முடியவில்லை. கருவிகள் எல்லா விவரங்களையும் பதிவு செய்யும், பதிவு

நாடாக்களை அவள் மறுபடி மறுபடி படிக்கத்தான் போகிறாள். என்றாலும் அவள் முழுமூடம் என்பது தெட்டத் தெளிவாகிவிட்டது. த்ரோனவ் கெட்டிக்காரர். விஷயங்களை ஊகித்துக்கொண்டு முன்னதாகவே வாய்ப்பான இடத்தைப் பிடித்துக்கொண்டுவிட்டார்.

கடைசியில் வால்யாவும் யோல்க்கினும் விலக்கி வழி செய்துகொண்டு திரையின் பக்கத்தில் போய்ச் சேர்ந்து, அசையாமல் நின்றார்கள்.

ராக்கெட்டில் நிகழ்ந்தது இதுதான்.

திடீரென ஏற்பட்ட இடிமுழக்கம் பிரயாணி நாய்களைத் தாக்கியது. விந்தையான, குரைபதறச் செய்யும் இந்த ஓசை எங்கிருந்து வருகிறது என்று புரிந்துகொள்ள முயன்று தலையை இங்குமங்கும் திருப்பலாயின அவை. இது நமது பறப்பின் இசைதான், நாம் பறக்கிறோம் என்று அவை உய்த்துணரவில்லை!

இறுக மூடிய அறையை ராக்கெட் அதிவேகமாக மேலும் மேலும் உயரே கொண்டு சென்றது. பறவைகளின் பறப்புப் பாதைகளையும் ஆகாய விமானங்களின் பறப்புகளது ஆக உயர்ந்த உச்சிகளையும் வழிகளையும் கடந்து மேகங்களையும் வெண் முகில்களையும் விலக்கி வழி செய்துகொண்டு சமவெப்ப மண்டலத்தின் மேல் படிவுகளை

அடைந்தது. இங்குதான் விண் மீன் கற்கள் வீழ் எரி நட்சத்திரங்களாகக் குபீரெனத் தீப்பற்றி எரியும். தெருக்களில் நியோன் விளக்குகள் போலவே வடதுருவ ஒளிர்வு—அரோரா பொரியாலிஸ் —ஒளிவீசும். இந்த அற்புதக் கவர்ச்சியுள்ள இடங்களில் கூட நிற்காமல் ராக்கெட் இன்னும் மேலே பறப்பைத் தொடர்ந்தது. அங்கே நமக்குப் பழக்கமான காற்றுக்குப் பதில் கண்ணுக்குப் புலப்படாத வாயு அணுக்கள் மட்டுமே இருந்தன. வெளிக்காற்றுப் புகாவண்ணம் அடைக்கப்பட்டிருந்த நம்பகமான அறைக்கு உள் மறைந்திருக்கவில்லை என்றால் நாய்ப் பிரயாணிகள் அங்கே ஒரு கணத்தில் இறந்துவிடக் கூடும்.

துரதிர்ஷ்டவசமாகக் குஸாச்காவும் பால்மாவும் வட்டச் சாளரத்தின் வழியாகப் பார்க்க முடியவில்லை. முதலாவது அவற்றை உலுக்கியது அதிர்வின் சுர நடுக்கம். அப்புறம் கண்ணுக்குப் புலப்படாத பாரம் ஒன்று நாய்களின் தலைகளைக் கீழ்நோக்கி வளைத்து முரட்டுத்தனமாக அவற்றின் மேல் உட்கார்ந்துகொண்டது. நாய்களின் மார்பு நசுங்கியது, இதயம் துள்ளிக்குதித்தது, உடம்பெல்லாம் காரியம் நிறைந்துவிட்டது போல் கனத்தது. ஆயினும் அவை திகிலடையவில்லை, சத்தமின்றிப் படுத்திருந்தன. திடீரென எஞ்சின்களின் இரைச்சல் அடங்கிவிட்டது.

எதிர்பாரா விதமாக நீங்கள் காற் றடைத்த பலூன் போலப் பறந்து விட்டம் வரை எழும்பிவிடுவதாக வைத்துக் கொள்ளுங்கள். நொடி நேரம் முன்பு தான் தரையில் நின்றீர்கள், மறு கணமே காற்றில் மிதந்து ஆடுகிறீர்கள் என்று கற்பனை செய்துகொள்ளுங்கள்.

அதே போலத்தான் நமது பிரயாணிகளுக்கும் மூச்சு நின்றுவிட்டது மாதிரி ஆகிவிட்டது. வலிமையுள்ள மென்மை வாய்ந்த கரம் அவற்றை மேலே தூக்கியது போன்றிருந்தது. தலையையோ கால்களையோ வாலையோ அவை உணரவே இல்லை. அவை பஞ் சிறகை விட லேசாகிவிட்டன. வார் களால் இறுக்கப்பட்டிராவிட்டால் அறை நெடுக மிதந்து பறந்திருக்கும்—பட்சிகள் போல.

இதுவல்லவா அருமை! இம்மாதிரி அனுபவம் கனவில் தான் நேரமுடியும்.

வியப்பூட்டும் இந்த நிகழ்ச்சியால் குஸாச்கா களிப்பு அடைந்தது. அதன் விழிகளில் மகிழ்ச்சி ஒளி வீசியது. சாளரத்தின் வழியே அது வெளியே நோக்கியது. கன்னங்கரேலென்ற வானமும் கண்களைக் கூசச் செய்யும் பிரகாசமான வெயிலும் அதற்குத் தென்பட்டன. ஒரே சமயத்தில் அழகாகவும் பயங்கரமாகவும் இருந்தது அந்தக் காட்சி.

அப்புறம் குஸாச்கா அறையில் கண்ணோட்டியது. சூரிய கிரணம் சாளரத்தில் தத்திப் பாய்ந்ததைக் கண்டது. கிரணம் எதிர்ச் சுவரில் பட்டு ஒளிச் சித்திரம் தீட்டியது. இந்தச் சித்திரம் சற்று நேரம் அசையாதிருந்தது, பின்பு சுவரிலிருந்து தாவிக் குஸாச்காவின் இடது கண்ணில் பட்டது. குஸாச்கா கண்ணை இடுக்கிக்கொண்டது, செருமியது, தலையை விரைவாக அசைத்தது. அது மறுபடி இமைகளைத் திறந்த போது சூரிய ஒளி ஏற்கனவே விட்டத்தில் இருந்தது. இங்கும் அது அமைதியாக இராமல் இடம் விட்டு இடம் துள்ளிக் குதித்த வண்ணமாயிருந்தது.

குஸாச்காவின் விழிகள் அரிதாகவே புலப்படும் கீற்றுக்கள் ஆகிவிட்டன.

வால் குதூகலமாக ஆடியது. "ஹா - ஹா!" என்று சிரிப்பது போன்ற குறுகிய ஒலிகள் தொண்டையிலிருந்து கிளம்பின.

குஸாச்கா நம்பிக்கையுடன் விளையாட்டில் ஈடுபட்டது. சூரிய ஒளியின் குறிகளது பொருளை அது புரிந்துகொள்ளவில்லை. அதன் இடத்தில் மனிதன் இருந்தால் சூரிய ஒளி சுவரிலிருந்து விட்டத்திற்குப் பாய்ந்தது தற்செயலாக அல்லவே அல்ல என்பதை உடனே ஊகித்திருப்பான். பாரமற்ற நிலையில் விண்வெளிப் பிரயாணிக்கு "மேல்" எது "கீழ்" எது என்பது தெரியாது. அவன் அசைவின்றி மிதக்கிறான். ஆனால் சூரிய ஒளி அவனுக்குப் பின்வருமாறு சொல்லியிருக்கும்: எஞ்சின்கள் நிறுத்தப்பட்ட உங்கள் ராக்கெட் ஆரம்பத்தில் மேல் நோக்கிப் பறந்தது, பிறகு நின்றது, கூர்முனை கீழாகத் திரும்பியது, இப்போது தரையில் விழுந்து கொண்டிருக்கிறது.. இதோ அது வாயுமண்டலத்தின் அடர்ந்த படிவுகளுக்கு உள்ளே புகும். ஜாக்கிரதையாயிருங்கள்! ஜாக்கிரதையாயிருங்கள்!"

சூரிய ஒளி சொன்னது சரியே. ராக்கெட் பிரமாண்டமான வளையம் இட்டது, அதன் வெவ்வேறு பக்கங்கள் சூரியன்பால் திரும்பின. இப்போதோ அது திரும்பிக் கீழ் நோக்கிப் பறந்தது.

எல்லாவற்றிலும் ஆபத்தான போராட்டம் இப்போது தொடங்க இருக்கிறது என்பதைப் பூமியிலிருந்த மருத்துவர்களும் கண்டுகொண்டார்கள். விழும்போது ராக்கெட் சிக்கலான சுழற்சி இயக்கங்களைச் செய்கிறது. மலையிலிருந்து பீப்பாய் உருளுவது போல அது காற்றில் உருளுகிறது. அதற்கு உள்ளே இருப்பது எப்படி?

பாரஷூட் சீக்கிரமாகத் திறந்து கொண்டால் தேவலை.

புலப்படாச் சக்திகள் ஏதோ மறைமுகச் சைகையின்படி போலக் குஸாச் காமீதும் பால்மாமீதும் பாய்ந்து தாக்கின. கட்டியிருக்கும் நாய்களைப் புடைக்க அவை கூசவில்லை. குத்து மழையாக நாய்கள் மேல் பொழிந்தன இந்தச் சக்திகள். மார்பு கீச்சிட்டது, முதுகு வலித்தது, உள்ளுறுப்புகள் நசுங்கின. தலைமேல் பொழிந்த அடிகளால் கண்கள் இருண்டன. பின்புறம் பட்ட அடிகளால் இரத்தம் தலைக்குப்

பாய்ந்தது. அப்போது விழிகளுக்கு முன்னே செம்புள்ளிகள் மெதுவாக மிதந்தன. பாரமற்ற பறப்பின் போது நாய்கள் அனுபவித்த சில நிமிட இன்பத்துக்குப் பழிவாங்குவது போலத் தாக்கிப் புடைத்தன கொடிய புலப்படாச் சக்திகள். எனினும் நாய்கள் சகித்துக்கொண்டன. விருப்பு வெறுப்பற்ற நடுவர்களான கருவிகள் திடீர் அதிர்ச்சிகளைத் தாங்க முடியாமல் பதிவு செய்வதை நிறுத்திவிட்டபோது கூட அவை பொறுத்துக்கொண்டன.

மருத்துவர்கள் காப்பு அரணுக்குள்ளிருந்து பாய்ந்து வெளிவந்தார்கள். மற்றவர்கள் அவர்களுக்குப் பின்னே பாய்ந்து ஓடினார்கள். அமைதியான நீல வானத்தைக் கண்கள் வலியெடுக்கும் வரை துருவி நோக்கினார்கள். கீழே விழும் ராக்கெட்டைத் தேடினார்கள். ஆனால் அதைக் காணவில்லை.

கன்னப் பொருத்துக்களில் குருதி இடித்தது: எங்கே, எங்கே தான் அது?

நீல வான வெளியில் தென்பட்டது மெல்லிய புகைக் கோடு. ராக்கெட்டின் பழுக்கக் காய்ந்த தலைப்பகுதியின் தடம் அது—அரிதாகவே புலப்பட்டது. தெரிந்தது, மறைந்துவிட்டது. கீழே உள்ள நிலப் பரப்பைப்போலவே வானமும் மறுபடி வெறுமையாகிவிட்டது.

குண்டு வெடிப்பது போன்ற எதிர்பாராத் துரிதத்துடன் உயரே பளிச்சிட்டது வெள்ளைக் கைக்குட்டை. அப்புறம் அது மறையவில்லை! படிப்படியாக அது வெண் கப்பற்பாய் போல விரிந்தது, மெதுவாகத் தரையை நோக்கி வந்தது, டக்கென வேகத்துக்கு முட்டுக்கட்டை போட்டது. பாரஷூட்டின் விண்ணென உப்பிய கும்மட்டமும் அது கீழே இறக்கிய விலைமதிப்பற்ற சுமையும் வர வரத் துலக்கமாகத் தென்படலாயின. இந்தச் சுமைதான் ராக்கெட்டின் முக்கோண முனைப் பகுதி.

வெயிலார்ந்த நிசப்தம் நிலவிற்று. உயரே எங்கோ ஒரு வானம்பாடி மட்டுமே இசைத்தது.

ஜனங்கள் சொல்லிவைத்தாற் போல இடத்திலிருந்து பாய்ந்து திடலில் ஓடினார்கள். எல்லோருக்கும் முன்னே இறக்கைகள் போல வீசிப் படபடத்தன மருத்துவர்களின் வெள்ளை மேலங்கிகள்.

விரைவாக அதோ அங்கே— ராக்கெட் காப்புப் பாய் அருகே!

மோட்டார்கள் சங்கூதியவாறு, ஓடியவர்களைக் கடந்து சென்றன. சிலர் கார்களின் பின்னே தொற்றிக்கொண்டார்கள், வேறு, சிலர் தம்மால் அது ஆகாது என்று கையசைப்பால் காட்டிவிட்டுச் சொந்தக் கால்களே துணையாக ஓடினார்கள்.

எஞ்சினீயர்கள் பாரஷூட்டைச் சுருக்கினார்கள். த்ரோனவும் யோக்கினும் சாளரத்தில் முகத்தை ஒட்டியவாறு உள்ளே நோக்கினார்கள்: உயிரோடு இருக்கின்றனவா என்று.

"உயிரோடு இருக்கின்றனவா?" என்று கேட்டுவிட்டுப் பொறுமையின்மை தோன்றக் கால்களைத் தொப்பென்று அடித்தாள் வால்யா. "பதில் சொல்லுங்களேன் சீக்கிரம்!"

மருத்துவர்கள் பதில் சொல்லவில்லை. அவர்கள் வாயில் மூடியை விரைவாக அகலத் திறந்தார்கள். விண்வெளிப் பிரயாணிகள் இருந்த தட்டுகளை

வெளியே எடுத்து வார்களை அவிழ்த்தார்கள்.

“ஜே! உயிரோடிருக்கின்றன, உயிரோடிருக்கின்றன!” என்று கத்திக் கொண்டு பக்கத்தில் இருந்தவரை—அவர் எஞ்சினீயர் போலும்—தோள்களைப் பற்றி ஆட்டினாள் வால்யா. “வெற்றி, தோழர்களே!” என்றாள்.

எஞ்சினீயர் குந்தி, தமது ராக்கெட்டைத் தொட்டுத் தடவிப்பார்த்தாரே தவிர, வேறு எதையும் கவனிக்கவில்லை போலத் தோன்றியது. ஆகவே அவர் வால்யாவைப் புரிந்துகொள்ளவில்லை. திகைப்புடன் கண்களைக் கொட்டினார்.

“நீர் வேடிக்கைப் பிரகிருதி. நாய்கள் உயிரோடு இருக்கின்றன, எல்லாம் சரியாய் இருக்கிறது என்று தான் சொன்னேன்” என மனத்தாங்கலோடு கூறினாள் வால்யா.

“ஆமாமாம். ரொம்ப நல்லது” என்று கடைசியில் ஒரு வகையாக விஷயத்தைப் புரிந்துகொண்டு எழுந்திருந்தார் எஞ்சினீயர். “என் வாழ்த்துகள்” என வால்யாவின் கையையும் பின்பு மருத்துவர்கள் கைகளையும் பற்றிக் குலுக்கினார். இது உண்மையான விழா! மன்னியுங்கள், நான் போக வேண்டும்.”

எஞ்சினீயர் மறுபடி குழலின் பக்கத்தில் உட்கார்ந்தார். அவர் வருத்த முற்றிருந்தது அவருடைய முகத்தில் புலப்பட்டது. த்ரோனவ் எஞ்சினீயரைப் புரிந்து கொண்டார். இறங்குகை முழு வெற்றிகரமாக இல்லை. தேர்ச்சியாளர்கள் சொல்வதுபோல, கரடுமுரடாக இருந்தது.

எனினும், இந்த ராக்கெட் அமைப்பாளர்கள் பாராட்டுக்கு உரியவர்களே. பிரயாணிகள் ஊனமோ, கேடோ இன்றி நலமே திரும்பிவிட்டன! அமெரிக்கர்களின் பாஉ—2" "ஏரோபி" ராக்கெட்டுகள் எத்தனை தடவை உடைந்து சிதறியிருக்கின்றன, அவற்றில் பிரயாணம் செய்த குரங்குகள் கொல்லப்பட்டிருக்கின்றன. குஸாச்காவும் பால் மாவுமோ, இதோ இருக்கின்றன. அருகே, அவற்றைக் காத்த ராக்கெட். என்னதான் சொன்னாலும் கறுத்துப் பொசுங்கியிருக்கும் குழலைத் தடவிக்கொடுக்க வேண்டியதுதான். தன் விருப்பத்திற்கு இசைந்து வராவிடினும்தான் எப்படியோ தரையில் இறக்கிவிட்ட விமானத்தின் விலாவில் சோதனை - விமானி இப்படித்தான் தட்டிக்கொடுப்பான்.

பால்மா தரையில் படுத்து, ரோஜா நிறமான நீண்ட நாக்கைத் தொங்கவிட்டவாறு சிரமத்துடன் மூச்சுவிட்டது. நடந்த நிகழ்ச்சியால் அது திகைத்துப் போயிருந்தது. குஸாச்காவோ, துள்ளிக் குதித்தது, குளிப்புக்குப்பின் செய்வது போல விசையுடன் உடலை அசைத்துக் குலுக்கிக்கொண்டது. வெயிலின் கதகதப்பு, இளவேனில் கால நிலத்தின் மணங்கள், வாசம் கமழும் பசிய புல், அன்பு நிறைந்த, அறிமுகமான குரல்கள், எல்லாம் அதற்குப் போதையேற்றின. சந்தோஷ முனகலுடன் அது வஸீலிய் வஸீலியெவிச்சைச் சுற்றி வந்தது, அவருடைய கால்சட்டைமேல் எகிறிக் குதித்தது. சிக்கலான விதங்களில் துள்ளியது—முற்றிலும் களி பொங்கும் சூரிய ஒளியைப் போலவே. அதன் உடலுக்குள் ஏதோ விற்கம் பிச் சுருள் அவிழ்வது போலவும் அதை நிறுத்த இயலாது போலவும் தோன்றியது.

இந்தக் குதூகலக் கும்மாளத்தைக் கண்டு வால்யா உளமாரக் கலகல வென்று நகைத்தாள். எதிர்பாராத கட்டைத்

குரலில் அவளை எதிரொலித் தார் வஸீலிய் வஸீலியெவிச். த்ரோனவின் கண்கள் பளிச்சிட்டன. வருத்தமடைந்த எஞ்சினீயர் அருகே வந்து தாமும் புன்னகைத்தார். அப்புறம் மேலும் மேலும் பலர். எல்லோரையுமே இந்தக் களிப்பு தொற்றிக்கொண்டுவிட்டது.

"எங்கே, அருமைப் பெண்ணே, எங்கள் ருஷ்ய நடனம் ஆடிக் காட்டு பார்ப்போம்!" என்று உற்சாகத்துடன் கத்தினார் ஒருவர். எல்லோரும் அவரை நோக்கினார்கள். யாவரிலும் அமைதியானவராகிய ராக்கெட் செலுத்து கமாண்டர் அவர் என்பதைக் கண்டார்கள்.

ஆனால் வால்யா மணி அடித்ததும் நடனம் இடையிலேயே சட்டென நின்றுவிட்டது. குஸாக்கா கீழ்ப்படிவுடன் உணவுத் தட்டுக்கு ஓடியது. பால்மா தரையிலிருந்து எழுந்து அதன் பின்னே பயத்துடன் சென்றது. இரு நாய்களும் திருப்தியாகச் சாப்பிட்டன. சாப்பாட்டு முடிவில் இறைச்சிப் பணியாரம் தரப்பட்டது. அதைப் பெறுவதற்காகக் குஸாக்கா பயிற்சி பெற்ற ஸர்க்கஸ் நாய் போன்று விருப்பத்துடன் பின் கால்களில் நின்றது. பார்த்தீர்களா! பறப்பில் ஏற்பட்ட தொந் தரவுகள் என் பசியைப் பாதிக்கவே இல்லை என்று அது இப்படிச் செய்வதன் மூலம் தெரிவிக்கிறது" என்றாள் வால்யா.

"நல்ல போக்கிரி நீ, குஸாக்கா!" என்று கடிந்து கொள்ளும் பாவனையில் தலை அசைத்தார் வஸீலிய் வஸீலியெவிச்.

"எப்படி? எப்படி? குஸாக்காவா? எதற்காகக் குஸாக்கா கடிநாய்? இவ்வளவு துணிவும் குதூகலமும் நிறைந்த அழகு நாயைக் குஸாக்கா என்பது சரியா?" எனக் கேட்டார் கமாண்டர்.

அவருக்கு என்ன பதில் சொல்வது என்று வஸீலிய் வஸீலியெவிச் சுக்குப் புரியவில்லை. அவருடைய உதவிக்கு வந்தார் த்ரோனவ்.

"விஷயம் என்னவென்றால், குஸாக்கா என்பது பழைய புனைபெயர். உண்மையில் இதன் பெயர் வேறு...

அத்வாஷ்நயா—சாகசி என்பதாகும். மோசமில்லை, அல்லவா? அத்வாஷ்னயா!" என்றார்.

செயல் ஓரிடம்... புகழ் ஓரிடம்

சுதந்திரமாக விண்வெளியில் பறந்து செல்லும் மனிதர்கள் ஒரு காலத்தில் சொல்லுவார்கள்: "வாழ்க துணிவுள்ள வீர வேவுப் பிராணிகள்! உங்களுக்கு நன்றி, நாற்கால் விண்வெளிப் பிரயாணிகளே! உலகம் முதலாவது ஸ்பூத்னிக்கை அறியாதிருந்த அந்தக் காலத்திலேயே நீங்கள் ராக்கெட்டுகளில் பறந்தீர்கள். உங்கள் உயிர்களை ஆபத்திற்கு உள்ளாக்கி விண்வெளி விமானி அறை, உடை ஆகியவற்றின் உறுதியைச் சோதனை செய்து பார்த்தீர்கள். வஞ்சச் சக்திகளின் அடிகளைத் தாங்கிக்கொண்டீர்கள். கற்பனைக் கதை அல்லது கனவு போன பாரமற்ற நிலையை மர்ம நிசப்தத்தில் நம்பி ஏற்றீர்கள். சில வேளைகளில் தரை சேர்ந்த பின்பும் ஹெலிகாப்டர் உங்களைத் தேடிக் கண்டுபிடிப்பதற்கு நெடுநேரம் காத் திருந்தீர்கள். அப்புறம் பயிற்சி, பறப்பு, பயிற்சி என்று எல்லாம் மறுபடி தொடங்கின. உங்களுடைய இதயத்தின் ஒவ்வொரு துடிப்பும் மனித நலத்துக்கு மிகவும் அவசியமான பெரிய விண்வெளி மருத்துவ நூலில் பதியப்பட்டுள்ளது. இந்தக் குறிப்புகளிலிருந்து விஞ்ஞானிகள் அபாயமற்ற பறப்பு பற்றிய விதிகளைத் தெரிந்துகொண்டு விண்வெளி விமானிகளுக்கு ஒப்படைத்தார்கள். நன்றி!"

ராக்கெட் பறப்புத் திடலிலிருந்து ஆராய்ச்சிக் கல்லூரி திரும்புகையில் வஸீலிய் வஸீலியெவிச் இவ்வாறு எண்ணமிட்டார்.

அவருடைய சிந்தனையை இடைமறித்தார் த்ரோனவ். "ஆமாம் நண்பர்களே. நான் உங்களைப் பார்க்கிறேன், நீங்கள் இன்னும் புத்திளைஞர்கள் என்பதைக் காண்கிறேன்" என்றார் அவர்.

"அது எப்படி?" என்று வியந்தாள் வால்யா.

"மிகச் சாதாரண விஷயம்" என விளக்கத் தொடங்கினார் த்ரோனவ். "ஒருவரை ஒருவர் கவனமாக நோக்குங்கள்.

பாருங்கள், மூக்குக்கு அருகே புள்ளிகள் இருக்கின்றனவா? அவற்றில்தான் அடங்கியிருக்கிறது சேதி. கேட்டீர்களா இளவட்டங்களே! இவை வசந்த மச்சங்கள். பருவமோ, வசந்தம்!" என்று ஜன்னலுக்கு வெளியே சுட்டிக் காட்டினார்.

அவர்கள் அமர்ந்திருந்த கார் கதகதப்பும் ஒளியும் நிறைந்த நகரின் வழியே சென்றது. சிறுவர்கள் நடைபாதைகள் மீது நீர்க்குட்டங்களைத் தாண்டிக் குதித்தார்கள். ஒவ்வொரு நீர்க்குட்டத்திலும் பிரதிபலித்த சூரிய பிம்பம் விளக்கு எரிவது போலப் பிரகாசித்தது. மக்களைச் சுற்றிலும் எல்லாம் பளிச்சிட்டன, பொறி சிந்தின. அவர்கள் கண்களைச் சுருக்கிக் கொண்டார்கள். எவனோ துணிவுள்ள ஓவியன் கறுப்புமையில் தோய்த்த எழுதுகோலின் ஒரு வீச்சினால் ஒளி நீலப் பின்னணியில் கிரேன்களின் நிழலுருக் களைத் தீட்டிவிட்டது போலக் காட்சி அளித்தது வானம்.

அரை மணி நேரத்திற்கெல்லாம் மருத்துவர்கள் பேராசிரியருக்கு முன்னே அமர்ந்திருந்தார்கள். த்ரோனவ் பின்வருமாறு அறிக்கை செய்துகொண்டார்:

"நாய்கள் 212 கிலோ மீட்டர் உயரத்துக்குச் சென்றன. தீவிரப் பறப்புப் பகுதியில் நாய்களின் நாடித்துடிப்பும் மூச்சும் இரத்த அழுத்தமும் அதிகரித்தன. பாரமின்மைக் காலத்தில் இவை படிப்படியாகக் குறைந்தன, ஆனால் சோதனைக் கூடத்தில் ஏற்பட்டதைவிட மிக மெதுவாகவே. பாரமின்மை நாய்களை ஆச்சரியத்தில் ஆழ்த்திவிட்டது என்று தெரிகிறது."

"உங்களுடைய விமர்சனக் குறிப்புகள் என்ன?" என்று கேட்டார் பேராசிரியர்.

"இறங்கும்போது வேகத்தடை சீராக இல்லை என்று எனக்குத் தோன்றுகிறது. எங்களிடம் பதிவுக் குறிப்புகள் கூட அனேகமாக இல்லை. கருவிகள் வேலை செய்யவில்லை. அமைப்பாளர்கள் உயிர்க் காப்பு அமைப்பை மேம்படுத்த வேண்டும். ஏதேனும் காற்று வில் கம்பிச் சுருள் கண்டுபிடிக்க வேண்டும். அல்லது விமானி அறையைக் கரணம் அடிக்காதவாறு ஒரே நிலையில் எப்போதும் இருக்கும்படி அமைக்க வேண்டும்—சில பொம்மைகள் அமைந்திருப்பது போல."

"எப்படி அமைக்க வேண்டும் என்பதைக் கற்பனை செய்வது அவர்களுடைய வேலை. ஆனால் உங்கள் விமர்சனக் குறிப்புக்கள் பயனுள்ளவை. அமைப்பாளர்களுக்கு இவற்றைக் கட்டாயம் தெரிவிப்போம்... நாய்களுக்குச் சிராய்ப்புக்களும் இரத்தப் பெருக்கும் ஏற்படவில்லையே?" என்றார் பேராசிரியர்.

"அதொன்றும் இல்லை. எல்லாம் ஒழுங்காக இருக்கின்றன. ஒன்று தெரியுமா?" த்ரோனவ் முறுவலித்தார். "குஸாக்கா அற்புதமாக நடந்துகொண்டது. அதன் பெயரை மாற்றி வைப்பதாகக்கூட நாங்கள் தீர்மானித்திருக்கிறோம். அத்வாஷ்னயா என்று! நீங்கள் என்ன நினைக்கிறீர்கள்?"

"ஆராய்ச்சிக் கல்லூரியின் தரப்பில் விசேஷ உத்தரவு தரப்பட மாட்டாது" என்று வேடிக்கையாகக் குறிப்பிட்டார் பேராசிரியர். "எனினும் அது இதற்கு ஏற்ப நடந்து கொண்டிருக்கிறபடியால் அத்வாஷ்னயா என்றே அழையுங்கள். கேட்பதற்கு நன்றாய்த்தான் இருக்கிறது. பத்திரிகைகளுக்குக் கூட அக்கறைக்கு உரியதாக இருக்கும். இதோ நிருபர்கள் வந்துவிடுவார்கள். லாய்க்காவின் சகோதரியை, புதிய புகழாளியை, அவர்களுக்குக் காட்டுங்கள். வேலை செய்யவே விட மாட்டோம் என்கிறார்கள். அதோடு, திரைப்படம் வேறு எடுக்கப் போகிறார்களாம். வஸீலிய் வஸீலியெவிச், நீங்கள் தான் கொஞ்சம் உதவி செய்யுங்கள் படப்பிடிப்பாளருக்கு."

இந்த உரையாடலுக்குச் சற்று நேரத்துக்கெல்லாம் மஞ்சள் மென் தோல் கோட்டும் ஆட்டக்காரர்கள் அணியும் தொப்பியுமாக இலகிய ஒரு புதியவர் வஸீலிய் வஸீலியெவிச்சைத் தேடிக்கொண்டு வந்தார்.

"ராக்கெட் திடலிலிருந்து வந்தவர் தாங்கள்தாமே?" என்று வினவிவிட்டுப் பேச்சைத் தொடர்ந்தார்: "அறிமுகப்படுத்திக்கொள்வோம்: நான் தான் படப்பிடிப்பாளன் கூலிக். நீங்கள் என்னைப் பற்றிக் கேள்விப்பட்டிருப்பீர்கள். நீங்கள் எங்களுக்குத் தேவை. உங்களுடைய நாய்கள் எங்கே? நீங்கள் எங்களுக்குக் கட்டாயமாக உதவுவீர்கள்."

இந்த மனிதரின் தோரணையில் விசேஷ உறுதி தொனித்தது. அவருடைய கேள்விகளில் கூடக் கவர்ச்சிகரமான அழுத்தம் இருந்தது, எனவே மறுப்புக்கு இடமே இல்லை.

யோல்க்கின் நாய்களைக் கொண்டுவந்தார். நேற்றைய விண்வெளி விமானிகள் சந்தோஷமாக முகப்பு வெளியில் துள்ளிக் குதித்தன. மரங்களையும் வீட்டு மூலைகளையும் பாதைகளையும் மோப்பம் பிடித்தவாறு ஓடியாடின.

தமது திரைப்படக் கருவியை இயக்கியவாறே கூலிக் கூறினார்: “கீழ்ப் படிவுள்ள பிராணிகளுடன் வேலை செய்வது மகிழ்ச்சி தருகிறது. ஒரு தடவை யால்த்தாவில் நான் குரங்கைப் படம் பிடிக்க நேர்ந்தது. தொல்லைப்பட்டுப் போனேன். மிகவும் சஞ்சல புத்தியுள்ள குரங்கு வந்து வாய்த்தது. எனது கருவியின் ரீங்காரம் அதற்கு எரிச்சலூட்டியது. இதோ அது என் மூக்கைக் கடித்துவிடப் போகிறது என்று ஒவ்வொரு வினாடியும் எதிர்பார்த்தேன். படு பயங்கரமாகக் கடிக்கவும் செய்தது அது. சரியான ‘புல்டாக்’ நாய் போல.”

“நான் உங்களது திரைப்படத்தைப் பார்த்தேன். அதன் பெயர் “ரேனா விண்வெளியில்” என்று நினைக்கிறேன். சரிதானே? எனக்கு அந்தப் படம் பிடித்திருந்தது. குரங்குகள் விண்வெளி வேவுப் பிராணிகளாகப் பணியாற்ற வல்லவை என்பது பற்றிய சரியான கருத்து அதில் தரப்பட்டிருக்கிறது” என்றார் வஸீலிய் வஸீலியெவிச்.

“அதெல்லாம் சரிதான். ஆனால் அப்போது முதல் என்னால் குரங்குகளைச் சகிக்கவே முடிவதில்லை” என்று அந்தரங்கமாகக் கூறினார் கூலிக்.

“நல்ல காலம், உங்களிடம் நாய்கள் இருக்கின்றன. அமெரிக்கர்கள் குரங்குகளை அல்லவா பயிற்றி ராக்கெட்டுகளில் அனுப்புகிறார்கள்!”

“ஆம், அவர்கள் குரங்குகளை மேலாக மதிக்கிறார்கள்.”

“பாவம், அவர்களுக்கு எவ்வளவு சங்கடமாயிருக்கும் என்பதை உணர்கிறேன்.”

"குரங்குகளைப் பயிற்றுவது அதிகக் கடினமே" என்று உறுதிப்படுத்தினார் யோக்கின். "குரங்கின் இரத்த அழுத்தத்தை அளவிடுவதற்கு இயங்கு சுவர்கள் கொண்ட கூண்டில் அதை உட்கார வைப்பது அவசியம். இல்லாவிட்டால் அளவிக் கருவியை உடைத்துவிடும். குரங்குகள் மிகவும் சிடுசிடுப்பும் பதற்றமும் உள்ள பிராணிகள் என்று நீங்கள் சொன்னது சரியே. சிம்பன்ஸீ மனிதக் குரங்குகள் நீராவிக் கப்பலின் உரத்த சங்கொலியால் இறந்து போன நிகழ்ச்சிகளும் உள்ளன."

"நமது மருத்துவ இயல் வேறு வேவுப் பிராணிகளைத் தேர்ந்தெடுத்ததன் வாயிலாக நல்லதே செய்திருக்கிறது" என்று முடிவு கட்டி விட்டு, "தயை செய்து நாய்களை அழையுங்கள்" என்றார் படப்பிடிப்பாளர்.

நாய்கள் கீழ்ப்படிவுடன் ஓடிவந்தன.

"இதுதான் அத்வாஷ்னயா, கருங்காதுகள் கொண்ட இந்த நாய் பால்மா" என்று அறிமுகப்படுத்தினார் மருத்துவர்.

"நண்பர்களாகப் பழகுவோம்" என்று கூறிக் காமிராவை நிமிர்த்தினார் கூலிக். இப்போது இப்படி: அவை இப்பொழுதுதான் பறப்பு முடிந்து வீடு திரும்பியிருக்கின்றன. என்ன செய்கின்றன அவை? களிப்புடன் துள்ளிக் குதிக்கின்றன. அவற்றைத் துள்ளிக் குதிக்கச் சொல்லுங்கள்!"

மருத்துவர் கைகளை விரித்தார். "மன்னிக்க வேண்டும். இவை சர்க்கஸ் பயிற்சி பெற்றவை அல்ல. தவிர, அத்வாஷ்னயா உண்மையாகவே துள்ளிக் குதித்தது. பால்மாவோ, நெடுநேரத்துக்குப் பின்பே தன்னிலைக்கு வந்தது, எதிலும் அசட்டையாக இருந்தது" என்றார்.

"நமக்கு வேண்டியது உணர்ச்சி!" என அழுத்தமாகக் கூறினார் கூலிக் இரண்டுமே துள்ளிக்குதிப்பது தான் மேல். இல்லாவிட்டால் திரைப்படம் சலிப்புத் தட்டும். கொஞ்சம் உதவி செய்யுங்களேன்."

"அப்படியானால் தாராளமாக" என்று உற்சாகமின்றி இசைந்தார் மருத்துவர். "குஸாச்கா, பால்மா, என்னிடம் வாருங்கள்!" என்று அழைத்தார்.

"இங்கே குஸாச்கா எது?" என்று எச்சரிக்கையுடன் வினவினார் கூலிக்.

"இதைப் பொருட்படுத்தாதீர்கள். இது அத்வாஷ்னயாவின் பழைய பெயர். புதிய பெயருக்கு அது இன்னும் பழகவில்லை" என்று சமாதானம் கூறினார் வஸீலிய் வஸீலியெவிச்.

தங்களிடம் என்ன கோரப்படுகிறது என் பதை நாய்கள் முதலில் புரிந்துகொள்ளவில்லை. விளங்காமையுடன் பின் கால்களில் நின்றன அவை. அப்புறம் அவை இங்குமங்கும் அசைந்தாடின, துள்ளின, குதித்தன. எனினும் இது பசும் புல்லைக் கண்டதும் குஸாச்காவுக்கு உண்டான மட்டுமீறிய களிப்பு போல் இல்லை. படப்பிடிப்பாளருக்கும் இந்தக் காட்சி திருப்தி அளிக்கவில்லை என்பது தென்பட்டது. ஆயினும் அவர் இந்த இனிய பிராணிகளைப் புகழ்ந்து பாராட்டினார், முன்போலவே குரங்கைத் திட்டினார்.

மறுநாள் காலை கூலிக் மகிழ் ஒளிவீச யோல்க்கினிடம் வந்து அனேகமாகக் கத்தினார்:

"ஏன் நீங்கள் இப்படிப்பட்ட பொக்கிஷத்தை மறைத்து வைத்தீர்கள்? வணக்கம், அன்பரே, வணக்கம். இது திரைப்பட நட்சத்திரம் ஆயிற்றே! புரிகிறதா உங்களுக்கு?"

"நீங்கள் யாரைக் குறிக்கிறீர்கள்?" என்று விளங்காமல் கேட்டார் மருத்துவர்.

"நல்லது, போவோம் வாருங்கள்! அதை ஏதேனும் பயிற்சியில் ஈடுபடுத்திக் காட்ட ஏற்பாடு செய்யுங்கள்! நான் அதைக் குளோஸ்-அப் எடுக்கிறேன். பார்வையாளர்களின் பாராட்டு நிச்சயம் கிடைக்கும்!"

படப்பிடிப்பாளரின் தாக்குதலை எதிர்ப்பது பயனற்றதாயிருந்தது. இழுவைப் படகு தோணியை இழுத்துச் செல்வது போல அவர் மருத்துவரைத் தம்முடன் இழுத்துச் சென்றார். வழியில் தமது கண்டுபிடிப்பை மிகக் கவர்ச்சியான முறையில் வருணித்துக் கொண்டு போனார்.

ஆயினும் அவர் கூண்டுக்குள் துள்ளிக் குதித்துக் கொண்டிருந்த கொஸ் யாவ்க்காவின் கூண்டுக்கு முன்னே நிற்கும் வரையில் அவர் எதைக் குறிப்பிடுகிறார் என்பதை வஸீலிய் வஸீலியெவிச்சால் அனுமானிக்க முடியவில்லை.

“இதோ, திரைப்படத்துக்குப் புகழ் தேடித் தரும் இது. கவனித்துப் பாருங்கள். இது சினிமா நட்சத்திரம் அல்லவா? இதற்கு ஏதேனும் மறுப்பு இருக்க முடியுமா?” என்று ஆழ்ந்த தோரணையுடன் கூறினார்.

அந்த நிமிடம் முதல் கூலிக் பெருத்த உற்சாகத்துடன் வேலை செய்தார். தமது அலுவலிடத்துக்குப் போவது போலவே ஆராய்ச்சிக் கல்லூரிக்கு உடனுழைப்பவர்களோடு வந்து சேர்ந்தார். மருத்துவர்களிடம் அவர்கள் வேலையைச் செய்யும்படியும் தம்மைக் கவனிக்க வேண்டாம் என்றும் கேட்டுக்கொண்டார். தாமோ, எல்லோருக்கும் இடைஞ்சல் செய்தார்: காமிராவுடன் தரையில் படுத்துக்கொண்டார் அல்லது விட்டத்துக்கு அடியில் ஏறிக்கொண்டார்— படப்பிடிப்புக்குத் தனிப்பட்ட வாய்ப்புள்ள கோணத்தைத் தேடியவாறு. அப்புறம் இதை அகற்றுங்கள் அதை நகர்த்துங்கள் என்றும், இன்னாரைத் தவிர மற்றவர்கள் யாவரும், முடியுமானால்

சோதனைக் கூடத்திலிருந்து வெளியே போயிருங்கள் என்றும் வேண்டிக்கொண்டார். அவர்மேல் ஒருவரும் கோபம் கொள்ளவில்லை. மனிதர் முழு மனதுடன் படப்பிடிப்பை நடத்தினார்.

கொஸ்யாவ்க்காவை அவர் மற்றவற்றைக் காட்டிலும் மிக அடிக்கடி படம் பிடித்தார். அதன் பகட்டான பாவனைகளில் ஈடற்ற வாய்ப்புகளைத் தேடுபவர் போல. அதைவிட அதிகத் தகுதியுள்ள நாய்கள் உள்ளன என்றும், நாற்கால் விண்வெளி விமானிகளின் குழு அனைத்துமே படத்தின் பிரதான பாத்திரங்களாக விளங்க வேண்டும் என்றும் மருத்துவர்கள் அவரிடம் சொன்னது எல்லாம் வீணாயிற்று. நேர்த்தியான முகமும் உணர்ச்சிகளை வெளியிடும் வாலும் கொண்ட புதிய சினிமா நட்சத்திரத்தை உலகுக்கு அளிப்பது எனக் கூலிக் திண்ணமாக நிச்சயித்துவிட்டார்.

"என் வன்மம் தீர்ந்துவிட்டது!" என்று ஒரு நாள் வஸீலிய் வஸீலியெவிச்சைக் கண்டபோது அறிவித்தார் கூலிக்.

"எனக்குப் புரியவில்லை" என்று சொன்னார் மருத்துவர்.

"ரேனா—அதுதான், சஞ்சல புத்தியும் துரெண்ணமும் கொண்ட குரங்கு - கடைசியில் தண்டிக்கப்பட்டுவிட்டது! இப்பொழுது புரிகிறதா?" என்று உள்ளக் கிளர்ச்சியுடன் கூறினார் கூலிக். மருத்துவரின் முகத்தில் தோன்றிய வியப்புக் குறியைக் கண்டதும் அவர் விளக்கினார்: "இல்லை, இல்லை. எனக்கு இதில் எவ்விதத் தொடர்பும் கிடையாது. ரேனாவின் பயிற்சி நிபுணி ஸோபியா லேப் என்ற பெண்மணியைத் தெருவில் சந்தித்தேன். நியாயம் எப்போதும் வெற்றி அடைந்தே தீருகிறது என்பதை அவளிடமிருந்து தெரிந்து கொண்டேன்."

பின்னர் அவர் இந்தக் கதையைத் தெரிவித்தார்:

திரைப்படம் பிடிக்கப்பட்ட பிறகு ரேனாவின் சுபாவம் நாளுக்கு நாள் மோசமாகிக்கொண்டு போயிற்று. அது மிகவும் சிடுசிடுப்பு உள்ளதாகிவிட்டது. ஒத்திகைகளின் போது பயிற்சி நிபுணிக்குக் கீழ்ப்படிவதில்லை. ஜனங்களுக்கு முன்

அதை நிகழ்ச்சிகள் நடத்தும்படி செய்வதற்கு லேப் பெருந்த சிரமம் எடுத்துக்கொள்ள வேண்டிய தாயிற்று. ஒரு முறை ரேனா சர்க்கஸ் அரங்கிலிருந்து வெளியேறி மூன்று பணியாளர்களையும் சர்க்கஸ் நிர்வாகியையும் கடித்துவிட்டது. அத்துடன் அதன் சர்க்கஸ் வாழ்வு முடிந்தது.

அதை என்ன செய்வது? சீர்திருத்த முடியாத குரங்கை ஊர் ஊராகச் சுற்றிவரும் டூரிங் சர்க்கஸுக்குக் கொடுத்துவிட்டார்கள். பயிற்சி நிபுணி அப்புறம் அதைப் பார்க்கவில்லை. கிழட்டுச் சிங்கம், நொண்டிப் பெண் யானை, கூச்சலிடும் கிளிகளின் கூட்டம், இவற்றோடு கூண்டில் அடைக்கப்பட்ட குரங்கு ரேனாவும் வெவ்வேறு நகர்களில் சுற்றி வருகிறதாம். குரங்கு வேடிக்கைகள் செய்து கரண வித்தைகள் காட்டிவிட்டு, குழந்தைகளிடம் மிட்டாய் கேட்கிறதாம். குழந்தைகள் அதற்கு விருப்பத்துடன் மிட்டாய் தருகிறார்களாம். தலைக் காப்புக் கண்ணாடிக்குள்ளிருந்து வெள்ளித் திரையில் தங்களை நோக்கும் அதே ரேனாதான் இந்தக் குரங்கு என்று குழந்தைகளுக்குத் தோன்றுவதே இல்லையாம். இப்படித் தோழர்கள் தனக்குத் தகவல் கொடுத்ததாக ஸோபியா லேப் கூறினாளாம்.

"அந்தக் கெட்ட பிராணியிடமிருந்து விடுதலை பெற்றதற்காகத் தங்களை வாழ்த்துகிறேன்" என்று நான் ஸோபியா லேப்பிடம் மனப்பூர்வமாகச் சொன்னேன். ஆனால் அவள் கூறினாள்: "நன்றி. இப்போது நான் கிளிகளைப் பழக்குகிறேன். அவற்றின் மூக்குகளோ, புலி நகங்கள் போலவே ஆபத்தானவை".

''எவ்வளவு துணிகரம் நிறைந்த கலைஞி!'' என்றார் கூலிக்.

இந்த உரையாடலுக்குப்பிறகு சளசளப்புப் படப்பிடிப்பாளரை வஹீலிய் வஸீலியெவிச் பார்க்கவில்லை. ஆராய்ச்சிக் கல்லூரியில் படப்பிடிப்பைக் கூலிக் முடித்துவிட்டார். நாய்களுடன் வழக்கமான வேலைகளில் நாட்கள், வாரங்கள் கழிந்தன. புதுப் பறப்புக்களுக்கு ஆயத்தங்கள் செய்யப்பட்டன. எதற்காகப் புதிய பறப்புகள்? லாய்க்கா செய்த கண்டுபிடிப்புகள் போதவில்லையா? அத்வாஷ்னயா, பால்மா, பிற நாய்கள் ஆகியவை பத்திரமாகத் தரையிறங்கியது பற்றவில்லையா?

விண்வெளி மருத்துவ நூலில் ஏற்கனவே பல பக்கங்கள் எழுதப்பட்டு விட்டன. ஆயினும் மருத்துவர்களுக்கு இவை போதவில்லை. இந்த நூலின் முதல் பக்கத்தை நமது மருத்துவர்கள் 1949ஆம் ஆண்டில், சோதனைப் பிராணிகளுடன் ராக்கெட் நம் நாட்டில் முதன்முதலாகச் செலுத்தப்பட்ட போதே எழுதிவிட்டார்கள். விண்வெளி மருத்துவர்கள் ஆண்டுக்கு ஆண்டு தங்கள் அவதானிக்கைகளையும் பதிவுக் குறிப்புக்களையும் ஒத்திட்டுப் பார்த்தார்கள், புதிய விஞ்ஞானத்தின் சட்டங்களை—ஆபத்தற்ற பறப்புக்கான விதிகளை-முறைப்படுத்தினார்கள். மனிதகுலத்துக்கு முக்கியமான இந்தச் சட்டங்களில் நமது நண்பர்கள் த்ரோனவ், வஸீலிய் வஸீலியெவிச், வால்யா ஆகியோரின் உழைப்பும் சேர்ந்திருந்தது.

அதிர்வு நடுக்கம், பாரமிகுதி, அழுத்தக் குறைவு ஆகிய புலப்படாப் பகைவர்களை ஆராய்ச்சிக் கல்லூரிச் சோதனைக் கூடங்களில் எதிர்ப்படும் போது நாய்கள் எவ்வாறு நடந்து கொள்கின்றன என்பதை மருத்துவர்கள் இப்பொழுது

அறிந்துகொண்டிருந்தார்கள். ஒவ்வொரு சத்துருவையும் தனித் தனியாக மட்டுமே அவர்கள் ஆராயவில்லை. சினிமா பிலிம்களிலும் தானியங்கிப் பதிவு நாடாக்களிலும் பறப்பின் படம் முழுவதையும் அவர்கள் கண்டார்கள். இந்தப் பறப்பின் போது பகைகள் ஒன்றன்பின் ஒன்றாக, சோதனைப் பிராணியை ஓய்வு இன்றித் தாக்கின. பொதுவாகப் பறப்பு ஆரோக்கியத்துக்கு ஆபத்தானதல்ல, விண்வெளி விமானிகளின் பிரதானப் பகைவன், பாரமின்மைக்குப் பிறகு ராக்கெட்டின் வேகத் தடையின் போது ஏற்படும் பாரமிகுதியே என முடிவு செய்ய இப்போது இயன்றது.

விண்வெளி விமானிகளின் ஐந்தாவது சத்துருவான அண்டக் கதிர்கள் எவ்வளவு ஆபத்தானவை என்பதை மருத்துவர்கள் இன்னும் அறியவில்லை. எறி ராக்கெட்டுப் பிரயாணிகள் அண்டக் கதிர்களைக் குறுகிய நேரத்துக்கே எதிர்ப்பட்டன. கதிர்களின் புலப்படத்தக்க தடங்கள் எவையும் அவற்றின் மீது காணப்படவில்லை. இரண்டாவது ஸ்பூத்னிக்கில் பறக்கையில் லாய்க்கா உண்மையில் அண்டக் கதிர்களில் முழுக்காடியது. எனினும் லாய்க்கா பூமிக்குத் திரும்பவில்லை. ஆதலால் மருத்துவர்கள் எதுவும் தெரிந்துகொள்ளவில்லை. பறப்புக்குப் பிறகு நீண்ட காலம் சோதனைக் கூடங்களில் விண்வெளிப் பிரயாணியை அவதானிப்பது அவசியமாய் இருந்தது. தொலை விலிருந்த தென்படாச் சத்துரு அறியப்படாததாகவே இருந்து வந்தது.

புதிய லாய்க்கா தரையிறங்குவது அவசியமாய் இருந்தது! அதன் பெயர் யாதாயிருக்கும் என்பதும், புதிய பிரயாணி ஸ்பூத்னிக் எத்தனை யாத்திரிகளை ஏற்றிச் செல்லும் என்பதும் எப்போது அது பறக்கும் என்பதும் யாருக்கும் தெரியாது.

பிசுபிசுப்பான, மணம் கமழும் தளிர்கள் ஆராய்ச்சிக் கல்லூரியின் ஜன்னல்களுக்கு வெளியே முகையவிழ்ந்தன. பாப்ளார்களின் விதைப் பஞ்சுகள் பறந்தன. லைம் மரங்களின் மொட்டுக்கள் வெடித்து, காற்றில் தேன் மணத்தைப் பரப்புவதற்கான பருவம் வந்துவிட்டது.

ஜூலை மாதம் ஒரு நாள் வஸீலிய் வஸீலியெவிச் தமது பயிற்சிப் பிராணிகளை மீண்டும் கூண்டிலிருந்து வார் கட்டி வெளியே நடத்திச் சென்றார். துயரத் தோற்றத்துடன் கொட்டாவி விட்டுக்கொண்டிருந்த சாம்பல் நிறக் குழிமுயல் ஒன்றைக் கூண்டுடன் எடுத்துக்கொண்டு அவர் பின்னே நடந்தாள் வால்யா.

வெள்ளி போல் பளிச்சிட்ட விசேஷ விமானம் ஒன்று மீண்டும் வானில் எழும்பிப் பறந்தது. அதன் பிரயாணிகளை எதிர்பார்த்துத் திடலில் நின்றுகொண்டிருந்தது வெள்ளிப் பளபளப்புள்ள வடிவான ராக்கெட்.

இரண்டாவது, மூன்றாவது, நான்காவது தடவை அதே உயரத்தில் எழும்பிப் பறந்து வந்தது அத்வாஷ்னயா. பறப்புக்கள் முன்னிலும் வெற்றிகரமாக நடந்தேறின. வேகத் தடுப்பு முன்னைவிட நிதானமாக நிகழ்ந்தது. உயிர்க்காப்புச் சாதன அமைப்பு நம்பகமானது எனத் தெரியவந்த தாக மருத்துவர்கள் சொன்னார்கள்.

அத்வாஷ்னயா அனுபவமுள்ள விண்வெளி விமானி போல நடந்து கொண்டது. எஞ்சின்கள் முழங்கத் தொடங்கியதுமே அது தென்படாத கனத்தை நினைவுகூர்ந்து, நீண்ட முகத்தை முன்கூட்டியே முன்னங்கால்கள் மீது கிடத்திக்கொண்டு சௌகரியமான பாங்கை மேற்கொண்டது. உயரே சென்ற பின் தொடக்கத்தில் போலவே தத்தும் ஒளிக்கிரணங்களுடன் விளை யாடியது, சாளரத்தின் வழியாகப் பிரகாசமான சூரியனை ஆவலுடன் நோக்கியது. புலப்படாத மல்லர்கள் தங்கள் அடிகளை மென்மை ஆக்கிவிட்டார்கள் என்பதைச் சற்றுத் தாமதித்து உணர்ந்துகொண்டது. தரை சேர்ந்ததும் மகிழ்ச்சிக் கூத்து ஆடியது, மிட்டாய்களும் ஹல்வாவும் தின்றது, நிழற் படம் எடுத்துக்கொண்டது, படப்பிடிப்பாளருக்கு நாக்கைக் காட்டியது.

“ஸ்னிஷீன்கா” (வெண்பனிச் சிதல்), “ஷெம் சூஷ்னயா” (முத்தனையாள்) என்ற இரண்டு வெள்ளை நாய்களும் “மார்பூஷ்க்கா” என்ற சத்தமற்ற குழிமுயலும் ராக்கெட்

பிரயாணிகளில் சேர்ந்துகொண்டன. இந்த நாய்கள் அனுபவம் குறைந்த விண்வெளி விமானிகள். இவற்றில் ஏதேனும் ஒன்று பதற்றமடைந்தால் அல்லது முரண்டு பண்ணினால் அத்வாஷ்னயா உறுமி, மெதுவாகக் காதை நிமிண்டி ஒழுங்கை நிலைநாட்டியது. மற்ற 'விமானிகள்' அதற்குக் கீழ்ப்படிந்தன.

யோல்க்கின் வால்யாவிடம் சொன்னார்: "இவ்வளவு திறமை எங்கிருந்து வந்தது? மார்பூஷ்க்காவை நான் புரிந்துகொள்கிறேன். அது சுபாவத்திலேயே சாதுப் பிராணி. எப்போதும் தாடைகளை அசைத்த வண்ணமாயிருக்கும். இந்த விண்வெளி வேவுப் பிராணியைக் காதைப் பற்றித் தூக்குங்கள், அப்போதும் அது சினம் கூடக் கொள்ளாது. ஆனால் சிறு நாயிடம் இத்தகைய துணிவு எனக்கு வியப்பூட்டுகிறது. இன்னொன்றையும் கவனியுங்கள் வால்யா, நமது குஸாக்கா இப்போது சிறந்த விண்வெளி விமானி மட்டும் அல்ல, சரியான கமாண்டரும் கூட. திறமை!"

"இரைந்து பேசாதீர்கள்!" என்று குறுக்கிட்டாள் வால்யா "எனது திறமையுள்ள உழைப்பாளியைக் கெடுத்துவிடாதீர்கள். இதோ, நீங்கள் சொன்னது அதன் காதில் விழுந்துவிட்டது, அது ஷெம் சூஷ்னயாவை உற்சாகப் படுத்தத் தலைப்பட்டுவிட்டது. அந்த அப்பாவியோ, இன்னும் நடுங்கிக்கொண்டிருக்கிறது."

வஸீலிய் வஸீலியெவிச்சோ, மாறாகக் குரலை இன்னும் உயர்த்தினார்:

"அட கூலிக், கூலிக். உன்னுடைய உண்மையான பிரதான பாத்திரத்தை நீ தவறவிட்டுவிட்டாய்!..."

படப்பிடிப்பாளர் கூலிக்கின் புதிய படம் மாஸ்கோ தியேட்டர்களில் அன்று காலை திரையிடப்படத் தொடங்கிவிட்டது என்பதும், கொஸ்யாவ்க்காவின் ஆச்சரியமடைந்த முகம் வெள்ளித் திரைகளிலிருந்து பார்வை யாளர்களை நோக்கியது என்பதும் வஸீலிய் வஸீலியெவிச்சுக்குத் தெரியாது. ஆராய்ச்சிக் கல்லூரிக்கு யாரோ அயல் நாட்டவர் போன் செய்தார்.

“கொஸ்யாவ்க்கா உங்களிடம் இருக்கிறதா? பத்திரிகைக்காகப் படம் பிடிக்க விரும்புகிறேன்.”

“தாராளமாக வாருங்கள்” என்று பதிலளித்தார் பேராசிரியர். பின்பு தமக்குள்ளாகவே எண்ணமிட்டவாறு புன்னகைத்தார்:

“கொஸ்யாவ்க்காவைத் திரைப்பட நட்சத்திரங்களின் பட்டியலில் சேர்க்க வேண்டியது தான்...”

அதுதானா அல்லவா?

வெற்றியாளனின் உறுதியுடன் போரியாவின் இல்லத்துக்குள் பாய்ந்து வந்தான் கென்னாதிய்.

“விசையைத் திருப்பு, திருப்பு சீக்கிரம்” என்று ஓட்டத்தினால் மூச்சு வாங்கக் கத்தினான்.

ஏதோ நினைவாக விளக்கு ஸ்விச்சைப் போடப் போனான் போரியா.

“விளக்கை அல்லடா, பிரகிருதி! டெலிவிஷன் விசையைத் திருப்பு. அங்கே சடைச்சியைப் பார்ப்பாய்!”

“சடைச்சியா? எப்படி? ஏன்?” என்று வினவ விரும்பினான் போரியா, ஆனால் பேச நேரமில்லை. டெலிவிஷன் பெட்டிக்கு ஒரு தாவலில் சென்று விசையைத் திருப்பினான்.

“விண்வெளி ஆராய்ச்சிக் கல்லூரியின் ஒரு சோதனைக் கூடத்தில் நாம் இப்போது இருக்கிறோம்” என்று ஒலித்தது அறிவிப்பாளரின் குரல். படக் காட்சி இன்னும் தென் படவில்லை. டெலிவிஷன் திரைமீது ஓடின கோடுகள். திடீரென்று கோடுகள் மறைந்து விட்டன. வெள்ளை அங்கிகள் அணிந்த மனிதர்கள் காணப்பட்டார்கள். உலுக்கிப் போடும் ஏதோ இயந்திரத்தில் உட்கார்ந்திருந்தது பாரஷூட் குதிப்பு உடுப்பு அணிந்த நாய் ஒன்று. அதன் முகம் சடைச்சியுடையது போன்று குறுகலாக இருந்தது.

“அது தானே?” என்று காதோடு கேட்டான் கென்னாதிய். போரியா சந்தேகத்துடன் தலையை அசைத்தான். நன்கு வாரிவிடப் பட்ட நீண்ட உரோமமுடைய இந்த நாய் மட்டுமீறிய அமைதியும் தன்னம்பிக்கையும் கொண்டிருந்தது.

"அத்வாஷ்னயா பயிற்சி செய்துகொண்டிருக்கிறது" என அறிவித்தார் அறிவிப்பாளர்.

போரியா அழுத்தமாகக் கூறினான்: "இல்லை. அது இல்லை..."

அதன்பிறகு குதூகலமுள்ள சிறு நாய் ஒன்று துள்ளிக்குதித்தது. நெளிந்தது, வெல்வெட் கொம்புகள் போன்றிருந்த காதுகளை அசைத்தது. அதைக் கண்டு இரு நண்பர்களும் சிரித்தார்கள்.

திடீரெனக் குறுகிய முகமுள்ள அதே நாய் மறுபடி தோற்றமளித்தது. ராக்கெட்டில் உட்கார்ந்துகொண்டு சாளரத்தின் வழியே வந்த தத்தும் சூரிய கிரணங்களை நோக்கியவாறு தலையைத் திருப்பிக்கொண்டிருந்தது. அதனுடைய முகத்தில் எல்லையற்ற நம்பிக்கையும் எளிமையும் நிறைந்த ஆவல் ததும்பியது. இம்மாதிரி ஆவலுடன் நோக்குவது சடைச்சியால் மட்டுமே முடியும்.

"அதுதான்!" என்று நாற்காலியிலிருந்து எகிறிக் குதித்தான் போரியா. "அதுவேதான்! இப்போதே ஆராய்ச்சிக் கல்லூரிக்கு ஓடிச் செல்ல வேண்டும்" என்றான்.

"ஆராய்ச்சிக் கல்லூரிக்கா? நம்மை அங்கிருந்து அடித்து விரட்டிவிடுவார்கள்!" என்று கூறினான் கென்னாதிய்.

"அப்படியானால் என்ன செய்ய வேண்டும் என்கிறாய்? கையைக் கட்டிக்கொண்டு உட்கார்ந்திருக்கவா?"

"ஏதேனும் உபாயம் தேடவேண்டும் ல்யூபாவை அழைப்போமே!"

ஜன்னலுக்கு வெளியே மணலில் அளைந்து கொண்டிருந்த கொழுத்த பையன் ஒருவன் ல்யூபாவைக் கூப்பிட்டு வர அனுப்பப்பட்டான். சாகச நிகழ்ச்சிகளை விரும்புபவளான ல்யூபா தாமதமின்றி வந்து சேர்ந்தாள்.

"எனக்கு அப்பொழுதே தெரியும், எனக்கு அப்பொழுதே தெரியும்" என்று அறைக்குள் புகுந்து கொண்டே கொக்கரித்தாள். "வரும்போதே நினைத்துக்கொண்டேன் : ஏதேனும் கட்டாயம் நடந்து தீரும் என்று. அப்படியே ஆயிற்று!" என்றாள்.

போரியா நாற்காலியைக் காட்டி "உட்கார்" என்று கண்டிப்பாகக் கூறினான்.

ல்யூபா அடக்கமாக அமர்ந்தாள்.

"கேள். நாம் இன்றே செயல்படத் தொடங்குவோம்! உன்னிடம் நாங்கள் ஒப்படைக்கிறோம்..."

அந்தப் பகுதியின் வரைப்படத்தின் மீது குனிந்தன மூன்று பரட்டைத் தலைகள்...

ஒரு மணி நேரத்திற்கெல்லாம் ல்யூபாவின் கையற்ற கோடைகாலச் சிவப்புச் சட்டை முகப்பு வெளியில் பளிச்சிட்டது. இதோ அவள் நுழைவாயிலுக்குள் ஓடினாள், நிமிட நேரத்தில் அங்கிருந்து வெளியே பாய்ந்தாள், கைகளில் விளையாட்டு வாளியை வைத்துக்கொண்டிருந்த சிறுமியுடன் காதோடு ஏதோ பேசினாள், அப்புறம் அப்பால் ஓடிச் சென்றாள்.

பையும் கையுமாக வந்த கிழவி ஒருத்தி அவளுக்கு எதிர்ப்பட்டாள். ல்யூபா அவளுடனும் பேசினாள், பையைக் கூடப் புகு வாயில் வரை தூக்கிக்கொண்டு வந்தாள். ல்யூபா தன்னிடம் என்ன எதிர்பார்க்கிறாள் என்பதைக் கிழவி நெடு நேரம் வரை புரிந்துகொள்ளவில்லை. அவளுக்குக் காது மந்தம் என்பது புலப்பட்டது, அப்படியும் ல்யூபா விரும்பியதைக்

கேட்டுத் தெரிந்துகொண்டு வீட்டுக்குள் நுழைந்து மறைந்தாள்.

ஒரு முகப்பு வெளியில் நெடிய மேனியும் அகன்ற தோள்களும் உடைய சிறுவன் ஒருவன் அவளைப் புகவிட விரும்பவில்லை. ஆனால் ல்யூபா அவனிடம் ஏதோ சொன்னாள். அதைக் கேட்டதுமே அவன் கைகளை வீசியாட்டுவதை நிறுத்திவிட்டு, குத்திட்டு அமர்ந்து மணலில் ஏதோ வரைப்படம் வரைய ஆரம்பித்தான். அப்புறம் அவர்கள் இருவரும் சேர்ந்து வீடு வீடாகச் சென்றார்கள், நுழைவாயில்களுக்குள் புகுந்தார்கள். பையன் காட்டிய கதவுகளில் எல்லாம் இருந்த தபால் பெட்டிகளில்—ல்யூபா உறைகளைப் போட்டாள்.

ல்யூபாவின் சிவப்புச் சட்டை மாலை வெகு நேரம் வரை வீட்டு முகப்பு வெளிகளில் பளிச்சிட்டுக்கொண்டிருந்தது.

பாழ்வெளியை அடுத்தாற் போலிருந்த வீடுகளில் வசித்த பல சிறுவர் சிறுமியருக்கு அன்றே பின்வரும் செய்தி கிடைத்தது:

“சந்திரனுக்கு முதலில் பறப்பது யார் என்பது உனக்கு முக்கியமானால், விஞ்ஞானத்துக்கும் விண்வெளி விமானிகளுக்கும் நீ நண்பனானால், நாளை பதினொரு மணிக்கு ரோஜாச் சாலைக்கு உன் நாயுடன் வந்து சேர்.

"ல்யூ கெபோ" அலுவலக உறுப்பினர்கள் அங்கே உன்னை எதிர்பார்ப்பார்கள்."

ரோஜாச் சாலையிலிருந்த சிறு பூங்காவின் நடுப் பாத்தியில் ஒவ்வோராண்டும் ஒற்றை ரோஜாச் செடி நடப்படுவது வழக்கம். எனவேதான் அது ரோஜாச் சாலை என அழைக்கப்பட்டது. வெயிலடிக்கும் ஆகஸ்ட் நாட்களில் எப்போதும் காணப்படுவது போன்றே பதினொரு மணிவரை அது காட்சி தந்தது. தள்ளுவண்டிகளில் நிம்மதியாக ஆழ்ந்த மூச்சுவிட்டுக் கொண்டிருந்தார்கள் குழந்தைகள். பூப்பாத்தியில் பந்து எறிந்த குறும்புக்காரர்களை ஆயாக்களும் பாட்டிகளும் கடிந்து கொண்டிருந்தார்கள். செய்தித்தாள்களால் முகங்களை மூடிக்கொண்டு சிறு தூக்கம் போட்டார்கள் பென்ஷனர்கள். டாமினோ எனப்படும் தாயக் கட்டம் ஆடிக்கொண்டிருந்தவர்களோ, புற உலகையே லட்சியம் செய்யாதவர்களாய், டக் டக்கென்று காய்களை நகர்த்திக்கொண்டிருந்தார்கள்.

திடீரென்று தரைக்கு அடியில் அதிர்ச்சி ஏற்பட்டது போல எல்லாம் ஒரேயடியாக மாறிவிட்டன. பென்ஷனர்கள் திடுக்குற்று அசைந்து பெஞ்சிகளிலிருந்து எழுந்தார்கள். கூச்சலிடும் ஆயாக்கள் குழந்தைகளைத் திட்டுவதை நிறுத்தினார்கள். தாயக் கட்டம் ஆடியவர்களின் கைகள் காய்களை நகர்த்தாமலே காற்றில் அசையாமல் நின்றுவிட்டன. பெஞ்சிகளால் நகர முடிந்திருக்குமானால் அவைகூட சாலையில் கூச்சலும் குரைப்புமாக வந்த அசாதாரண ஊர்வலத்தின் பக்கமாகத் திரும்பியிருக்கும். வெயில் பட்டுப் பழுப்பேறிய ஒரு இருபது சிறுவர் சிறுமியர் நாய்களை வார்கள் பூட்டிக் கர்வத்துடன் நடத்தி வந்துகொண்டிருந்தார்கள். தெரு நாய்கள், எஸ்கிமோ நாய்கள், பாக்ஸர் நாய்கள், அல்ஸேஷியன்கள், மெல்லிய கால்கள் கொண்ட சொகுசுக்காரப் பூடல் நாய்கள் கூட அந்த ஊர்வலத்தில் இருந்தன. முன்னே வந்தார்கள் மூவர்: சிவப்பு கவுன் அணிந்த சிறுமியும் அவளுடைய இரு நண்பர்களும். இந்த மூவரிடமும் மட்டுமே நாய்கள் இல்லை.

“ஏதேனும் நாய்கள் கண்காட்சி திறந்திருக்கிறார்களோ?“ என்று கேட்டாள் ஒரு கிழவி.

“அப்படித்தான் தோன்றுகிறது.’’

‘‘மத்தியஸ்தர்கள் யாரோ?’’

“இதோ இந்த மூன்று பேருந்தாம் போலிருக்கிறது.“

தெருவில் நின்று வேடிக்கை பார்த்தவர்கள் சொன்னது உண்மைக்கு மிகப் புறம்பானதல்ல. “ல்யூ கெபோ” -ல்யூபா, கென்னாதிய், போரியா- அலுவலகத்தின் கை வேலை தான் இது. அவர்கள் தாம் இரகசியச் செய்திகளை அனுப்பினார்கள். நாய்கள் வைத்திருப்பவர்களின் பெயர்களையும் முகவரிகளை யும் ஒரே நாளில் தெரிந்துகொள்வதற்கு ல்யூபா தன்னுடைய திறமைகள் எல்லாவற்றையும் காட்ட வேண்டியதாயிற்று. ஆக, இப்போது அவர்கள் இங்கே இருந்தார்கள்.

“ல்யூ கெபோ வின் திட்டம் சாதாரணமானது: ரோஜாச் சாலையிலிருந்து விண் வெளி ஆராய்ச்சிக் கல்லூரிக்கு நேரே செல்லவேண்டியது; “நாங்கள் உங்களுக்காக நாய்களைக் கொண்டுவந்திருக்கிறோம். விண்வெளியை வெற்றி கொள்வதற்கு இவை உங்களுக்குத் தேவை என்றால் நாங்கள் இவற்றை உங்களுக்குக் கொடுத்துவிடுகிறோம். தயை செய்து சடைச்சியை எங்களுக்குக் காட்டுங்கள்“ என்று சொல்ல வேண்டியது.

“ல்யூ கெபோ“ வின் திட்டத்தினது மா பெரும் குறிக்கோளை போரியா விரிவாக விளக்கினான். சடைச்சியைப் பற்றிக் கூடியிருந்தவர்களிடம் ஒரு வார்த்தை கூடச் சொல்லவில்லை அவன்.

“உங்களுடைய நாய்களைத் தருவதற்கு நீங்கள் இசைகிறீர்களா?“ என்று வினவினான்.

“இசைகிறோம்!” என்று ஒரே குரலில் விடையளித்தார்கள் நாய்களின் சொந்தக்காரர்கள். அதே சமயம் வால்களை ஆட்டிக்கொண்டிருந்த தங்கள் நாய்களை ஏக்கத்துடன் பார்த்தார்கள்.

“நல்லது. இப்போது நாம் சிறந்த பிரதிநிதிகளைத் தெரிந்தெடுக்க வேண்டும். இவை விண்வெளிக்குப் பறக்கப் போகிறவை ஆயிற்றே!” என்றான் போரியா.

பார்வையீடு பின்வருமாறு நிகழ்ந்தது: கென்னாதிய் நாய்களை வரிசைப்படுத்தினான். போரியா வருங்காலப் பிரபலஸ்தர்களை நுட்பமாகக் குற்றங்காணும் தோரணையில் பரிசீலனை செய்தான். ல்யூபா நாய்களின் பெயர்களை எழுதி, போரியாவின் கருத்துக்கு இணங்க அவற்றுக்கு முன் கூட்டல் குறியோ கழித்தல் குறியோ இட்டாள். நாய்களில் பாதிக்குமேல் விண்வெளிப் பெயர்கள் கொண்டவை என்பது தெரியவந்தது. வெள்ளி, செவ்வாய், ப்ளூட்டோ என்ற பெயர்கள் பதிவு செய்யப்பட்டன. இரண்டு ராக்கெட்டுகளும் ஒரு ஸ்பூத்னிக்கும் கூட இருந்தன. மொத்தத்தில் பார்வையீடு போரியாவுக்குத் திருப்தி அளித்தது. ஆனால் பரட்டையான நீண்ட அடர் சடையுள்ள ஸ்காட்லாந்து டெர்ரியர் நாயைக் கண்டதும் அவன் முகம் சுளித்தான். நாய்கள் கண்காட்சியில் சிறுவர்கள் பாடிப் பரிகசித்த நாய் அவனுக்கு நினைவு வந்தது:

“வெறும் பஞ்சடைத்த பொம்மை. இந்த மாதிரி நாய் எங்களுக்கு வேண்டாம்”

என்று நாயின் சொந்தக்காரியான மஞ்சள் உடை அணிந்த சிறுமியிடம் கோபத்துடன் சொன்னான் போரியா.

“உங்களுக்கு அப்படிச் செய்ய உரிமை கிடையாது” என்று கண்ணீர் மல்கும் குரலில் கூறினாள் சிறுமி. “என்னுடைய நாய் வாரி விடப்படவில்லை என்பது உண்மைதான். ஆனால் அது வீரமுள்ளது. இதோ பாருங்கள்!” இவ்வாறு சொல்லி, சிறு கைப்பையிலிருந்து ஏதோ காகிதத்தை எடுத்து நீட்டினாள்.

எல்லோரும் போரியாவை நெருக்கமாகச் சூழ்ந்து கொண்டார்கள். அவன் காகிதத்தை விரித்து உரக்கப் படித்தான்:

“ஓல்யா ஸத்ஸேபவாவின் டெர்ரியர் நாய் குற்றவாளியைத் தடுத்து நிறுத்தியதற்காக வட்டார மிலீஷியா அலுவலகம் அவளுக்கு நன்றி தெரிவிக்கிறது.

அலுவலகத் தலைவர் ஸலொவ்யோவ்.” சான்றிதழ் முத்திரையிடப்பட்டிருந்தது.

குத்திட்டு உட்கார்ந்து நிகழ்ச்சிக்கு உரிய நாயின் பரட்டைச் சடையை வருடியவாறு, “இதன் பெயர் என்ன?” என்று கனிவுடன் கேட்டாள் ல்யூபா.

இதன் பெயர் “வோலஸீ வெரோ னிக்கி” (வெரோனிக்காவின் கூந்தல்). அப்படி ஒரு நட்சத்திரக் கூட்டம் இருக்கிறது. சுருக்கமான பெயர் வோல்வெரோன்.”

“இதெல்லாம் எப்படி நடந்தது, சொல்லும்” என்று வினவினான் கென்னாதிய்.

“இது நடந்தது இப்படி. தெருவில் போய்க்கொண்டிருந்தேன். பார்க்கிறேனோ, யாரோ ஒரு மாமா எதையோ மார்போடு அணைத்து மறைத்துக் கொண்டு ஓடுகிறார். அவர் பின்னே ஒரு மாமி. ஓட்டமாய் ஓடி வருகிறாள்.” உதவி செய்யுங்கள்! என் கைப் பை!” என்று கத்துகிறாள். சுற்று முற்றும் பார்த்தேன். மிலீஷியாக்காரர் இல்லை. பெரியவர்களையும் காணோம். என்ன செய்வது என்று சிந்தித்தேன். திருடனோ

ஓடுகிறான். வோல்வெரோனுடைய வாரை அவிழ்த்து விட்டுச் "சூ!" என்று ஏவினேன். ஒரே நிமிடத்தில் வோல்வெரோன் திருடனை எட்டிப் பிடித்துக் கல் போல அவன் காலடியில் பாய்ந்தது. நடப்பது என்ன என்று நிதானிப்பதற்குள் பார்க்கிறேன்: அந்த ஆள் சாலையில் விழுந்து கிடக்கிறான். என்னுடைய நாய் பற்களைத் திறந்துகொண்டு அவனுக்கு மேலே நிற்கிறது - எழுந்திருக்கத் துணியாதே என்பது போல! என்னுடைய டெர்ரியருக்குப் பற்கள் கத்திகள் மாதிரி."

சிறுமி குனிந்து அச்சமின்றி நாயின் பற்களைத் திறந்து காட்டினாள். கூர்மையான நீண்ட பல் வரிசை பளிச்சிட்டது.

"ஓகோ!" என்று மதிப்பு தோன்றக் கூறினான் ஒருவன்.

"ஏற்றதுதான். உன் வோல்வெரோனையும் சேர்த்துக் கொள்வோம். போகலாம்" என்றான் போரியா.

போகிறவர் வருகிறவர்கள் விளங்காமல் நோக்க, ஊர்வலம் மிடுக்காக வீதியில் நடைபோட்டது. சுருண்ட வால்கள் கொண்ட நாற்கால் பாதசாரிகள் வீதியைக் கடக்கும் வரை டிராம் வண்டிகளின் வேகத்தைக் குறைத்துப் பொறுமையாகக் காத்துக் கொண்டிருந்தார்கள் டிராம் ஓட்டிகள்.

ஷர்பத்தும் ஐஸ்கிரீமும் விற்கும் பெண்கள் வாடிக்கைக்காரர்களை மறந்து, வோல்வெரோனுடைய தாடி மீசைகளைக் கண்டு "ஆகாகா, ஓகோகோ'' என அதிசயித்து நின்றார்கள். அதுவோ கொஞ்சமும் கலங்காமல் மஞ்சள் ஜோடுகள் அணிந்த சொந்தக்காரியைத் தன்னோடு இழுத்துக்கொண்டு போயிற்று.

ரோஜாச் சாலையிலிருந்து ஆராய்ச்சிக் கல்லூரி சேரும் வரை விஞ்ஞானத்திற்கும் விண்வெளி விமானிகளுக்கும் நண்பர்கள் பல சோதனைகளைச் சமாளிக்க வேண்டியிருந்தது. ஆவலுள்ள சிறுவர்களின் தாக்குதல்களையும், தங்களது செருக்குமிக்க இனப் பிராணிகளுடன் உக்கிரமான போர் தொடுக்க முயன்ற வேற்று நாய்களின் பாய்ச்சல்களையும் அவர்கள் வீரமாகத் தடுத்து நிறுத்தினார்கள். எவையோ இரண்டு நாய்கள் மூலைக்குப் பின்னிருந்து திடீரென வெளி வந்து அல்ஸேஷியன் மேல் பாய்ந்தன. சீற்றமடைந்த பிரமாண்டமான அல்ஸேஷியன் அவற்றுடன் சண்டை தொடங்கியதும் மயிர்க் கற்றைகள் பறந்தன. அதன் கூரிய எயிறுகளிலிருந்து அந்த அசட்டு வம்பர்களைக் காப்பாற்ற வேண்டியதாயிற்று.

ஆனால் எல்லாம் நலமே

நிறைவுற்றது. உடன்வந்த பிராணிகளில் ஒன்றைக்கூட இழக்காமல் ஊர்வலம் குறிக்கோளை அடைந்துவிட்டது.

மரங்களின் நிழல் படிந்த இரட்டைமாடித் தனி வீடு அவர்களை நிசப்தமாக எதிர்கொண்டது. வெக்கையால் களைத்துப் போன நாய்கள் உடனேயே புல்லில் படுத்துக் கொண்டன.

காவல்காரக் கிழவன் பிறைக்குள்ளிருந்து வெளியே வந்தான். சந்தடி ஓய்ந்த குழுவை நோட்டமிட்டுவிட்டுக் கண்டிப்பான குரலில் வினவினான்:

"உங்களுக்கு யாரைப் பார்க்க வேண்டும்?"

"எல்லோருக்கும் தலைவரை" என்று அனைவர் சார்பிலும் பதிலளித்தான் கென்னாதிய்.

காவல்காரன் சிரித்தான்:

"அடேயப்பா, ஆசையைப் பாரேன்! வெறும் வீணர்களுக்காக விஞ்ஞானித் தோழர்களின் வேலைக்குக் குந்தகம் விளைய நான் அனுமதிப்பேன் என்ற எண்ணமோ?"

"நாங்கள் வீணர்கள் அல்ல. விஞ்ஞானத்தின் நண்பர்கள் நாங்கள்" என்று விளக்க முயன்றான் போரியா.

"உங்களுடைய விஞ்ஞானம் எங்களுக்குத் தெரியும். சுற்றுவேலிகளில் தொற்றி ஏறுவதுதானே!" என்று பிடிவாதம் பிடித்தான் காவல்காரன்.

"தாத்தா, நீங்கள் நிச்சயம் பத்திரிகை படிப்பதில்லை. இந்த அழகில் விண்வெளி ஆராய்ச்சிக் கல்லூரிக்குக் காவலாளர்!" என்று மதிப்பை விட்டுக்கொடுக்காமல் கூறினான் கென்னாதிய்.

"இவன் எனக்குக் கற்பிக்க வந்துவிட்டான்! பேராசிரியரே எனக்கு வணங்குகிறார், நீ எதோடு சேர்த்தி? விட மாட்டேன் என்றால் விடமாட்டேன், அவ்வளவுதான்" என்று படபடத்தான் காவல்காரன்.

"நாங்கள் போக மாட்டோம் என்றால் போகமாட்டோம், அவ்வளவு தான்!" என்று கூச்சலிட்டார்கள் சிறுவர்கள்.

இந்த ஆரவாரத்தைக் கேட்டுக் கட்டிடத்துக்கு உள்ளிருந்து வெளிவந்தார் கவலைத் தோற்றம் கொண்ட மனிதர். இரு தரப்பாருடைய சொல்லையும் கேட்ட பிறகு, விவகாரம் விளையாட்டானது அல்ல என்றும், சிறுவர்களை விரட்டுவதற்குப் பதில் அவர்களுக்கு நன்றி செலுத்த வேண்டும் என்றும் அவர் காவல்காரனிடம் கூறினார்.

"நீங்கள் சொன்னால் சரி" என்று முறைத்துக்கொண்டு பதிலளித்தான் காவல்காரன்.

"எங்கே, உங்கள் நாய்களைக் கொண்டு வாருங்கள்" என்று குதூகலமடைந்த சிறுவர்களிடம் சொன்னார் மருத்துவர். அழகற்ற சிறு தெரு நாய்களாகத் தெரிந்தெடுத்தார்.

"இது, இது, இன்னும் இதோ இந்த நாய்" என்று விரலால் சுட்டிக் காட்டினார். "அப்புறம் டெர்ரியர், சந்தேகமில்லாமல். கொடுக்க வருத்தமாயில்லையே?"

"இல்லை, வருத்தமாயில்லை" என்று பெருமூச்சுவிட்டாள் வோல் வெரோனாவின் சொந்தக்காரி.

பரிசளிக்கப்பட்ட நாய்கள் உள்ளே இட்டுச் செல்லப்பட்டன.

"எங்கள் விஷயம் என்ன?" என்று ஏமாற்றத்துடன் கேட்டார்கள் அல்ஸேஷியன் நாய்களின் சொந்தக்காரர்கள்.

"உங்களுடைய நாய்கள் வேறு காரிங்களுக்கு நல்லவை. உதாரணமாக எல்லைப்புறத்தில் அவை சிறந்த தொண்டு ஆற்ற முடியும். எங்களுக்கோ இவை ஏற்றவை அல்ல என்று வருத்தத்துடன் சொல்ல வேண்டியிருக்கிறது. தெரிந்தெடுக்கப்பட்ட நாய்களுடைய சொந்தக்காரர்களின் பெயர்களை இப்போது குறித்துக்கொள்கிறேன். நீங்கள் அவற்றை வந்து பார்க்கலாம், அவற்றின் உடல்நிலையைப் பற்றி விசாரிக்கலாம். உங்களுக்கு மிகுந்த நன்றி, சிறுவர்களே!"

ஆராய்ச்சிக் கல்லூரி ஊழியர் போய் விடுவாரோ, சடைச்சியின் கதி என்ன ஆயிற்று எனத் தெரிந்துகொள்ள முடியாமலே போய்விடுமோ என்று அஞ்சிய போரியா மருத்துவரின் கோட்டுக் கையைத் தொட்டான்.

"கேளுங்கள். என்னுடைய நாயை எனக்குக் காண்பிக்க உங்களால் முடியாதா?"

"உன்னுடைய நாயா? அது இங்கே, ஆராய்ச்சிக் கல்லூரியில் இருக்கிறதா என்ன?"

"என்னிடம் சடைச்சி என்ற நாய் இருந்தது. அதுதான் அத்வாஷ்னயா. டெலிவிஷனில் பார்த்ததுமே நான் அதை அடையாளம் தெரிந்துகொண்டேன்."

"ஆனால் தம்பீ, அத்வாஷ்னயாவின் முந்திய பெயர் குஸாக்கா, சடைச்சி அல்ல. தவிர, அது தெரு நாய்."

"இருந்தாலும் அது சடைச்சிதான்" என்று பிடிவாதமாய்ச் சொன்னான் போரியா. "வேண்டுமானால் சோதித்துப் பார்த்துக்கொள்ளுங்கள். நான் அதை ஒரு பார்வை பார்ப்பேன், "சடைச்சீ, என்னிடம் வா!" என்பேன். அது உடனே என் சொற்படி கேட்கும். நீங்களே காண்பீர்கள்!"

மருத்துவர் நல்லியல்பு கொண்டவர் ஆதலால் போரியா படும் துயரத்தைப் புரிந்துகொண்டார்.

சற்று நேரம் பேசாது இருந்துவிட்டு, "ஊம், ஒருவேளை இது உனது நாயாகவே இருக்கலாம். ஆனாலும் தற்போது நான் எவ்விதத்திலும் உனக்கு உதவி செய்ய இயலாது. அத்வாஷ்னயா நகருக்கு வெளியே போயிருக்கிறது" என்றார்.

"கோடைகால பங்களாவிலா?"

"இளைப்பாறும் இடத்தில். வணக்கம் போய் வாருங்கள்" எனக் கூறிவிட்டுக் கட்டிடத்தை நோக்கி நடக்கலானார்.

"நில்லுங்கள், நில்லுங்கள்..." என்று முன்னே பாய்ந்து ஓடினாள் ல்யூபா.

"என்ன அம்மா குழந்தாய்?"

"உங்களுக்கு ஒன்று சொல்ல விரும்புகிறேன். இவன் ஒரு வருஷம் முழுவதும் சடைச்சியைத் தேடினான். அத்வாஷ்னாவின் முந்திய பெயர் குஸாக்கா என்பது உங்களுக்கு நிச்சயமாகத் தெரியுமா?"

“நிச்சயமாக. எங்கள் ஆராய்ச்சிக் கல்லூரியில் எல்லோரும் இதை அறிவார்கள்.”

மேற்கொண்டு எதுவும் விசாரிப்பதற்கு இல்லை. போரியா தலை குனிந்தவாறு செருப்பினால் மணலில் அரைவட்டங்கள் வரைந்தான்.

கென்னாதிய் அவன் தோளை மெதுவாகத் தொட்டான். “போகலாம் வா. மறுபடி இங்கே வருவோம்” என்றான்.

சந்திரனுக்கும் அதைச் சுற்றியும் பறப்பு

வருங்கால விண்வெளி விமானி, 7 “அ” வகுப்பு மாணவன் கென்னாதிய் கராத்தவின் அவதானிக்கை நாட்குறிப்பிலிருந்து

> **“மனிதகுலம் என்றென்றைக்கும் பூமியிலேயே தங்கியிராது. ஒளியையும் பரப்பையும் நாடி, தொடக்கத்தில் வாயு மண்டலத்தின் எல்லைகளுக்கு வெளியே தயக்கத்துடன் ஊடுருவிச் செல்லும், அப்புறம் சூரிய மண்டலப் பரப்பு முழுவதையும் தனதாக்கிக் கொள்ளும்.”**
>
> *க.எ. த்ஸி ஒல் கோவ்ஸ்க்கிய்*

1959, செப்டம்பர் மாதம்

நான் சொன்னது சரியாயிற்று! த்ஸி ஒல் கோவ்ஸ்க்கிய் சொன்னதும் தான், சந்தேகமில்லாமல்! ராக்கெட் சந்திரனுக்குப் பறந்து சென்றது. ஜூல் வேர்னுடைய சாகசச் செயல்களால் ஈர்க்கப்படுபவர்களும் பீரங்கியால் வெடித்து எறியப்பட்ட உருண்டையில் பார்பீக்கெனுடன் சேர்ந்து சந்திரனை அடையலாம் என்று எண்ணுபவர்களும் எவ்வளவு கேலிக்கு இடமானவர்கள்! வரலாறு இதை நிரூபித்துவிட்டது.

நேற்று எங்கள் வீட்டில், அதிகப்படிச் சாட்சிகள் இல்லாமல், உலகிலேயே முதல் தடவையாகச் சந்திரனுக்குப் பறப்பு நிகழ்த்தப்பட்டது. ஒரு வாரத்துக்குமேல் நான் இதற்கு

முன்னேற்பாடுகள் செய்தேன். செப்டம்பர் 12 முதல் 14 வரை "லூன்னிக்-2" செய்த இயக்கத்தையே எங்களது பறப்பு துல்லியமாகப் பின்பற்றியது.

கடமைகள் பின்வருமாறு பங்கிடப்பட்டிருந்தன : போரியா -விஞ்ஞானக் கருவிகளும் இலச்சினையும் அடங்கிய பகுதி, நான் -இயக்கத் தலைமை நிலையமும் கணக்கீட்டுக் கேந்திரமும், ல்யூபா—விவரக்குறிப்பாளி, சுருக்கெழுத்தாளி. குறிப்பெடுப்பதும் விண்வெளி விமானிகளின் காரியங்களில் வீணாகத் தலையிடுவதும் ஒரே சமயத்தில் ஒருவருக்கு எப்படிச் சாத்தியமாயிற்று என்று ஆச்சரியமடையச் செய்யும் அவளுடைய கிறுக்கல்களின்படியே இந்த விவரம் தயாரிக்கப்பட்டிருக்கிறது.

ராக்கெட் திடலில் இறுக்கம் நிறைந்த எதிர்பார்ப்புடன் அசையாது நின்றது ராக்கெட். அப்பாவிப் பார்வையாளர்கள் தலையைத் திருப்பிச் சந்திரனைத் தேடினார்கள். சந்திரன் உதயமாகவில்லை. ராக்கெட் கிளம்பும்போது சந்திரன் தொடுவானத்துக்கு அப்பால் இருப்பது அவசியம், அப்போது தான் பறக்கும் ராக்கெட் தொடுவானத்திற்கு மிக உச்சப் புள்ளியில் சந்திரனைச் சந்திக்கும், ராக்கெட் சந்திரனில் இறங்குவதைப் பூமியிலிருந்து அவதானிக்க முடியும் என்று அவர்களுக்கு விளக்க வேண்டியதாயிற்று.

கடைசி முன்னேற்பாடுகள் நடந்தன. நிபுணர்கள் (நானும் ல்யூபாவும்) கருவிப் பகுதியை (போரியாவை) நோயணு நீக்கம் செய்தோம். அதாவது வெளித் தாழ்வாரத்தில் அவனை ப்ரஷ்ஷால் சுத்தம் செய்தோம்-அவன் சந்திரனுக்கு ஏதேனும் நோயணுவைக் கொண்டு போய்விடக் கூடாது என்பதற்காக. இல்லாவிட்டால் அப்புறம் தவறு நிகழக் கூடுமே: வழக் கத்துக்கு மாறான நிலைமைகளில் நோயணுவிலிருந்து சந்திர மண்டல யானையோ ஏதேனுமோ வளர்ந்து விட்டால்? விஞ்ஞானிகள் சந்திரனுக்குப் பறப்பார்கள், அங்கே யானை நெடுங்காலமாகவே வாழ்கிறது என நிச்சயிப்பார்கள் ......

திடீரென, சங்கேத ஒலி (அலாரம் கடிகார மணி) கேட்டது. நாங்கள் ராக்கெட்டை நோக்கிப் பாய்ந்தோம். ஆயினும் புறப்பாடுக்கு ஒரு வினாடி தாமதம் ஆகிவிட்டது.

இதோ கருவிப் பகுதி ராக்கெட்டில் வைக்கப்பட்டுவிட்டது (போர்யா நாற்காலியில் தொப்பென்று உட்கார்ந்தான்), இடிமுழக்கம் போன்ற வெடியதிர்ச்சி கேட்டது (நாற்காலிக் கால்களின் அடியில் பிஸ்டன்கள் வெடித்தன), ராக்கெட் திடலில் புகை சூழ்ந்தது. ராக்கெட் தேவையான வேக மிகுதியைப் பெற்றுவிட்டது. எஞ்சின்கள் அதை வாயுமண்டலத்தின் ஊடாக வெளியே செலுத்தின: நான் துடைப்ப ப்ரஷ்ஷால் நாற்காலியைத் தள்ளினேன், அது அடுத்த அறை (அதாவது விண்வெளி) சேர்ந்துவிட்டது.

“இரண்டாவது விண்வெளி விரைவை உணர்கிறாயா?” என்று நான் வானொலி வாயிலாக போரியாவிடம் கேட்டேன்.

“இல்லை” என்றான் அவன்.

அவன்மீது இன்னும் சக்தியைச் செலுத்த-சரியானபடி இன்னொரு முறை நெட்டித் தள்ள வேண்டியதாயிற்று.

“இப்பொழுது உணர்கிறேன்” என்று கடுமையாகச் சொன்னான் போரியா, ஆனால் துள்ளவில்லை; ஏற்கனவே விண்வெளியை அடைந்துவிட்டபடியால்.

எதற்கும் நான் மறு தடவையும் வினவினேன். மாபெரும் நியூட்டன் முன்கூறியது போலவேதான் வினாடிக்கு 11.2 கிலோமீட்டர் வேகத்தில் பறப்பதாக போரியா விடை அளித்தான். விஞ்ஞானம் தான் எத்தகைய சக்தி! புவிக் கவர்ச்சி பற்றிய பொது விதியை நியூட்டன் 17ஆம் நூற்றாண்டிலேயே கண்டுபிடித்துவிட்டார். அதோடு இரண்டாவது விண்வெளி விரைவை - அதாவது பூமியின் கவர்ச்சியை மீறி வெளியேறுவதற்கு வேண்டிய விரைவை துளி பிசகாமல் துல்லியமாகக் கணக்கிட்டுவிட்டார். இதோ எங்களது கருவிப்பகுதி இதே விரைவில் பறந்துகொண்டிருந்தது.

“சந்திரனுக்கு இன்னும் எவ்வளவு தொலை இருக்கிறது?” என்று போரியாவிடம் கேட்டேன்.

அப்போது ல்யூபா குறுக்கிட்டு, நெட்டுருச் செய்த தகவலைச் சட்டெனக் கூறினாள்:

"சந்திரன் அனேகமாக வட்டமான கிரகப் பாதையில் பூமியைச் சுற்றி வருகிறது. பூமியிலிருந்து அதன் அதிகபட்சத் தூரம், அதாவது கிரகப் பாதையின் உச்சம், 4 லட்சத்து 6 ஆயிரத்து 670 கிலோமீட்டர். குறைந்தபட்சத் தூரம், அதாவது நீசம் 3 லட்சத்து 56 ஆயிரத்து 400 கிலோ மீட்டர்."

நான் அமைதியாகத் தொடர்ந்தேன். "ஆனால் நாம் சந்திரனுக்கு நேராக அல்ல, அதிபரவளைவாக, சுற்றாகப் பறக்கிறோம். கணக்கிடும் எலெக்ட்ரானிக் இயந்திரங்கள் நமது ராக்கெட்டின் பாதை 3 லட்சத்து 71 ஆயிரம் கிலோமீட்டர் என்று எனக்குத் தெரிவிக்கின்றன."

"எல்லாம் புரிகிறது" என்று விண்வெளியிலிருந்து கத்தினான் போரியா. "அதாவது, நான் பறக்க வேண்டிய தூரம் இது: வினாடிக்கு 11.2 கிலோமீட்டர் வீதம் 3 லட்சத்து 71 ஆயிரம் கிலோமீட்டர். அல்லது மணிக்கு 40 ஆயிரம் கிலோ மீட்டர் வேகத்தில் 3 லட்சத்து 71 ஆயிரம் கிலோ மீட்டர்."

"மிகப் பெரிய தவறு" என்று குறித்தேன் நான்: புவிக் கவர்ச்சி? அதை மறந்துவிட்டாயா? ராக்கெட்டின் வேகம் இடைவிடாமல் குறைந்துகொண்டு போகிறதே!"

இதற்குச் சான்றாக போரியாவின் நாற்காலியோடு சேர்த்துக் கட்டப்பட்டிருந்த கயிற்றை இழுத்து நாற்காலியைச் சிறிது பின்னுக்கு நகர்த்தினேன். பிறகு என்னுடைய பதிவுக் குறிப்புகளை எடுத்து, துல்லியமான கணிதக் கணக்கீடுகள் என்றால் என்ன என்பதை நிரூபித்தேன்.

நான் கேட்டேன்: "உதாரணமாக, நமது காலத்தில் பத்தில் இரண்டு பகுதி என்ன முக்கியத்துவம் உடையது? போரியா , எஞ்சின்கள் நின்று விடும் போது உன்னுடைய வேகம் 11.2 கிலோமீட்டர் அல்ல, 11 கிலோ மீட்டர் மட்டுமே என்று வைத்துக்கொள்வோம். நீ சந்திரனை அடைந்திருப்பாயா? பறப்புப் பாதை பற்றிய கணக்கீடுகள் என்ன காட்டுகின்றன என்றால், ராக்கெட்டின் வேகத்தில் வினாடிக்கு ஒரு மீட்டர் மட்டுமே தவறு ஏற்பட்டால் அது தான் அடைய வேண்டிய

இடத்திலிருந்து 250 கிலோமீட்டர் விலகிவிடும். ஆகவே, வினாடிக்கு 0.2 கிலோமீட்டர் அல்லது வினாடிக்கு 200 மீட்டர் தவறு ஏற்பட்டால் விலக்கம் 200X250 = 50,000 ஆகிறது. 50,000 கிலோ மீட்டர் விலக்கம்! சந்திரனின் அரை விட்டமோ 1700 கிலோமீட்டர் தான்! எனவே, எப்படித்தான் இலக்குப் பார்த்தாலும் சந்திரனை அடையமாட்டாய், கடந்து அப்பால் சென்றுவிடுவாய். புறப்பாட்டில் நாம் செய்த ஒரு வினாடி தாமதம் நம்மை 20 கிலோ மீட்டர் விலகச் செய்துவிடும் என்பதையும் மறந்துவிடக் கூடாது. ஆனால் இது நமக்கு ஒன்றும் பிரமாதமில்லை!"

"அற்புதம்!" என்றாள் ல்யூபா. ஆனால் போரியாவோ, நாற்காலியில் உட்கார்ந்திருப்பது தனக்குச் சலிப்பாய் இருக்கிறது என்றும் கருவிப்பகுதி சந்திரனை நோக்கிச் செல்ல வேண்டும் என்றும் இங்கேயோ, சந்திரனையே காணோம் என்றும் கத்தினான்.

நான் எல்லாவற்றுக்கும் முன்னேற்பாடு செய்து வைத்திருந்தேன். இடத்தை விட்டு நகராமலே நான் கயிற்றைப் பிடித்து இழுத்தேன். சுவற்றில் போரியாவுக்கு வலப்புறம் சந்திரனின் வரைபடம் விரிந்தது: சந்திரக் கடல்களின் ஒழுங்கற்ற கரைகளின் துல்லியமான வரைவுகள், சந்திரக் குழிகளின் வட்டங்கள், ஆழ்ந்த வெடிப்புகளின் சுருக்கங்கள்-ஏக்கம் பிடித்த, வெறுமையான, மர்மம் நிறைந்த சந்திரன் முழுவதுமே.

சந்திப்பு இடம் வரை, அதாவது சுவர் வரை, பறப்புப் பாதை தரையில் சாக்கட்டியால் வரையப்பட்டிருந்தது. கயிற்றில் கட்டிய சந்திரனும் நாற்காலியும் அவ்விடத்தை ஒரே சமயத்தில் அடைய வேண்டும்.

போரியா உட்கார்ந்திருந்த நாற்காலியை நான் நகர்த்தினேன். பறப்பு நேரத்தை அவன் அறிவித்தான். அவனது இயக்க வரைப்படத்தை அனுமானக் குறிப்புடன் ஒத்துப்பார்த்தாள் ல்யூபா. "செப்டம்பர் 12ஆம் தேதி 21 மணி" என்று போரியா சொன்னான். "செயற்கை வால் நட்சத்திரத்தை அவதானிக்க

ஆயத்தம் செய்க!" என்று நான் உத்தரவிட்டேன்.

போரியா சிறு தட்டிலிருந்த மக்னேஷியத்தைக் கொளுத்தினான். விண்வெளிப் பரப்பில் ஒளிவீசிய அற்புதமான திடீர்ப் பிரகாசத்தை நான் கண்டேன். செயற்கை வால் நட்சத்திரத்தை அவதானித்ததிலிருந்து ராக்கெட்டின் செல்வழி சரியானது என்பது உறுதிப்பட்டது.

சந்திரன் போரியாவின் கண்களுக்கு எதிரே பெரிதாயிற்று. பூமி அவன் முதுகுக்குப் பின்னே சிறு பந்தாகக் காட்சி அளித்தது. அவன் ஏற்கனவே சுவரை நெருங்கிவிட்டான். சந்திர வரைப்படமும் அவனை நெருங்கிவிட்டது... இதோ பதிவுக் குறிப்பின் வரி: "00 மணி. 02 நிமிடம் 24 வினாடி. 14. IX. சந்திரனில் இறக்கம்."

போரியா துள்ளிக் குதித்து அட்டை இலச்சினைகளைச் சந்திரனின் மேல்பரப்பில் வீசி எறிந்தான். தெளிவுக் கடலின் பிரதேசத்தில் சந்திரனில் இறக்கம் முற்றிலும் வெற்றிகரமாக நிகழ்ந்தது—அதாவது உடைந்த தட்டைக் கணக்கில் எடுத்துக்கொள்ளாவிட்டால்: போரியா அதைப் பற்றி அறவே மறந்துவிட்டான்.

ஒருவிதக் கணக்கீடும் இல்லாமல் இரும்புக் குழாய் வாணத்தைப்

பாழ்வெளியில் விட்டபோது நான் எவ்வளவு முட்டாளாய் இருந்தேன் என்பது இப்போது எனக்குப் புரிகிறது. சந்தேகமின்றி எல்லாம் துன்பகரமாக முடிந்தது. என்னிடமிருந்த குறைந்த எரிதிறன் கொண்ட எரிபொருள் முதலாவது விண்வெளி வேகத்தை ராக்கெட்டுக்கு அளித்திருக்க முடியுமா? இது மன மருட்சி. எல்லாவற்றுக்கும் முன்னர் சித்தாந்த ரீதியில் ஆயத்தங்கள் செய்துகொள்வது அவசியம் என்று இப்பொழுது எனக்கு உறுதிப்பட்டுவிட்டது.

1959, நவம்பர் மாதம்

சந்திரனின் புலப்படாப் பகுதியை அக்டோபர் 7ஆம் தேதி படம் பிடித்த உலகிலேயே முதலாவது கிரக நடு நிலையத்தின் பறப்பை ஆராய்ந்து அறிந்தேன். "உலகிலேயே முதலாவது" என்ற சொற்களை ஏற்கனவே எத்தனை தடவை எழுதிவிட்டேன்! ஆனாலும் அலுப்பு தட்டவில்லை. மாறாக, வர வர இன்னும் சுவையாயிருக்கிறது!

இப்பொழுது "லூன்னிக் - 3" ராக்கெட் சந்திரனைத் தாண்டி அப் பால் சென்றுவிட்டுப் பூமிக்குத் திரும்பிவிட்டது. அது 10 லட்சம் கிலோ மீட்டர் தூரம் பறந்திருக்கிறது. 65,000 கிலோமீட்டர் தூரத்தில் நிழற்படக் கருவியின் லென்ஸ் மூடியை அகற்றிவிட்டு, "அமைதியாயிருக்கவும்! படம் பிடிக்கிறேன்!" என்று நாற்பது நிமிடம் கிளிக்கிட்ட வண்ணமாயிருந்தது. அதிலும் இந்த வேலை பாரமற்ற நிலைமையில்!

ராக்கெட்டில் இருந்த தானியங்கிக் கருவிகள் பிலிம் சுருளைத் துல்லியமாகத் திறந்தன, ஒட்டின, உலர்த்தின. 1300 மில்லி மீட்டர் நீளமுள்ள நீளுருளைகளுக்கு உள்ளே அவை வேலை செய்தன. என் உயரம் 1620 மில்லி மீட்டர் என்றாலும் நான் அம்மாதிரி இடத்தில் பிலிமைத் திறந்திருக்க முடியும் தான், ஆனால் இதை மிக மோசமாகச் செய்திருப்பேன். 2500 மில்லி மீட்டர் நீளமுள்ள எங்கள் குளியறையில் கூட, திறக்கும்போது பிலிம்களையும் படங்களையும் அடிக்கடி கெடுத்துவிடுகிறேன்.

நான், போரியா, ல்யூபா மூவரும் சந்திரனுடைய புலப்படாப் பகுதியின் பின்னணியில் எடுத்துக்கொண்ட நிழல்படம் சுமாராக வந்தது. நிழல்படத் தொழில் நுணுக்கத்தின் எல்லா விதிகளுக்கும் இணங்க, மூடு திரையைத் தானியங்கி முறைப்படி அகற்றவும் விடவும் செய்து இந்தப் படம் எடுக்கப்பட்டது. பிலிம் திறப்பதும் பதிவிப்பதும் மணிக் கணக்குப்படி செய்யப்பட்டன! சந்திரனின் புதிய படத்தை நாங்கள் மூவரும் சேர்ந்து வரைந்தோம். குழிகளையும்—த்ஸி ஒல் கோவ்ஸ்க்கிய, ஜோலியோ—க்யூரி, லமனோஸவ் ஆகிய பெயர்கள் கொண்ட சந்திர எரிமலைவாய்களையும் - சோவியத் மலைத்தொடரையும் நான் வரைந்தேன். மாஸ்கோக் கடலையும் கனவுக் கடலையும் ல்யூபா பச்சை வண்ணத்தில் தீட்டினாள். தட்டை மலைப் பகுதிகளை போரியா மஞ்சள் நிறத்தில் எழுதினான். அவன் நிறைய வேலை செய்ய நேர்ந்தது. தட்டை மலைப் பகுதிகள் சந்திரனின் இந்தப் பகுதியில் அதிகம். கடல்கள் எனப்படுபவையோ, குறைவு. இந்தக் கடல்கள் நீரால் அல்ல, புழுதியால் நிறைந்தவை. ஜூல் வேர்ன் கற்பனையாக வருணித்த மிகப் பெரிய மாகடல்களும், எல்லையற்ற காடுகளும் இவைதாம், போங்கள். போரியாவைப் போன்ற இயற்கைக் காட்சி ஓவியன் இவற்றை உண்மை என முன்பு நம்பினான் என்பது தான் விந்தை. நூறு அல்லது இருநூறு ஆண்டுகளுக்கு முன் எனது வரைப்படத்தை எப்படியாவது கொண்டு போக என்னால் முடிந்தது என்றால் என்ன ஆகும் என்று கற்பனை செய்து பாருங்கள்! நான் நேராகச் சந்திரனிலிருந்து உருண்டு விழுந்து விட்டேன் என்று வானவியலார் தீர்மானித்திருப்பார்கள்.

1960, ஏப்ரல் மாதம்

பள்ளிக்கூடத்தில் வானொலிச் செய்தித்தாள் தொடங்கியிருக்கிறது. எங்கள் வகுப்பிலிருந்து செய்திகளை ஒலிபரப்பும் பொறுப்பு எனக்கும் போரியாவுக்கும் ல்யூபாவுக்கும் தரப்பட்டிருக்கிறது. வகுப்பிலிருந்து என்ன செய்திகளை ஒலிபரப்ப முடியும்? விண்வெளியிலிருந்து

எல்லாப் புதிய கண்டுபிடிப்புகளையும் பற்றி ஒலிபரப்பு நடத்துவது என்று நாங்கள் தீர்மானித்திருக்கிறோம்.

சுமார் இரண்டு மாதங்கள் வட்டார நூல் நிலையத்தில் உட்கார்ந்து படித்தோம். அங்கே நல்ல வசதி. ஒவ்வொருவருக்கும் தனி மேஜையும் விளக்கும். "அறிவே சக்தி," "இளம் தொழில் நுட்ப நிபுணன்" என்ற செய்தித்தாள்கள், "இயற்கை" என்ற விஞ்ஞானச் சஞ்சிகை ஆகியவற்றைப் படித்தோம். நான் அப்பாவிடமிருந்து விண்வெளி ஆராய்ச்சி பற்றிய விசேஷ வெளியீடுகள் எல்லாவற்றையும் வேறு வாங்கிப் படித்தேன். ஏப்ரல் 20ஆம் தேதி ஒலி பரப்புவதாகத் திட்டமிட்டோம். நாங்கள் தயாராயிருந்தோம்: வரலாற்று நிகழ்ச்சிகள், மாதிரி அமைப்புக்கள், வரைபடங்கள் என்று ஒவ்வொருவரிடமும் நோட் புத்தகம் நிறைய விஷயங்கள் இருந்தன. 99 சதவிகிதம் வேலை செய்து முடிந்திருந்தது. தொகுத்து எழுதுவதும் அறிக்கை செய்வதுமே பாக்கி.

திடீரென்று எல்லாம் இடைமுறிந்து போயிற்று.

நாங்கள் மூவரும் அறைக்குள் தாழ்ப்பாள் போட்டுக்கொண்டு உட்கார்ந்தோம். ஆனால் எழுதுவதற்குப் பதிலாக, ஏதோ நடையை வியாஜமாக வைத்துக்கொண்டு சச்சரவிடலானோம். அப்புறம் சமரசம் செய்துகொண்டோம். ஆனால் ல்யூபா காற்றைப் பற்றித் தானே இட்டுக்கட்டிய செய்யுளை மறுபடி உரக்கப் படித்துக் காட்டத் தொடங்கினாள். எங்கள் சட்டாம்பிள்ளை பொமெரான்சிக் போல அவள் செய்வது மேலாயிருக்கும் என்று நான் ல்யூபாவிடம் சொன்னேன். குப்பை இலக்கியத்தைப் பிரகடனம் செய்கையில் அவன் மிகவும் சிரமப்பட்டு அங்கும் இங்கும் கடன்வாங்கித் தனது செய்யுள்கள் என்று சொல்லிவிடுவான். இதைக் கேட்டு ல்யூபா சீறினாள். அப்போது போரியா மேஜை மேல் குத்தி இயற்கையைக் கவர்ச்சியாக வருணிக்க வேண்டும் என்று கோரினான். வானம்பாடிகள், வானவில் முதலியன இருக்க வேண்டும் என்றான். என்னால் பொறுக்க முடியவில்லை—அவனை இடித்தேன். அவன் என்னை இடித்தான். மற்றவர்கள் கவனத்தைக் கவராமலிருப்பதற்காக வாய் பேசாமல் சண்டை

போட்டோம். சமாதானம் செய்துகொண்ட சமயத்தில் அப்பா வந்து எங்களை விரட்டிவிட்டார்.

இந்த வரிகளைத் தனிமையில், மிகுந்த துயரத்துடன் எழுதுகிறேன். இப்போது நாங்கள் என்ன செய்யப் போகிறோம்?...

இத்துடன் நாட்குறிப்பு நடுவில் நின்றுவிட்டது.

ஸ்பூத்னிக் பேசுகிறது

இரவு முழுவதும் கென்னாதிய் படுக்கையில் இப்புறமும் அப்புறமுமாகப் புரண்டுகொண்டிருந்தான். சீற்றம் பொங்கும் பொமெரான்சிக் அவன் முன் தோற்றமளித்தான்: “இன்றும் செய்யவில்லையா? அப்படித்தான் நினைத்தேன்! விண்வெளி வேலைக்கு வேறு யாரையாவது நியமிக்க வேண்டியது தான்! நீங்கள் துப்புரவைச் சரிபாருங்கள், அதுவே மேல். இந்தாருங்கள் துப்புரவு மேற்பார்வையாளர் கைப்பட்டிகள்” என்று கத்தினான். “அவமானம்!” என்று திகிலுடன் கூவினான் கென்னாதிய்.

காலையில் வெளிச்சம் பரவத் தொடங்கியதுமே அவன் படுக்கையிலிருந்து துள்ளியெழுந்தான், வெறுங்காலுடன் எழுது மேஜைக்கு ஓடினான், அப்படியே மலைத்து நின்றுவிட்டான்: மேஜைமேல் கிடந்தது தயாரித்த கட்டுரை! அது ஓரத்தில் இடம் விட்டுத் தட்டெழுத்துப் பொறியில் தயாரிக்கப்பட்டிருந்து. காகிதங்கள் கிளிப்பினால் இணைக்கப்பட்டிருந்தன. “விண்வெளி பேசுகிறது” என்று கட்டுரைக்குத் தலைப்பு இடப்பட்டிருந்தது.

கென்னாதிய் சட்டென விஷயத்தைப் புரிந்துகொண்டான். தகப்பனார் உறங்கிக்கொண்டிருந்த இரட்டை சோபா அருகே புன்முறுவலுடன் ஓடினான். கால்களை ஒன்றன்மீது ஒன்றாக அடித்து, மகிழ்ச்சியுடன் கூறினான்:

“மாணவர்களின் வீட்டுப் பாடங்களைப் பெற்றோர் செய்வது தகாது.” அனத்தோலிய் யெவ்கேனியெவிச் ஒரு கண்ணைத் திறந்து, தூக்கக் குரலுடன் சொன்னார்:

“ஏன்? இது உங்களுடைய வேலை. உங்கள் எண்ணங்களையே நான் பதிவு செய்திருக்கிறேன். தவிர, செய்யுள் இட்டுக் கட்டுவது என்னால் முடியாது என்பது உனக்கே தெரியும். காற்றைப் பற்றிய செய்யுள் மிக நன்றாக அமைந்திருக்கிறது. ஊம், போ!”

அவர் உடனே உறங்கிவிட்டார். கென்னாதிய் காற்றாய்ப் பறந்துவிட்டான்.

அவன் வகுப்பை அடைந்தபோது கொழுத்துச் சிவந்த பொமெரான் சிக் ல்யூபாவுக்கும் போரியாவுக்கும் கொடை கொடுத்துக் கொண்டிருந்தான்.

“அட தற்பெருமைக்காரர்களா! ஒப்படைத்த ஒரு வேலையைக்கூட உங்களால் செய்யமுடியாது. நண்பர்கள் ஆலோசனை மன்றத்தில் இந்த விவகாரத்தை வைக்கிறேன் பாருங்கள்” என்று அவர்களைச் சாடினான் பொமெரான்சிக்.

“ஆ! பொமெரான் சிக், சபாஷ்!” என்று கூவி அவன் மூக்கைக் களிப்புடன் சுண்டினான் கென்னாதிய். இதோ! தயார்!” என்று கட்டுரையை ஆட்டினான்.

“ஜே!” என்று ஒரே குரலில் ஆர்ப்பரித்தார்கள் ல்யூபாவும் போரி யாவும். பின்பு ஒரே குழப்பம் அடைந்துவிட்ட பொமெரான்சிக்கை அங்கேயே விட்டுவிட்டு கென்னாதியின் பின்னே வெளித் தாழ்வாரத்துக்கு ஓடினார்கள்.

“தெரியுமா?” என்று உணர்ச்சி மிகுதியால் மூச்சுத் திணற விளக்கலானான் கென்னாதிய். “படுக்கை விட்டு எழுந்ததும் நினைத்தேன்: நாம் தொலைந்தோம். பொமெரான் சிக் நமக்கு மிளகு அரைத்துப் போட்டு விடுவானே. சுவர்ச் செய்தித்தாளில் வேறு படம் வரைந்து பரிகசிப்பானே என்று! பார்க்கிறேனோ, மேஜை மேல் கட்டுரை கிடக்கிறது...”

நீண்ட இடைவேளையின் போது நண்பர்கள் ஒலிபரப்பு அறையை நோக்கிச் சென்றார்கள். ஒலிபரப்பின் போது ஒருவரும் குறுக்கிடக்கூடாது என்பதற்காகப் பெரிய வகுப்புப் பையன்கள் அறைக் கதவைத் தாழிட்டிருந்தார்கள் ஆதலால் நீண்ட நேரம் தட்ட நேர்ந்தது. விண்வெளி என்ற வார்த்தையைக் கேட்டதுமே உள்ளே புக விட்டார்கள். மேஜையருகே உட்கார்த்தினார்கள். ல்யூபாவின் முகத்துக்கு நேரே கடிகாரத்தை வைத்து, "கவனி, உங்களுக்குப் பதினைந்து நிமிடங்கள் ஒதுக்கப்பட்டிருக்கின்றன" என்றார்கள். ல்யூபா பேசாமல் தலை அசைத்துவிட்டு வியப்பு நிறைந்த விழிகளால் கடிகார எண் வட்டத்தையே குத்திட்டு நோக்கலானாள்.

"முதலில் யார்?" என்று கட்டைக் குரலில் கேட்டான் மேற்பார்வையாளன்.

போரியா கென்னாதியைச் சுட்டிக் காட்டி, "இவன் தொடங்குவான். அப்புறம் முறையே நானும் ல்யூபாவும்" என்றான்.

மேற்பார்வையாளன் ஒலிபரப்பியை முடுக்கிவிட்டான். ஒலிபரப்பு ஆரம்பித்தது. கிளர்ச்சி காரணமாக இடைவிட்டு ஒலிக்கும் குரலில் கென்னாதிய் படிக்கலானான்:

"ஸ்பூத்னிக் பேசுகிறது!
ஸ்பூத்னிக் பேசுகிறது!
மூன்றாவது சோவியத்
புவி ஸ்பூத்னிக்
பேசுகிறது!

கேளுங்கள், கேளுங்கள்! நான் உங்களுக்குக் கூறப்போகிறேன் நமது பூமியைப் பற்றி, வானத்தைப் பற்றி, விண்மீன்களைப் பற்றி. பாக்கியவான்களே! பள்ளி மாணவர்களின் தலைமுறைகளிலெல்லாம் முதன் முதலாக, நமது கிரகத்தின் பல மர்மங்களை இப்போது நீங்கள் தெரிந்து கொள்வீர்கள்.

சூரியன் உங்களுக்குத் தெரிந்தது தானே? சந்தேகம் இன்றித் தெரிந்தது தான். நாள்தோறும் ஒளி தருவது இதுவே!

பண்டைக் காலத்தில் எகிப்தியர்கள் கதிரவனை வழிபட்டார்கள். அனல்வீசும் கதிர்க் கடவுள் "ரா" வின் சீற்றத்துக்கு முன் அவர்கள் நடுநடுங்கினார்கள். அவர்களைச் சூழ்ந்திருந்தது பாலைவனம் அல்லவா; அதனால், கடவுளை நேருக்கு நேராகப் பார்க்கவல்ல ஒரே ஒருவன் பராஓ எனப்பட்ட அரசன், கறுப்புக் கண்ணாடிகள் கொண்ட அரிதான விழிக் காப்பு அவனிடம் மட்டுமே இருந்தது. ஆனால், ரா என்னும் கடவுளின் பயங்கரமான கதிர்களிலிருந்து தன்னைக் காப்பாற்றுவது பிரார்த்தனைகளோ கண்ணாடிகளோ அல்ல, நீல வானமே—வாயு மண்டலமே—என்பதை அவன்கூட உணரவில்லை. உங்களுக்கோ இவை எல்லாம் தெரிந்த விஷயங்கள்—கதிர்க்கடவுளையும், வாயுமண்டலம் எனப் பொருள்படும் அட்மாஸ்பியர் என்ற சொல்லை முதலில் பிரயோகித்த தொன்மைக் கிரேக்கர்களையும், வாயுமண்டலம் நமது பூமிக்குக் காப்பு என்பதையும் நீங்கள் அறிவீர்கள்.

நான் பறந்த ஆண்டில் வாயுமண்டலம் கொந்தளிப்பு உற்றிருந்தது. அதன் போக்கை விவாதித்து ஆராயும் பொருட்டு விஞ்ஞானிகள் வட்ட மேஜையைச் சுற்றிக் குழுமினார்கள்.

ஒரு விஞ்ஞானி சொன்னார்: "சக விஞ்ஞானிகளே! நிலைமை கலவரம் ஊட்டுவது. நமது கிரகம் முழுவதன்

மீதும் ஆட்சி செலுத்துகிறது புயலும் செங்குத்தான ஏற்ற இறக்கங்களும் உள்ள பருவநிலை. இயற்கை விபத்துகள் மக்களைப் பீடித்துவருகின்றன. உண்மை விவரங்களைத் தருகிறேன்: 1956ஆம் ஆண்டில் பன்னிரண்டு மாத காலத்தில் நூறு பெரு விபத்துகள் உலகை உருக்குரைத்தன. இந்தியாவில் வெள்ளப் பெருக்கினால் ஆயிரக்கணக்கான கிராமங்கள் மூழ்கிவிட்டன, பயிர் வயல்கள் அடித்துச் செல்லப்பட்டன, பத்துலட்சக் கணக்கான மக்கள் தங்க இடமும் உண்ண உணவும் இன்றித் தவித்தார்கள். அடைமழையும் கரைபுரண்டு பெருகும் பேராறுகளும் ஈரான், ஆப்கனிஸ்தான் போன்ற வெப்பம் மிக்க நாடுகளைக்கூட வெள்ளக் காடாக அடித்தன. மேற்கு ஐரோப்பாவிலோ மிகக் கடுங்குளிர் திடீரெனத் தாக்கியதால் ஆயிரக்கணக்கானவர்கள் மடிந்தார்கள்."

விபத்துகளின் பட்டியலைத் தொடர்ந்தார் இரண்டாவது விஞ்ஞானி:

"1957ஆம் ஆண்டு. விபத்துகள் இன்னும் அதிகமாயின. உலகத்திற்கு ஏதோ நேர்ந்து விட்டது—வானிலை அடையாளம் தெரிந்துகொள்ள முடியாதபடி மாறிவிட்டது என வதந்திகள் பரவின. மாஸ்கோவில் பிப்ரவரி மாதம் இளவேனில் தொடங்கிற்று. தாஷ்கந்திலும் ஆல்மா—அத்தாவிலுமோ வெண்பனி அடை அடையாகப் பெய்தது. கருங்கடலில் உக்கிரமான புயல் வீசியது, அப்புறம் வெண்பனிச் சூறாவளி அடித்தது. அதே நாட்களில் ஆஸ்திரேலியாவிலும் தென் அமெரிக்க நாடாகிய உருகுவேயிலும் சகிக்க முடியாத வெக்கை அனல் வீசியது, காடுகளும் புல்வெளிகளும் எரிந்து கரிந்துபோயின..."

மூன்றாவது விஞ்ஞானி உரைத்தார்:

"அடுத்த ஆண்டைப் பற்றிச் சொல்லுகிறேன். இலங்கையில் வெள்ளப் பெருக்குகள் ஏற்பட்டன. அமெரிக்க ஐக்கிய நாடுகளில் வெண்பனி மழை

பொழிந்தது. மாஸ்கோவில் மே மாத வெம்மை உக்கிரமான இடிப்புயல்களுடனும் நெருப்புகளும் முடிந்தது. ஜப்பானில் குடிநீர் பங்கீடு செய்யப்பட்டது மழையின்மை காரணமாகத் தண்ணீர்ப் பஞ்சம் ஏற்பட்டுவிட்டது.

கடைசி விஞ்ஞானி சூரியனைப்பற்றிக் கூறினார்:

"தோழர்களே! சூரியனில் தீவிரமான புயல் நிகழ்ச்சிகள் நடந்துகொண்டிருக்கும் காலத்தில் நாம் வாழ்கிறோம். தழலும் கதிர் விளக்கு சீறிப் பொங்குகிறது. பிரமாண்டமான வெடிப்புகள் லட்சோபலட்சம் டிகிரிகள் வரை சூடேற்றப்பட்ட சூரியவாயு ஊற்றுகளை உலகப் பரப்பு முழுவதிலும் வீசியடிக்கின்றன. இந்த ஆற்றல் துகள்களின் பெயர் "கார்ப்பஸில்" என்பதை நீங்கள் அறிவீர்கள். கார்ப்பஸில்கள் வினாடிக்கு ஆயிரம் கிலோமீட்டர் வேகத்தில் பறந்தவாறு பூமியைநோக்கி விரைந்து உலக வாயுமண்டலத்தைக் கிழித்துப் புகுகின்றன. பதினோராண்டுகளுக்கு ஒரு முறை சூரியனில் வெடிப்புக்கள் தொடங்குகின்றன. மிக அண்மையில் இவ்வாறே நேர்ந்தது.

இயற்கை விபத்துகள் முன்னரும் பூமியைத் தாக்கியுள்ளன. ஆனால், தந்தியும் வானொலியும் விமானங்களும் இல்லாத காலத்தில் பூமி முழுவதிலும் நிகழ்வதை மக்கள் அறியாதிருந்தார்கள். துர்நிகழ்ச்சிகள் அனைத்தையும் கணக்கில் எடுத்துக்கொண்டு, அவற்றின் காரணத்தைக் கண்டுபிடிக்கும் பொருட்டு இப்போதுதான் முதன் முறையாக நாம் கூடியிருக்கிறோம். சூரியனையே நாம் சந்தேகிக்கிறோம். நமது கருத்துப்படி பிரசண்டமான காற்றுப் பெருக்குகளின் இயக்கத்தைச் சூரியன் பாதிக்கிறது. விளைவாக இந்தக் காற்றுப் பெருக்குகள் திடீர்ப் புயல்களையும் அடைமழைகளையும், தகிக்கும் வெயிலையும் நடுக்கும் குளிரையும் உண்டாக்குகின்றன. நமது சந்தேகங்கள் மெய் தாமா என்பதை ஸ்பூத்னிக் சரிபார்க்கும்..."

நான் பறந்தபோது இப்படிச் சொன்னார் அந்த விஞ்ஞானி. ஸ்பூத்னிக் ஆகிய நான் கண்டது இதுதான்.

சூரியனிலிருந்து வீசியது சூரியக் காற்று. அனலும் விரைவும் கொண்டு பறந்தது அது. எதையும் அஞ்சாமல் பறந்தவாறு பின்வரும் பாட்டைப் பாடிற்று:

“அடேய், தப்பிப் பிழை,
ஒதுங்கிக் கொள்,
விண்வெளித் துகளே!
எதிர்ப்படும் எதையும் துடைத்தொழிப்பேன்:
நான் தான் விண்மீன் மாவீரன்!
ஞாலமே,
நீ வெறும் முட்டாள் உருண்டை
எங்கள் விண்மீன் வரிசையிலே!
பறக்கிறேன்,
பறக்கிறேன்,
பறக்கிறேன்,
பறக்கிறேன்,
உன்னைச் சந்திக்கும் பொருட்டு!
எரிப்பேன் உன்னை,
மூழ்கடிப்பேன்,
புயலாய் வீசிப் பறக்கடிப்பேன்,
ஒரு சிறிதும் நான் மதியேன்
உனது புவித்துயர் எதையும்!
பறக்கிறேன்,
பறக்கிறேன்,
பறக்கிறேன்,
பறக்கிறேன்
உலகில் எதனிலும் விரைவாய்!
சூரியக் காற்று நான்,
நெருப்புக் காற்று நான்,
யாவினும் பயங்கரக் காற்று நான்.”

ஸ்பூத்னிக் ஆகிய எனக்குத் திகில் உண்டாயிற்று. வாயுமண்டலம் தாங்க முடியாமல் திடீரென்று விலகி வழிவிட்டுவிட்டால்? அப்போது சூரியனின் வெப்ப மூச்சு உலகில் உயிர்கள் யாவற்றையும் பொசுக்கிவிடுமே...

ஆனால் பூமி, பிரபஞ்ச வெளியில் நானூற்று ஐம்பது கோடி ஆண்டுகளாக உயிர் வாழ்ந்து ஓரளவு அனுபவம் பெற்றுள்ள நமது கிரகம், தன்னம்பிக்கை மிகுந்த பறப்பாளிக்குத் தனது வலிமையைக் காட்டியது. சூரியக் காற்றின் வழியில் அது ஒரு கண்ணியை வைத்தது. இந்தக் காந்தக் கண்ணியில் அபாயகர மான விருந்தாளியைச் சிக்கவைத்துப் பிடித்தது. விரைவு மிக்க கார்ப்பஸில்களே, அகப்பட்டுக்கொண்டீர்களா! இப்போது சிறையில் அடைபட்டுக் கிடங்கள்!

கண்ணுக்குத் தென்படாத, அபாயகரமான அணுத்துகள்களால் ஆன இரண்டு மாபெரும் மேகலைகள் பூமியைச் சூழ்ந்துள்ளன. இந்த மேகலைகள் ஒன்றுக்கு உள் ஒன்றாக, இரண்டு வளைய பிஸ்கோத்துகள் போல அமைந்திருக்கின்றன. நடுவில் நமது பூமி. பெரிய மேகலை எனக்கு மேலே விண்வெளியின் நிலைவாயிலில் இருந்தது. சிறிய மேகலையில் நான் பறந்த வண்ணமாயிருந்தேன். இதனால் எனக்குப் பிரமாத மகிழ்ச்சி ஒன்றும் ஏற்பட்டுவிடவில்லை, சொல்லி விடுகிறேன். உடல் நலத்துக்குக் கேடான கதிரியக்கக் கதிர்களை எதிர்ப்படுவதில் யாருக்குத் தான் விருப்பம்?

ஆனால் எனக்குப் பின்னே இரும்பு இதயம் அல்ல, உயிருள்ள இதயம் கொண்ட மனிதர்கள் விண்வெளியில் பறப்பார்கள். இந்தக் கதிர்கள் அவர்களுக்கு இன்னும் அதிக அபாயமானவை. அவர்களுக்கு வழிகாட்டுவது என் கடமை.

எனது தம்பி ஸ்பூத்னிக்குகள் கண்டுபிடித்த கதிரியக்க மேகலைகள் இரண்டையும் நான் மிகவும் கவனத்துடனும் அமைதியுடனும் ஆராய்ந்தேன். சோதனைக் கூடத்தில் உள்ள விஞ்ஞானிபோல் நான் உணர்ந்தேன். அவதானித்தேன், பதிவு செய்தேன், அஞ்சல் செய்தேன். பூமியின் எந்தப் பக்கத்திலிருந்து நான் எனது குறியீட்டொலிகளை அஞ்சல் செய்தாலும் சரியே, நூற்றுக்கணக்கான நிலையங்களும் அவதானிக்கையாளர்களும் விருப்ப வானொலியாளர்களும் அவற்றைக் கேட்டுப் பதிவு செய்துகொள்வார்கள் என நான் அறிந்திருந்தேன். ஜனங்கள் எனது கதைகள் அடங்கிய காகிதங்களை உறைகளில் போட்டு முத்திரையிட்டு “மாஸ்கோ - விண்வெளி” என்ற முகவரிக்கு

அனுப்பினார்கள். அல்லது தந்திக் கருவிகளின் அருகே அமர்ந்து “மாஸ்கோ - விண்வெளி” என்ற அதே சொற்களைத் தந்தி அடித்தார்கள்.

நான் பின்வருமாறு எச்சரித்தேன்: “அண்டக் கதிர்கள் அபாயகரமானவை. விண்வெளி விமானிகளே, புலப்படாக் குண்டுத் தாக்கிலிருந்து தப்புங்கள். ஒவ்வோர் கதிரணுத் துகள்களும் மனித உடலில் பதினையாயிரம் உயிரணுக்களைச் சிதைத்துவிடும். இது பெரிய விபத்து அல்ல தான். மனித உடலில் ஆயிரமாயிரம் கோடி உயிரணுக்கள் உள்ளனவே. எனினும், விண்வெளி விமானிகளே, இந்தப் பகைவனிடமிருந்து காத்துக்கொள்ளுங்கள். காப்புகளைத் தேடுங்கள்! பிளந்து உட்புகமுடியாத அறைகளைப் புனையுங்கள்! ஆபத்தான வளையங்களுக்கு ஊடாகப் பறக்காதீர்கள்!...“

அண்டக் கதிரணுத் துகள்கள் இரண்டு மேகலைகளுக்கு உள்ளேயே சுழன்று கொண்டிருந்தன. அவற்றால் வெளிவர முடியவில்லை. காந்தக் கண்ணி அவை வெளியேற இயலாதவாறு உறுதியாகப் பிடித்துக்கொண்டிருந்தது. எனினும். மிகமிக விரைவும் மிகமிக வலிமையும் உள்ள கதிர்கள் கண்ணியை அறுத்துக் கொண்டு வெளியேறி, வாயுமண்டலத்துக்கு உள் பறந்து போய், அதைச் சூடேறச் செய்து, உலகத்தில் பெருத்த கலவரத்தை விளைவித்தன. விஞ்ஞானியின் கண்டிப்பான குரலை நான் மீண்டும் கேட்டேன்.

“விபத்துகளின் எண்ணிக்கை ஒன்றுக்குப் பாதியாகக் குறைந்துவிட்டது. ஆனால் சென்ற 1959ஆம் ஆண்டில் அவை எல்லாவற்றையும்விடத் துன்பகரமாக இருந்தன. பிரேஸில் நாட்டில் மழையின்மை காரணமாகக் கோடிக்கணக்கான மக்கள் துன்புற்றார்கள். ஐந்து முறை வெப்ப மண்டலச் சுழல் காற்றுகளாலும் வெள்ளப் பெருக்குகளாலும்

மடகாஸ்கர் தீவு வெறுமையாகிவிட்டது. ஜப்பானில் சூறைக்காற்றுகள் வீசியடித்தன. மெக்ஸிக்கோவில் புயல், ஐரோப்பிய, அமெரிக்கக் கடற்கரைகளில் சூறாவளிகள் ஆகியன கலவரம் நிறைந்த இந்த ஆண்டு நிகழ்ச்சிகளுக்கு முத்தாய்ப்பு வைத்தன."

கீழே மக்கள் ஸ்பூத்னிக்கின் குரலை எதிர்பார்த்தார்கள். எனது சங்கேத ஒலிகளை விஞ்ஞானிகள் எண்களின் மொழியில் பெயர்த்து எழுதி, கணப்போதில் கணக்கிடும் இயந்திரங்களுக்குக் கேள்விகளைத் தீர்வுகாண்பதற்காகக் கொடுத்து, அண்ட வெளியின் மர்மங்களைக் கூடிய விரைவில் அறிந்துகொள்ள வேண்டும் என்ற நோக்கத்துடன் நானும் உழைத்தேன், உழைத்தேன், உழைத்தேன்.

நான் விண்வெளிச் சோதனைக்கூடம். நான் மனிதனுக்கு வழி அறிவித்தேன். மனிதன் விண்வெளிக்குத் துள்ளிப் பாய ஆயத்தம் செய்துகொண்டிருந்த சமயத்தில் நான் வாழ்ந்தது குறித்து மகிழ்கிறேன். மனிதன் இன்னும் விண்வெளிக் கப்பலைக் கட்டினான். மிக அண்மையில் உள்ள உபகிரகமான சந்திரனுக்கு ராக்கெட்டுகளை அனுப்பினான். இள நீலமும் பச்சையுமான மர்ம கிரகங்கள் கொண்ட நெடுந்தொலையில் உள்ள விண்மீன்களுக்குத் தானே பறந்து செல்வது பற்றிக் கனவு கண்டான். ஒளியின் வேகத்துக்கு - வருஷத்துக்குப் பத்துக் கோடி கோடிக் கிலோமீட்டர்கள் வேகத்துக்கு—கிட்டத்தட்டச் சமமான வேகங்களைப் பற்றிக் கனவு கண்டான். இந்த வேகத்தைத் தரும் விறல்மிக்க எரிபொருளைப் பற்றிக் கனவு கண்டான். மனிதன் இன்னும் வலிமைமிக்கவனாக விரும்பினான். விண்வெளிக்குப் பறந்து சென்றபின் தான் மாவீரன் ஆகிவிடலாம் என்று நம்பினான். அப்போது அவன் பூமியைச் சுற்றிப் பிரமாண்டமான ஸ்பூத்னிக்குகளைச் செலுத்துவான். இவை ராக்கெட் மாற்று நிலையங்களாகப் பயன்படும். சந்திரனில் அவன் ராக்கெட் திடல்கள் அமைப்பான். அங்கிருந்து வேறு உலகத்துக்கு, எங்கோ மிகமிகப் பெருந்தொலைவில் உள்ள வேற்று நட்சத்திரத்தின் கிரகத்துக்குப் பறந்து

செல்வான், அங்குள்ள சூரியனிடமிருந்து மின் ஆற்றலைப் பெறுவான், அதன் உதவியால், தனக்கு இறக்கைகள் அளித்த உலகிற்கு மீளுவான்.

இவ்வாறு நடக்கும். நான் இதை நம்புகிறேன். புவியுலகம் பிரபஞ்சம் அனைத்திற்கும் கரையாக விளங்கும்...

நான் கட்டாயமாக எரிந்து பொசுங்க வேண்டிய நாள் மேலும் மேலும் நெருங்கிக்கொண்டிருந்தது. ஒவ்வொரு சுற்றும் என்னைப் பூமியை நோக்கிக் கொஞ்சம் கீழே இறக்கிக்கொண்டிருந்தது. ஆனால் விஞ்ஞானிகள் குறித்திருந்த கெடு கடந்துவிட்டது, அடுத்த கெடு வந்துவிட்டது, எனினும் நான் இன்னும் விடாது பறந்து கொண்டிருந்தேன். சுமையற்ற விடுதலையை உணர்ந்து கொண்டிருந்தேன்.

"இது எப்படி? நமது எலெக்ட்ரானிக் இயந்திரங்கள் இவ்வாறு பயனுள்ள தவறு செய்திருக்க முடியுமா?" என்று வியந்தார்கள் விஞ்ஞானிகள்.

இல்லை, எலெக்ட்ரானிக் இயந்திரங்கள் தவறு செய்யவில்லை! கொடுக்கப்பட்ட கணக்குக்கு அவை சரியான விடை அளித்தன. விஞ்ஞானிகளுக்கு இன்னொரு ஆச்சரியம் காத்துக்கொண்டிருந்தது என்பதுதான் விஷயம். அதை அளித்தன எனது அண்ணன்மாரான "லூன்னிக்குகள்."

இந்த ராக்கெட்டுகள் உலக உருண்டையை என்னால் எட்டமுடியாத உயரத்திலிருந்து நோக்கின. அவை என்ன கண்டன என்றால், பூமி மூச்சுவிடுகிறது என்பதையே. ஆம், ஆம், மூச்சுவிடுகிறது என்பதை! ராக்கெட் புறப்படும் பொழுது சூரியக் காற்று வாயுமண்டலத்துக்குச் சூடேற்றியது, வாயு மண்டலம் மேலே எழுந்தது-பூமி மூச்சை இழுத்தது போல். நான் வேலை செய்து கொண்டிருந்த நேரத்திற்குள் காற்றுப் படலம் குளிர்ந்து தாழ்ந்தது, மூச்சை வெளிவிடுகையில் மனிதனுடைய மார்பு தணிவது போல. நான் அதன் பின்னே பறந்தேன். நான் உயிரோடு இருந்தேன்! இன்னும் ஓராண்டு உழைப்பு எனக்குத் தாராளமாக வழங்கப்பட்டிருந்தது.

பள்ளி மாணவர்களின் தலைமுறைகள் யாவற்றிலும் பாக்கியசாலிகளான மாணவர்களே! பூமியின் மேல் மகுடம் அணியப் பட்டிருக்கிறது என்பதை அறிவீர்களாக. உலகில் உள்ளவற்றிலெல்லாம் மிக நேர்த்தியானதும் விலைமதிப்பற்றதுமான மகுடம்-வாழ்வின் காற்று மகுடம். அதன் அளவை நான் இப்போது உங்களுக்கு வெளியிட முடியும். மனித குலத்துக்கு இதுவரை மர்மமாக இருந்து வந்தது இந்த அளவு: 20 ஆயிரம் கிலோமீட்டர். இவ்வுயரம் விளையாட்டல்ல. மகுடத்தின் அடிப்படை காற்று என்பது உங்களுக்குத் தெரிந்ததுதான். நானோ, சந்தேகமுள்ள இரத்தினச் சிற்பிபோல என்னுடைய உயரத்தில் மாதிரியை எடுத்துப்பார்த்து நீர்வாயுவை மட்டுமே கண்டுபிடித்தேன். யாவற்றிலும் லேசான வாயு மகுடத்தின் உச்சியில் இருந்தது. அது எங்கிருந்து வந்தது? சூரிய கிரணங்கள் நீரிலிருந்து அதை உண்டாக்குகின்றன. முடிவற்ற காற்று—பலூன்கள் போல அணுவுக்குப் பின் அணுவாக நீர்வாயு ஆயிரமாயிரம் கிலோமீட்டர் உயரத்துக்கு எழுந்து, பூமி உருண்டைக்கு லேசான, ஒளிபுகும் மகுடம் புனைகின்றது. எங்கே அது இல்லையோ அது விண்வெளி, கிரகநடுப் பரப்பு.

இப்போது புரிந்ததா பாக்கியசாலிகளே, எப்பேர்ப்பட்ட தென்படாத் தலைக் காப்பின் கீழ் நீங்கள் வாழ்கிறீர்கள் என்பது?

நல்லது நண்பர்களே! நான் எனது உரையை, உலக உருண்டையைப் பத்தாயிரக்கணக்கான முறை சுற்றிவந்த போது ஏற்பட்ட உளப் பதிவுகளை, இத்துடன் முடித்துக் கொள்கிறேன். என்னுடை வழி மிக நீண்டது செவ்வாய் வரை எட்டு முறை பறப்பது போன்ற, அல்லது, வெள்ளி வரையுள்ள

தொலைவின் பதினொரு மடங்கு போன்ற நீளமுள்ளது. எனது சொற்களை வானொலி உங்களுக்கு அஞ்சல் செய்யும்.

சில நாட்கள் சென்றபின் நான் வாயுமண்டலத்தின் அடர்ந்த படிவுகளில் புகுந்து கடைசி வளைகோட்டை வரைந்து முடிந்துவிடுவேன். இந்தக் கதியை எண்ணி நான் வருந்தவே இல்லை. வெள்ளிப் பளபளப்புள்ள விண்வெளிக் கப்பல்கள் விரைவிலேயே வீட்டுக்கு, சொந்த பூமிக்குத் திரும்பப் போகின்றன என்பதை அறிவேன். அப்போது விண்வெளி விமானிகள் என்னை நல்வாழ்த்துடன் நினைவுகூர்வார்கள், என்னைச் சிந்தித்து உருவாக்கிய துணிவும் அறிவும் சான்ற மனிதர்களுக்கு ஆழ்ந்த நன்றி தெரிவிப்பார்கள்.

விடை பெற்றுக்கொள்கிறேன்! இதுவரை பேசியது ஸ்பூத்னிக்! இதுவரை பேசியது ஸ்யூத்னிக்!

கடைசிப் பக்கங்களைப் படித்த ல்யூபா, படித்து முடித்ததும் நாக்கு மரத்துப் போய்விட்டது போல அவளுக்குத் தோன்றியது. குடிக்க நீர் வேண்டும் என்று சைகை காட்டினாள்.

மேற்பார்வையாளன் தண்ணீர் தம்ளரைக் கொடுத்துவிட்டுச் சொன்னான்:

“பேச்சு நாற்பத்தைந்து நிமிஷம் நீடித்தது.”

“ஓகோ! அப்படியானால் வகுப்பு? நாங்கள் என்ன, மூடப்பட்ட ஒலிபரப்பிக்கு முன்னா பேசிக்கொண்டிருந்தோம்?”

கென்னாதிய் ஒரே கலவரத்துடன் கதவை விரியத் திறந்தவன் ‘அப்பாடா’ என்று பெருமூச்சுவிட்டான். மாணவர்கள் எல்லோரும் இடைவேளையில் போலவே வெளித் தாழ்வாரத்தில் நின்றுகொண்டிருந்தார்கள். எனவே, கேட்டுக்கொண்டிருந்தார்கள் என்று ஆகிறது!

தலையை ஒய்யாரமாக வாரிவிட்டுக்கொண்டிருந்த எட்டாவது வகுப்பு மாணவன் ஒருவன் கென்னாதியிடம் ஓடிவந்து,

"இவ்வளவு நேரம் நீங்களா பேசிக்கொண்டிருந்தீர்கள்? சபாஷ்! எங்கள் வகுப்பில் வடிவ கணிதப் பரீட்சை கூடத் தடைப்பட்டுவிட்டது. பொதுவாகச் சொன்னால் விண்வெளி விஷயம் மோசமில்லை. பறக்கக்கூடச் செய்யலாம்" என்றான்.

இதற்குள் வடிவ கணித ஆசிரியை வந்துவிட்டார். "ஸுஹோவ், வடிவகணிதம் இல்லாவிட்டால் நீ எந்த விண்வெளிக்கும் பறக்க முடியாது!"

இப்படிக் குத்திக்காட்டிவிட்டுக் கோபத்துடன் போய்விட்டார். இந்த வேளை பார்த்து கென்னாதியைப் பிடித்துக்கொண்டான் பொமெரான்சிக்:

"காற்றைப் பற்றி நீ பிரமாதமாக முழங்கினாய்! நானும் தான் காற்றைப் பற்றி எழுதியிருக்கிறேன். அது எப்படி ஆரம்பிக்கிறது?" என்று நெற்றியைத் தட்டிக்கொண்டான். ஆமாம். இதோ:

"வேகமாய் வீசும் காற்றே, நீ
விறலோய்! முகிலுடன் ஆடுகிறாய்.
மேக மந்தையை ஓட்டுகிறாய்,
வீடுகளிடை குழல் ஊதுகிறாய்."

"முட்டாள்!" என்று அவனை மேலே பேசவிடாமல் நிறுத்தினான் கென்னாதிய். நாங்கள் சொன்னது முற்றிலும் வேறு, விண்வெளிக் காற்று. நீ ஒன்றுமே புரிந்துகொள்ளவில்லை. இந்த லட்சணத்தில் கவியாம் கவி! ஒரு வார்த்தையில் சொன்னால், பூஷ்கின்—பொமெரான்சிக்" என்றான்.

இந்த ஒப்பீட்டைப் பொமெரான்சிக்கால் பொறுக்க முடியவில்லை. தான் சட்டாம்பிள்ளை, கட்டுப்பாட்டுக்குப் பொறுப்பாளி என்பதை மறந்து கென்னாதியின் மேல் பாய்ந்து முட்டியால் குத்தினான். ஒருவரையொருவர் சுவரோடு சேர்த்து அழுத்தியவாறு, இதெல்லாம் சும்மா வேடிக்கைக்குத்தான் என்பது போலக் காட்டிக்கொண்டு நீண்ட நேரம் இருவரும் மூச்சுத் திணற மற்போர் புரிந்தார்கள்.

முதலில் கென்னாதியின் சட்டையிலிருந்து பொத்தான் தெறித்து விழுந்தது. அப்புறம் பொமெரான்சிக்கின் பொத்தான் பறந்தது. மூன்றாவது பொத்தான் தெறிக்கும் அளவுக்கு விவகாரம் முற்றிவிட்டதும் அவர்கள் ஆசிரியர் அறைக்கு இழுத்துச் செல்லப்பட்டார்கள்.

“ஆசுவாசப்படுத்திக்கொள்ளுங்கள், தம்பிகளே” என்று சாந்தமாகக் கூறி, இரட்டை சோபாவைச் சுட்டிக் காட்டினார் கணித ஆசிரியர்.

இருவரும் பணிவாக அமர்ந்தார்கள்.

சிறிது நேரத்துக்குப் பிறகு அவர்கள் ஆசிரியர் அறையிலிருந்து வெளிவந்தார்கள். கென்னாதிய் கிசுகிசுத்தான்:

“சூரியக் காற்று பற்றிய செய்யுள் ல்யூபா இயற்றியது. அப்படி அல்லவா எழுத வெண்டும்!”

தான் சட்டாம்பிள்ளை என்பதை பொமெரான்சிக் இப்போது நினைவுவைத்திருந்தான் ஆதலால் வெறுமே முட்டியை ஆட்ட மட்டும் செய்தான்.

வகுப்பு முடிந்ததும் வானொலி மேற்பார்வையாளன் ல்யூபாவையும் கென்னாதியையும் போரியாவையும் விரைவாக அணுகினான். “வாருங்கள் சீக்கிரம். பிரதிநிதிக் குழு உங்களைப் பார்க்க விரும்புகிறது” என்றான்.

கென்னாதியுக்கு தர்மசங்கடமாயிருந்தது.

“பிரதிநிதிக் குழுவா? எனது பொத்தான்கள் அறுந்து விழுந்துவிட்டனவே” என்று கழுத்துப் பட்டையைச் சுட்டிக் காட்டினான்.

“பரவாயில்லை. அவர்கள் கவனிக்கமாட்டார்கள்” என்று தேறுதல் சொன்னான் மேற்பார்வையாளன்.

வானொலி அறையில் பாராட்டு நிறைந்த எட்டு ஜோடி வட்ட விழிகள் அவர்களை எதிர்கொண்டன. தாங்கள் முதல் வகுப்பு “அ”, “ஆ”, “இ”, “ஈ”. பிரிவுகளின் பிரதிநிதிகள் என்று

நட்புடன் அறிவித்துவிட்டு எட்டுப் பிரதிநிதிகளும் கோணல் வரிகளில் எழுதப்பட்ட ஒரு காகிதத்தை நீட்டினார்கள்.

"என்ன இது?" என்று கேட்டான் மேற்பார்வையாளன்.

"இது பட்டியல்" என்று ஒரே குரலில் கீச்சிட்டார்கள் பிரதிநிதிகள்.

"என்ன பட்டியல்?"

"வானொலிச் செய்தித்தாள் "ஸ்பூத்னிக்குக்கு."

எங்கே, இப்படிக் கொடுங்கள் பார்ப்போம்."

மேற்பார்வையாளன் பட்டியலை உரக்கப் படித்தான் :

1. நதாஷா பிலோவா
2. ஆலிக் பெத்ரோவ்
3. நீனா ஹித்ரோவா
4. கோஸ்த்யா ஸ்மிர்னோவ்
5. யோஷிக் கவால் ஸ்க்கிய்.

இந்த மாணவர்களின் பிறந்த நாள் அக்டோபர் 4ஆம் தேதி. முதலாவது ஸ்பூத்னிக்கின் பிறந்த நாளும் அக்டோபர் 4ஆம் தேதி. இந்தப் பட்டியலை "ஸ்பூத்னிக்" செய்தித்தாளில் வெளியிடும்படி கேட்டுக்கொள்கிறோம்.

"சபாஷ்! அடுத்தமுறை நமது வானொலி ஸ்பூத்னிக்கில் கட்டாயம் ஒலிபரப்புகிறோம்" என்று உண்மையான பாராட்டுடன் சொன்னான் மேற்பார்வையாளன்.

முதல் வகுப்பு மாணவர்கள் வெற்றிக் குதூகலத்துடன் வெளியேறினர். ல்யூபா போரியாவின் விலாவில் இடித்தாள், போரியா கென்னாதியின் விலாவில் இடித்தான். மூவரும் களிபொங்கச் சிரித்தார்கள். சொற்கள் இல்லாமலே ஒரு விஷயம் தெளிவாயிருந்தது: ஒலிபரப்பு வெற்றி அடைந்து விட்டது!

போரியா பேட்டி அளிக்கிறான்

கடைசியில் அந்த நாளும் வந்து விடுகிறது. விண்வெளிப் பயணத்தைப் பற்றிக் கனவு காண்பவன், வியப்புடனும் மகிழ்வுடனும் காலையில் கண் விழிக்கிறான். எதைப் பற்றி அவன் எண்ணினானோ அந்த நாள் வந்துவிட்டது, அமைதியாக ஒளி வீசுகிறது என்பதை நம்பாதவன் போல, "அதற்குள்ளாகவா?" என்று கேட்கிறான்.

இவ்வாறு விண்வெளிப் பயணக் கனவு காண்பவன் முதியவனோ இளைஞனோ, அனுபவசாலியான, வாழ்க்கையில் பட்டு உரமேறிய மனிதனோ அல்லது; பளிச்சிடும் விழிகள் கொண்ட சிறுவனோ, யாராயினும் சரியே, 1960ஆம் ஆண்டு மே மாதம் ஒரு நாள் சந்தடியற்ற காலை வேளையில் அவனுடைய இதயம் களிப்புடன் துடித்தது. அவன் கப்பலைப் பற்றிக் கேள்விப் பட்டான்.

நமது கனவு காணும் நண்பனை மகிழ்ச்சியில் ஆழ்த்தியது பாய்மரக் கப்பலோ கடற்படைப் போர்க் கப்பலோ, பிரயாண விமானமோ அல்ல. புதிய, அப்போதுதான் உருவான விண்வெளிக் கப்பல். "விண்வெளிக் கப்பல் தயாராகிவிட்டது என்றால் விரைவிலேயே அதற்கான பிரயாணியும் வருவார். இல்லாவிட்டால் எப்படி?" என்று தீர்மானித்தான் கனவு காண்பவன்.

விண்வெளிக் கப்பல் எந்த வேகத்துடன் விரைந்ததோ அதே வேகத்துடன் மீண்டும் புதிய செய்தி உலகம் முழுவதிலும் பரவியது. ஆங்கிலத்திலும் ஜெர்மன் மொழியிலும் பிரெஞ்சு பாஷையிலும் ருஷ்ய மொழியிலும் ஒலித்தது அச்செய்தி. ஆழ்ந்த கம்பீரத்துடன் ஒலித்தது! இச் செய்தியைச் சொன்னவன் ஒவ்வொருவனும் அறிந்திருந்தான்: தலைக்கு மேலே வெறும் உருண்டை அல்ல, பெரிய அறை—காற்றுள்ள, கதகதப்பான, வசதிவாய்ந்த அறை—பறக்கிறது. அதைச் சுற்றிலும் விண்வெளி வெறுமை. முழு வெறுமை அல்ல என்றாலும் வாயு அழுத்தம் மாபெரும் ஸ்பூத்னிக்கின் உள்ளே

இருந்ததைவிடப் பதினாயிரங் கோடி மடங்கு பலவீனமானது. அறையைப் பற்றி அச்சம் உண்டாயிற்று: சுவர்கள் தாங்க வில்லை என்றால்? அறை தகர்ந்துவிடுமோ?

ஆனால் விண்வெளிக் கப்பல் பூமி உருண்டையை மேலும் மேலும் சுற்றி வந்தது, அறைக்குள்ளோ முன்போலவே கதகதப்பும் காற்றோட்டமுமாக இருந்தது—வீட்டில் இருப்பது மாதிரி.

இவ்வளவு உறுதியான அறை இருக்கும்போது அதில் குடியேறுபவர்களும் வரத்தான் செய்வார்கள்.

கனவு காண்பவன் 'எப்பொழுதடா இருட்டும்' என்று ஆவலே வடிவாய்க் காத்திருந்தான்—தொலைநோக்கியோ, பார்வைக் குழாயோ அவனுக்குத் தேவை இல்லை. தன் வெறுங் கண்களாலேயே விண்வெளிக் கப்பலைப் பார்க்க அவனால் முடியும்! காத்திருந்தான், காத்திருந்தான். திடீரென அவன் உள்ளத்தைத் துயர் கவ்வியது.

"மாகடலின் நீலத் திரைகள் மேல்
வான் சுடர் தாரகைகள் தாம் ஒளிரும்,
ஏகந்தனியாய் வரும் ஒரு கப்பல்
எல்லாப் பாய்களும் விரித்தே விரையும்."

கவி எண்ணியது இந்தக் கப்பலைப் பற்றித்தானோ? இல்லை, நிச்சயமாக இல்லை! பின் ஏன் இந்தத் துயரம்? ஏனெனில் ஆயிரக்கணக்கான மனிதர்கள் இரவில் வானை நோக்குகிறார்கள். அதேசமயம் ஆயிரக்கணக்கான வேறு மனிதர்கள், தங்கள் நாடுகளின் உயரே விண்வெளிக் கப்பல் பகலில் பறக்கும், அப்போது அதைக் காண இயலாது என அறிந்து ஏமாற்றம் அடைகிறார்கள்.

"மீகாமன் குரல் அதில் ஒலியாதே,
விறல் மாலுமிகளும் அதில் காணாரே..."

காணவில்லை... மீகாமன் இல்லாத கப்பல்... மனிதனுக்குப் பதில் சுமை ஏற்றிச் செலும் வெற்று அறை மீகாமன் வேண்டுமா என்ன? உயிரை ஆபத்துக்கு உள்ளாக்க வேண்டுமா

என்ன? கீழ்ப்படிவுள்ள தானியங்கி இயந்திரங்களே மேல் அல்லவா? விண்வெளியிலோ, அபாயகரமான கிரணங்கள் உள்ளன. துப்பாக்கிக் குண்டைக் காட்டிலும் நூற்றுக் கணக்கான மடங்கு அதிக வேகங்கொண்ட எரிமீன் கற்கள் பாய்கின்றன. கடுகளவாயிருந்தாலுங்கூட அவற்றை எதிர்ப்படுவது ஆபத்து: கப்பலை ஊடுருவித் துளைத்துவிடும்! மனிதன் இங்கே செயலற்றவன்: அவன் ஆபத்தை மதிப்பிடுவதற்குள் ஓரிரு வினாடிகள் கடந்துவிடும். கப்பலோ ஓரிரு வினாடியில் எத்தனையோ கிலோமீட்டர் பறந்துவிடும். மின்சார மூளையிடம் பொறுப்பை ஒப்படைப்பதே மேல் அல்லவா?

ஆம், தானியங்கி இயந்திரங்களிடம் பொறுப்பை ஒப்படைப்பதே மேல். அவை ராக்கெட்டை இயக்கிச் செல்லும், ஆபத்துகளைக் கண்டுகொள்ளும், பாதையை மாற்றிக்கொள்ளும்.

ஆயினும் கப்பலுக்கு மீகாமன் கட்டாயமாக இருப்பான்! சந்திரக் கடல்களைப் பார்வையிடுவதற்கும் செவ்வாய் கிரகத்தின் மர்மங்களைப் புரிந்துகொள்வதற்கும் பறந்து செல்பவன் அவனன்றி வேறு யார்? அறியாக் கிரகத்துக்குப் போய்ச் சேர்வதை எதிர்பார்த்து ராக்கெட்டை நிறுத்தத் தீர்மானிப்பவன் அவன் தானே? கீழ்ப்படிவுள்ள தானியங்கி இயந்திரங்களுக்குக் கட்டளையிடுபவன் அவனன்றி வேறு யார்? தானியங்கிகள் கப்பலை ஓட்ட மட்டுமே செய்யும். மீகாமனாகத் தலைமை வகிப்பவன் மனிதனே!

இரவு வானில் கப்பல்—ஸ்பூத்னிக்கை எதிர்பார்த்துக்கொண்டு, கற்பனையில் தொலைதூர விண்மீன்களுக்குப் பறந்து சென்றுகொண்டு, கிட்டத்தட்ட இம்மாதிரி எண்ணமிட்டார்கள் கனவு காண்போர்.

அவர்களுக்கிடையே இருந்தார் உண்மையான விண்வெளி மீகாமன். எல்லோரையும் போலவே அவரும் வானை நோக்கினார். பறக்கும் விண்வெளிக் கப்பலில் இருக்க அவர் மிகவும் விரும்பினார் ஆனால் முடியவில்லை. இன்னும் ஒரு விண்வெளிக் கப்பல் கூடத் திரும்பித் தரை சேரவில்லை.

விண்வெளியிலிருந்து தரை இறங்குவது அபாயமற்றது என்ற உறுதிப்பாடு மருத்துவர்களுக்கு இன்னும் ஏற்படவில்லை. மிகவும் வருத்தமாகத்தான் இருந்தது: விண்வெளிக் கதவு ஏற்கனவே திறக்கப்பட்டுவிட்டது, ஆனால் அதன் சாவி இன்னும் கிடைத்தபாடில்லை.

கடைசி அடிவைப்பு எவ்வளவு கடினமானது என்பதை எல்லோரும் புரிந்துகொண்டார்கள். நிகழ்ச்சிகள் எவ்வாறு முன்னேறுகின்றன என்பதை எல்லோரும் எதிர்பார்த்துக் கொண்டிருந்தார்கள்.

விரைவில் தந்தி வாயிலாகச் செய்தி கிடைத்தது:

"சோவியத் யூனியனில் வாயுமண்டலத்தின் மேற்படிவுகள் விண்வெளிப் பரப்பு ஆகியவற்றின் ஆராய்ச்சி பூபௌதிக ராக்கெட்டுகளின் உதவியால் தொடர்ந்து நடந்துவருகிறது...

"ஆராய்ச்சிச் செயல்திட்டத்துக்கு இணங்க 1960ஆம் ஆண்டு ஜூன் மாதம் ஓரடுக்கு எறி ராக்கெட் முறைப்படி செலுத்தப்பட்டது...

"ராக்கெட் செலுத்தப்படுவது வெற்றிகரமாக நடந்தேறியது. குறித்த 208 கிலோ மீட்டர் உயரத்தை ராக்கெட் அடைந்துவிட்டது...

"தரை இறங்கியபிறகு பிராணிகளின் நிலைமை நன்றாயிருக்கிறது."

"நாய் அத்வாஷ்னயா தனது ஐந்தாவது விண்வெளிப் பயணத்தை நிறைவேற்றிவிட்டது..."

அமைதி நிறைந்த இந்த வரிகள், ஆராய்ச்சிக் கல்லூரி வாயிலுக்குள் பொறுமையற்ற நிருபர்களை அதிகாலையில் கூடச் செய்தன. எப்பொழுதும் போலவே அவர்கள் அவசரப்பட்டார்கள். கொண்டாட்ட நாயகர்களான நாய்களோ அவர்களைக் காக்க வைத்தன. கட்டிடத்துக்கு உள்ளே எங்கோ அவற்றைப் பரிசீலனை செய்து கொண்டிருந்தார்கள் மருத்துவர்கள்.

நிருபர்கள் புகுவாயில் அருகே குழுமி, தாமதித்து வந்தவர்களைப் பரிகசித்துக்கொண்டிருந்தார்கள்.

ஒலிப்பதிவுப் பெட்டி தோளிலிருந்து தொங்க, மேல்மூச்சு கீழ்மூச்சு வாங்க ஒரே அலங்கோலத் தோற்றத்துடன் வந்தார் ஒரு மனிதர்.

அவை அதற்குள் போய்விட்டனவா என்ன?" என்று ஏமாற்றத் துடன் வினவினார்.

"உன்னைப் பார்த்து அளவளாமல் அவை போய்விட முடியுமா என்ன?" என்று கத்தினான் ஒரு வேடிக்கைப் பிரியன். "ஒலிபரப்பியைச் சீக்கிரம் வெளியில் எடு. ஒலிபரப்பு தொடங்குகிறது. கவனம், கவனம்!" என்று அறிவிப் பாளரின் குரலில் பேசத் தொடங்கினான் வேடிக்கைப் பிரியன். "அன்பார்ந்த நேயர்களே! விஞ்ஞான ஆராய்ச்சிக் கல்லூரி முகப்பு வெளியில் நாம் இப்போது இருக்கிறோம். உலகப் பிரசித்தி பெற்ற விண்வெளி விமானியை இப்போது உங்களுக்கு அறிமுகப்படுத்தி, அவரது உடல்நிலை எவ்வாறு இருக்கிறது எனக் கூறும்படி அவரைக் கேட்கிறேன். அது கீச்சிட்டது உங்கள் காதில் பட்டதா? இந்த விண்வெளி விமானி ஸ்வியோ ஸ்தச்கா விண்மீனாள்—என்ற குழிமுயலார். அவர் புல்லையும் முட்டைக்கோசையும் உற்சாகமாகத் தின்று கொண்டிருக்கிறார். ஆகவே அவருடைய உடல் நிலை மிக நன்றாயிருக்கிறது என்பது தெரிகிறது!"

வானொலி நிருபர் இந்தப் பேச்சைத் திருப்தியுடன் கேட்டார், எல்லோருடனும் சேர்ந்து வாய்விட்டுச் சிரித்தார், பின்பு கத்தினார்:

"முட்டைக்கோசுத் தண்டின் கறமுறப்பை—நீர் என்னத்தைக் கண்டீர்? காற்றின் சீழ்க்கையொலிக்காக நான் பசிபிக் மாகடலுக்கு ஒலிபரப்பியுடன் சென்றேன். உங்களது ஒலியற்ற காகிதம் காற்றின் வலிமையைப் புலப்படுத்த முடியுமா என்ன?"

உண்மையாகவே நடந்தது இது. பசிபிக் மாகடலில் புயல் எப்படிச் சீறிக் கொந்தளிக்கிறது என்பதையும் அந்த நேரத்தில் கப்பல் மாலுமிகள் எப்படி வேலை செய்கின்றனர் என்பதையும் சோவியத் நாடு அனைத்தும் வானொலி மூலம் கேட்டது. அலைகளின் பேரிரைச்சல், காற்றின் முழக்கம், கப்பல் எஞ்சினின் நம்பகமான கடகடப்பு, இயற்கை விபத்துக்கு எதிரான போராட்டத்தின் உண்மையான ஆரவாரம், எல்லாம் கேட்பவர்களின் உள்ளங்களில் துணிவு மிக்க மாலுமிகள் பால் கர்வம் உண்டாகப் புரிந்தன. வானொலி நிருபர் அப்போது அருமையாக வேலை செய்தார்.

மருத்துவ அங்கி அணிந்த துடியான யுவதி ஒருத்தி வாயிலிலிருந்து வெளிவந்தாள். நிருபர்கள் அவளை உடனே சூழ்ந்துகொண்டார்கள். தன் மீது இத்தகைய கவனம், வெப்ப நாளின் காலைப் புத்துணர்ச்சி, இவற்றாலும் அண்மையிலேயேதான் மருத்துவர் ஆகியிருப்பதனாலும் மகிழ்ச்சி பொங்க வால்யா நின்று முறுவலித்தாள்.

"எங்கே, எங்கே பிரதான பாத்திரங்கள்?" என்று நிருபர்கள் அவளைக் கேட்டார்கள்.

"அவற்றை இன்னும் பரிசோதனை செய்து கொண்டிருக்கிறார்கள். சீக்கிரம் இட்டு வருவார்கள். தற்போதைக்கு உங்களுக்கு எதைப் பற்றிச் சொல்லட்டும்? பறப்பைப் பற்றியா?"

"இல்லை. முதலாவது, உங்களைப் பற்றி. நீங்கள் எப்படி விண்வெளி மருத்துவர் ஆனீர்கள் என்பது பற்றி."

வால்யாவுக்கு மூச்சு திணறியது. இனிமேல் அவள் நாய் விண்வெளி விமானிகளுக்குப் பயிற்சி அளிக்கப் போகிறாள் என்பதை அவர்கள் எப்படி ஊகித்துத் தெரிந்துகொண்டார்கள்?

அவள் சொன்னாள்: "இது மிகச் சாதாரண விஷயம். பள்ளிப் படிப்பை முடித்தேன், இங்கே சோதனைக்கூடத் துணைவியாக வேலை செய்தேன். அதோடு அதாகக் கல்லூரியில் பயின்றேன். இப்போது மருத்துவர் ஆகி விட்டேன். அவ்வளவுதான்."

“நல்லது. இப்பொழுது பறப்பைப் பற்றிச் சொல்லுங்கள்.” வால்யா கூறத் தொடங்கினாள்:

“அன்று பருவ நிலை மிக நன்றாக வாய்த்துக்கொண்டது, அதாவது இன்று போல. அத்வாஷ்னயா அமைதியாயிருந்தது. இதுவரை பறந்து அறியாத மாலிக் என்ற நாய்க்கும் தனது உதாரணத்தின் மூலம் அமைதி ஊட்டியது. ஸ்வயோ ஸ்தச்காவைப் பற்றியோ, சொல்லவே வேண்டியதில்லை. அதைப் பார்த்த பிறகு குழிமுயல்கள் கோழைகள் என்று எவ்விதத்திலும் சொல்ல முடியாது. ஆயிற்றா . ஆயத்தமாகும் வேளை வந்தது: ஒரு மணி... முப்பது நிமிடங்கள்... பதினைந்து... கிளம்பு! பறப்பு முறையாக நடந்தேறியது. ராக்கெட் கிளம்பியதும் நாங்கள் தவித்துப் போனோம். இந்தத் தடவை ராக்கெட் மிகவும் கனமுள்ளதாயிருந்தது. ஆனால் எல்லாம் அற்புதமாக நிகழ்ந்து முடிந்தது. பெரிய பாரஷூட் விரிந்தது. நாங்கள் ஹெலிகாப்டரில் உட்கார்ந்து தரையிறங்கல் நடந்த இடத்தை அடைந்தோம்.”

“ஒரு கேள்வி கேட்க அனுமதியுங்கள்” என்றார் ஒரு நிருபர். “நாய்களும் முயல்களும் பறந்த எல்லா ராக்கெட்டுகளும் இரண்டு டன்களுக்கு மேல் எடை கொண்டவை. நமது முதலாவது கப்பல்—ஸ்பூத்னிக்கின் அறை மட்டுமே கிட்டத்தட்ட அந்த எடை உள்ளது. நீங்கள் என்ன நினைக்கிறீர்கள், அத்வாஷ்னயாவின் வெற்றி வருங்கால விண்வெளி விமானத்தின் தரையிறங்கலுக்கு முக்கியத்துவம் உடையதா?”

“ஊம், அதற்கென்ன” என்று தலையசைத்தாள் வால்யா. “நான் எஞ்சினீயர் அல்லதான், இருந்தாலும் உங்கள் கேள்விக்கு விடை பகர முயல்கிறேன். விண்வெளிக் கப்பல் உலகைச் சுற்றிப் பறந்ததும் ராக்கெட்டுகள் செங்குத்தாகச் செலுத்தப்பட்டதும் சந்தேகமின்றி இரண்டு வெவ்வேறு விஷயங்கள். உதாரணமாக விண்வெளி விமானம் தரை சேர்வதற்கு முன் ஒலியின் வேகத்தைக் காட்டிலும் பன்மடங்கு விரைவுடன் பாய்கிறது, அதன் மேல் மூடி இரண்டு ஆயிரம் அல்லது மூன்று ஆயிரம் டிகிரிகள் (சென்டிகிரேட்) கூடச் சூடேறிவிடுகிறது. எனினும்

நமது அனுபவம் விமானத்தைக் காப்பதற்கு மிகச் சிக்கலான அமைப்பைத் திட்டமிடுவதற்கு உதவவில்லையா? வானில் லாரி ஒன்றை மேலே தூக்குவதற்கு வேண்டிய சக்தியைக் கற்பனை செய்துகொள்ளுங்கள் - நமது விமானி அறையின் கனம் அத்தகையது. இந்த லாரியைப் பதபாகமாகத் தரையில் இறக்குவதற்குத் திறனுள்ள பாரஷூட்டைக் கற்பனை செய்துகொள்ளுங்கள், ஏனென்றால் அதில் மூன்று உயிர்ப் பிராணிகள் இருக்கின்றனவே! அத்வாஷ்னயா, மாலிக், ஸ்வயோ ஸ்தக்கா இந்த மூன்று உயிர்ப் பிராணிகளுக்கும் ஒரு சிறு சிராய்ப்பு கூட ஏற்படவில்லை, சிறு காயங்கூடப் படவில்லை என்பதையும் கருத்தில் கொள்ளுங்கள். இது அற்புதம் இல்லையா?"

"ஆம் இது அற்புதம்தான்" என்று ஒப்புக்கொண்டார் கேள்வி கேட்ட நிருபர். "நீங்கள் எஞ்சினீயர் அல்ல ஆயினும் நான் எஞ்சினீயரது துல்லியம் பற்றி எல்லாவற்றையும் புரிந்து கொண்டேன். நன்றி!" என்றார்.

"இதோ அவை!" என்று களிப்புடன் கூவினார் ஒருவர்.

திறந்த கதவுகளுக்கு உட்புறம், இரண்டு வெள்ளை நாய்களுடன் காணப்பட்டார் யோல்க்கின்.

மறு கணமே இரு விண்வெளிப் பிரயாணிகளைச் சுற்றிலும் குதூகல ஆரவாரம் ஏற்பட்டது.

படப்பிடிப்பாளர்கள், மூன்று கதாபாத்திரங்களைக் கொண்டு எந்தெந்த வகையிலெல்லாம் முடியுமோ அந்தந்த வகையிலெல்லாம் வரிசைப்படுத்திப் படம் பிடித்தார்கள்.

சினிமாக் காமிராமேன் நிழற்பட நிருபர்களுக்கு இடைஞ்சல் செய்த வாறு திரைப்படக் கருவியைச் சரசரக்கச் செய்தார். பத்திரிகை நிருபர்கள் மருத்துவரை மிக மிக எதிர்பாராத கேள்விகளால் தாக்கினார்கள். "அத்வாஷ்னயாவுக்கு எது அதிகம் பிடிக்கும் - இறைச்சியா ஹல்வாவா?" என்று விடாப்பிடியாகக் கேட்டுக்கொண்டிருந்த ஓர் இளம் நிருபருக்கு வஸீலிய் வஸீலியெவிச்சால் எவ்விதத்திலும் பதில் சொல்ல முடியவில்லை.

ஒலிப்பதிவுப் பெட்டி வைத்திருந்த மனிதர் மட்டுமே இந்த அல்லோலகல்லோலத்தை எல்லாம் அமைதியாக அவதானித்துக்கொண்டிருந்தார். படப்பிடிப்பாளர்கள் ஓரளவு சாந்தமடைந்ததும் வானொலிப் பிரதிநிதி நாய்களின் அருகே சென்றார்.

“எங்கே, கொஞ்சம் குரை பார்க்கலாம், என் கண்ணே!” என்று அத்வாஷ்னயாவின் முகத்தருகே ஒலிபரப்பியைப் பிடித்தவாறு சர்வ சகஜமாக அவர் கேட்ட தோரணையில் தோழர்களில் எவருமே சிரிக்கவில்லை.

அத்வாஷ்னயா வெயிலொளியால் கண்களைச் சுருக்கிக்கொண்டு, வெக்கை பொறுக்காமல் நாக்கைத் தொங்கவிட்டவாறு அந்த மனிதரை ஆழ்ந்தநோக்குடன் பார்த்தது. அவர் என்ன விரும்புகிறார் என்பது அதற்குப் புரியவில்லை.

நாய்க்குட்டி மாலிக் திடீரெனத் தன் இடத்தைவிட்டுத் தாவி வெகு உயரே துள்ளி, நாய்க்கே இயல்பான விதத்தில் வானொலி நிருபரோடு ஒட்டிக்கொண்டு அவருடைய மூக்கை நக்கியது.

“ஓகோ! அப்படியானால் நீ குரைக்கப் போகிறாய்!” என்றார் வானொலி நிருபர்.

அடக்கமாட்டாமல் பொங்கிப் பெருகிய ஆனந்தத்தின் காரணமாக மாலிக் குரைத்தது.

ஒலிபரப்புக்கு முக்கியமான இந்த ஒலிகளைப் பதிவு செய்துகொண்ட பின் வானொலி நிருபர் முகப்பு வெளியின் மறு கோடிக்குப் போய், புல்லின் மேல் வசதியாக நின்றுகொண்டு ஒலிபரப்பியில் பேசலனார்:

“கவனம், கவனம்! அத்வாஷ்னயா, மாலிக் என்ற நாய்களையும் ஸ்வ்யோ ஸ்தச்கா என்ற குழிமுயலையும் விண்வெளிப் பயணத்திற்கு அனுப்பிய ஆராய்ச்சிக் கல்லூரியின் முகப்பு வெளியில் நாம் இப்போது இருக்கிறோம். உங்களுக்குக் கூச்சல் கேட்கிறதா? திரும்பி வந்துள்ள விண்வெளி விமானி களைப் பத்திரிகை நிருபர்கள், ஒருவகையில் சொன்னால்

பேட்டி காண்கிறார்கள். அந்தச் சத்தம் தான் இது..."

அப்புறம் வானொலி நிருபர் என்ன தகவல் அறிவித்தார் என்பதை அவருடைய தோழர்கள் தெரிந்துகொள்ளவே இல்லை: எதிர்பாரா நிகழ்ச்சி ஒன்று அவர்களுடைய கவனத்தை மறுபுறம் ஈர்த்தது.

இரண்டு பையன்களைக் காவலாளன் வேலியோரமாகவும் பின்பு மரங்களுக்கிடையிலும் விரட்டிக்கொண்டு ஓடினான். அவர்களைப் பின்னாலிருந்து அவன் பிடிக்கப் போன சமயத்தில் பையன்கள் சட்டென்று முன்னே பாய்ந்தார்கள். ஒரு பையனின் கிளர்ச்சிப் பெருக்குள்ள குரல் எல்லாப் பேச்சையும் இடைமுறித்துவிட்டது.

"சடைச்சீ! சடைச்சீ!" என்று ஓடிக்கொண்டே கத்தினான் வெளிர்பொன் முடியுள்ள ஒரு பையன்.

நீண்ட வார் புல்மீது இழுபட அவனை நோக்கிப் பெரிய தாவல்களில் பாய்ந்தோடியது அத்வாஷ்னயா. பையனுடைய மார்பில் துள்ளி அவன் முகம் முழுவதையும் நக்கிவிட்டது அது.

போரியா குத்திட்டு உட்கார்ந்து தனது முழங்கால் மேல் சடைச்சியின் தலையை வைத்துக்கொண்டு, அதன் மென்மையான சடையை

வருடியபடியே அதன் அன்பும் கனிவும் சொட்டும் விழிகளை நோக்கியவாறு விந்தையான, இடை விட்டு விட்டு ஒலிக்கும் குரலில் ஏதோ பேசத் தொடங்கினான். துயரமும், அனுபவித்த ஏமாற்றமும் களிப்பும் அந்தக் குரலில் ஒருங்கே ஒலித்தன.

நாயை மட்டுமே பார்த்துக்கொண்டு போரியா சொன்னான்: "சடைச்சீ, சடைச்சீ! இது நான்தான். என்னை உனக்கு நினைவு இருக்கிறதா? என்னை அடையாளம் கண்டு கொண்டாயா? படு முட்டாள்தனம் நேர்ந்துவிட்டது. ஒருபோதும், ஒருபோதுமே உன்னைப் பார்க்கப் போவதில்லை என்று நினைத்து விட்டேன்.... நீ தான் எவ்வளவு பெரியதும் வலிமை உள்ளதும் ஆகிவிட்டாய்! நீ சௌக்கியமாய் இருக்கிறாயா, சடைச்சீ?

சடைச்சி தனது பழைய எஜமானனுடைய முகத்தை நேரிட்டு நோக்கியது. மனத் தாங்கலை அது என்றைக்கோ மறந்துவிட்டது என்றும், அவனுக்காக ஏங்கியது என்றும் இப்போது மகிழ்ச்சி அடைந்திருக்கிறது என்றும், மகிழ்ச்சி அடைய மட்டுமே இல்லை, இன்பத்தில் திளைக்கிறது என்றும் அதன் வால் சொல்லிற்று.

நாய் திரும்பிற்று, கண்ணாடி அணிந்த விழிகளைச் சுருக்கிக்கொண்டு அருகில் நெருங்கிய வஸீலிய் வஸீலியெவிச் மீது கண்ணோட்டியது. அதன் வால் இன்னும் விரைவாக ஆடத் தொடங்கிற்று. ஆம், போரியாவைக் கண்டதிலும் கேட்டதிலும் அது இன்பம் அடைந்திருந்தது. தவிர, இந்த நல்ல மனிதனிடமும் அது சுகமாக இருந்தது, அது இரட்டை இன்பம் துய்த்தது.

"இது உன்னுடைய நாயா?" என்று வினவினார் ஆச்சரியமுற்ற யோக்கின். "அறிமுகம் செய்துகொள்வோம்."

போரியா துள்ளி எழுந்தான். அவன் முகம் சுடர்ந்தது.

"ஆம், இது என்னுடைய சடைச்சி! நான் இதை வெகுவாகத் தேடினேன். இப்போது..." ஆவல் நிறைந்த பல முகங்களைக் கண்டதும் அவன் வாக்கியத்தை முடிக்காமலே நிறுத்திவிட்டான்.

“ஆகா, இதுவல்லவா சந்திப்பு!” என்று களிப்புடன் கூறினார் ஒரு நிருபர். “அப்படியானால் தம்பீ, அத்வாஷ்னயாவுக்கு முன்பு சடைச்சி என்ற பெயர்? சுவையான சேதி” என்றார்.

அவ்வளவு தான். போரியாமீது கேள்வி மாரி பொழிந்தது.

“நீ இதை எப்படித் தவறவிட்டாய்?”

“இதற்கு என்னென்ன வழக்கங்கள் உண்டு?”

“சொல்லு. இறைச்சி இதற்கு நிரம்பப் பிடிக்குமோ?”

“வெகு காலமாகத் தேடினாயா இதை?”

“இன்னும் எத்தனை எத்தனையோ கேள்விகள் கேட்கப்படவே, சடைச்சியைப் பற்றித் தனக்குத் தெரிந்ததை எல்லாம் போரியா விவரிக்க வேண்டியதாயிற்று.

அத்துமீறி உள்ளே வந்த இரண்டாவது பையனை எல்லோரும் மறந்துவிட்டார்கள். ஒரே ஒரு நிருபர் மட்டுமே அவன் மீது கவனம் செலுத்தினார்.

"அப்படித்தான் நினைத்தேன், நீ தான் இங்கே இருப்பாய் என்று!"

"அப்பா! சடைச்சி கிடைத்துவிட்டது!" என்று உவகை பொங்க ஆர்ப்பரித்தான் கென்னாதிய்.

"நான் எல்லாவற்றையும் பார்த்தேன்" என்றார் அனத்தோலிய் யெவ்கேனியெவிச்.

போரியா தனது கதையை முடித்ததும் அனுபவம் மிக்கவரும் தோழர்களின் மதிப்புக்குப் பாத்திரமானவரும் ஆகிய நிருபர் அனத்தோலிய யெவ்கேனியெவிச் அவனருகே சென்றார்.

“உனக்காக நான் மகிழ்கிறேன், போரியா. அப்போது அந்த மாதிரி நேர்ந்ததில் எனக்கு நிரம்ப வருத்தமாயிருந்தது” என்றார்.

“சந்தேகமின்றி நானும் கென்னாதியும் தான் குற்றவாளிகள்“ என்று ஒப்புக்கொண்டான் போரியா. “ஆனால், ஒரு வேளை...” இப்படிச் சொல்கையில் அவன் விழிகளில் தந்திரம் பளிச்சிட்டது. “சடைச்சி காணாமற் போகாமல் இருந்தால் அது அத்வாஷ்னயா ஆகியிருக்க முடியாதே? இப்போதோ உலகமெல்லாம் அதை அறியும்!”

போரியா தன்னுடைய கண்டுபிடிப்பால் தானே வியப்படைந்து தயங்கினான். பின்பு வஸீலிய் வஸீலியெவிச்சைப் பார்த்துக் கூறினான்:

“சில சில சமயங்களில் இங்கே வந்து இதைச் சந்திக்க அனுமதிப்பீர்களா, மருத்துவர் அவர்களே? நானும் கென்னாதியும் இடைஞ்சல் செய்யமாட்டோம்.”

“கட்டாயமாக. தடையில்லாமல் வாருங்கள்” என்று அனுமதித்தார் வஸீலிய் வஸீலியெவிச்.

கென்னாதிய் தனது நண்பனைப் பின்னாலிருந்து இடித்தான். “போரியா, போரியா! நீ எவ்வளவு அதிர்ஷ்டசாலி! சடைச்சி உனக்குக் கிடைத்துவிட்டது. அதுவோ இவ்வளவு பிரபல விண்வெளி விமானி” என்றான்.

கென்னாதிய் துயருடன் தந்தையை நோக்கினான். “உலகத்தில் தான் அதிர்ஷ்டம் எவ்வளவு சமமின்றிப் பங்கிடப்படுகிறது!” என்று சடைந்து கொண்டான்.

ஆனால் போரியா இதைக் காதில் போட்டுக்கொள்ளவில்லை. அவன் சடைச்சியிடம் விடைபெற்றுக்கொண்டிருந்தான்:

“நான் வருவேன்! ஏங்காதே! நான் வருவேன்!” என்று அதன் காதோடு கூறினான்.

விண்வெளியின் திறவுகோல்

மிகச் சிறிது நேரம் கடந்தது. பூமியின் மேலே பறந்தது இரண்டாவது விண்வெளி விமானம். அதில் இருந்தன பிரயாணிகள்—ஸ்திரேல்கா, பேல்கா என்ற நாய்கள்.

விஞ்ஞானிகள் கலக்கம் அடைந்தார்கள். டெலிவிஷன் திரைகளின் மீது தெரிந்தன இரண்டு அசையா உருவங்கள். விண்வெளி விமானிகள் உயிரோடு இருக்கின்றனவா இல்லையா?

விமானம் புவியைச் சுற்றிவந்ததும் உருவங்கள் உயிர்ப்புற்றன —பிரயாணிகள் அசைந்தன, ஸ்த்ரேல்க்கா சற்றே மேலே தூக்கிய வெள்ளை முகத்தை அசைத்தது: "ஆம் ஆம், நாங்கள் உயிரோடு இருக்கிறோம்!" என்று அதன் கருங் காதும் கண்களைச் சுற்றிலும் இருந்த கரிய மறுவும் அசைந்தன. பேல்க்கா, மயிரடர்ந்த வெண்ணிற பேல்க்கா , ஒன்றின் மீது ஒன்றாக இருந்த முன்கால்கள் மீதிருந்து தலையை உயர்த்தியது: "இல்லை, இல்லை, நாங்கள் திகிலடித்துப் போகவில்லை. தயை செய்து கவலைப்படாதீர்கள்!..."

விருப்பத்துக்கு இணங்கிவராத, வலிமையுள்ள கால்களைத் தொடக்கத்தில் அவை அரிதாகவே இயக்கின. கால்களின் புரியாத போக்கு நாய்களுக்கு எரிச்சல் ஊட்டியது. அவை குரைக்கக்கூடச் செய்தன. அப்புறம் வழக்கத்துக்கு மாறான கனமின்மைக்கு அவை பழகிப் போயின. குதூகலம் அடைந்து உணவுக் குழாய்ப் பக்கம் வாயை நீட்டின. விண்வெளியில் முதல் சாப்பாடு நிகழ்ந்தது.

விண்வெளிக் கப்பல் அண்டவெளி நடனத்தில் சுழன்றது, சுழன்றது, சுழன்றது. கனமற்ற பிரயாணிகள் இயங்கின, இயங்கின, இயங்கின. விஞ்ஞானிகள் உயிர்த்து இயங்கும் செய்தி விவரத்தைக் கண்கொட்டாது நோக்கிய வண்ணமாயிருந்தனர்.

"கேளுங்கள்! கேளுங்கள்! கேளுங்கள்! பேல்க்காவும் ஸ்த்ரேல்க்காவும், சுண்டெலிகளும் மூஞ்சூறுகளும் அடங்கிய உயிர்க்காட்சி சாலை முழுவதும் உயிருடன் ஆரோக்கியமாக

இருக்கின்றது!" என்று உலகுக்கு அறிவித்தது வானொலி.

பூமியிலிருந்து அனுப்பப்பட்ட சங்கேதத்தின்படித் தரையிறங்கத் தொடங்கிவிட்டது விண்வெளிக் கப்பல். பாரஷூட்டின் வெண் கும்மட்டம் விரிந்து விண்வெளிப் பிரயாணிகளை நடு வயலில் இறக்கியது. ஜனங்கள் தங்கள் வேலையை அப்படியே போட்டுவிட்டு விந்தை விருந்தாளிகளை நோக்கி ஓடினார்கள்.

"என்ன அற்புதம் பார்! நாம் வேலை செய்து கொண்டிருக்கிறோம், டிராக்டர் உழுதுகொண்டிருக்கிறது, திடீரென்று ராக்கெட் இறங்குகிறது, விண்வெளிப் பிரயாணிகள் விஜயம் செய்கிறார்கள். நன்றி! அதிர்ஷ்டம் நேரே வானத்திலிருந்தல்லவா நம்மைத் தேடி வந்திருக்கிறது! முதன் முதலாக இந்த அற்புதத்தை நாம் காண்கிறோம்! நாம் கொடுத்துவைத் தவர்கள்!" என்று களிபேருவகை அடைந்தார்கள் கூட்டுப் பண்ணைக்காரர்கள்.

விஞ்ஞானிகள் ஹெலிகாப்டரில் பறந்து வந்தார்கள். ஸ்த்ரெல்க்காவையும் போல்க்காவையும் அறைக்குள்ளிருந்து விடுவித்து விட்டு ஒருவரையொருவர்

வாழ்த்தித் தழுவிக்கொள்ளலானார்கள். முதன் முதலில் தரையிறங்கிய விண்வெளி விமானிகளான ஸ்த்ரேல்க்காவையும் போல்க்காவையும் விடச் சிறந்த பரிசு அவர்களுக்கு என்ன இருக்க முடியும்?

"விண்வெளியின் திறவுகோலை இவைதாமே நமக்குக் கொண்டு தந்திருக்கின்றன!" கும்மாளி போட்டுக்கொண்டிருந்த நாய்களை நோக்கிவிட்டு இவ்வாறு கூறினார் ஒரு விஞ்ஞானி. அப்புறம், வெள்ளைப் பாரஷூட் விழுந்து கிடந்த வயல் மீது கண்ணோட்டியவாறு அவர் தொடர்ந்தார்: "லெனின்கிராதில் நாயின் நினைவுச்சின்னம் இருக்கிறது. பாரிஸ் நகரிலோ தவளைக்கு ஞாபகச் சின்னம் எழுப்பப்பட்டிருக்கிறது. ருஷ்ய உடலியல் நிபுணர் அகாதமீஷியன் இவான் பெத்ரோ விச் பாவ்லவும் பிரெஞ்சு உடலியல் அறிஞர் க்ளோட் பெர்னாரும் விஞ்ஞானத்துக்கு இந்தப் பிராணிகள் செய்த தொண்டை மிகப் பெரிதாக மதித்தார்கள். எனவே அவற்றுக்கு நிலையான சின்னத்தை அமைத்தார்கள். ஒரு காலத்தில் இங்கே, இதே வயலில் முதலாவது வெற்றிபெற்ற விண்வெளிப் பிரயாணிகள் ஸ்த்ரேல்க்காவுக்கும் பேல்க்காவுக்கும் நினைவுச் சின்னம் நிறுவப்படும். எங்கோ ஓரிடத்தில் எழுப்பப்படும் இன்னொரு நினைவுச் சின்னம்—லாய்க்காவுக்கு."

விஞ்ஞானி கூறிய இச்சொற்கள் பற்றிப் பின்னர் அறிந்து கொண்டவர்கள் அவர் கருத்தை ஒப்புக்கொண்டார்கள். குதூகலமும் வீரமும் வாய்ந்த முதல் விண்வெளி விமானிகளை அவர்கள் நேசிக்கலானார்கள். எல்லோருமே இந்த நிகழ்ச்சியை அருஞ்செயல் என்று குறிப்பிட்டதுதான் முக்கியமானது. சோவியத் விஞ்ஞானிகள், பொறி இயலார்கள், தொழில் நுட்ப நிபுணர்கள், தொழிலாளர்கள், மருத்துவர்கள், எல்லோரதும் அருஞ் செயல் இது.

நகரில் ஒரு சிறு சதுக்கம் உள்ளது. மலர்ச் செடிகள் சூழ்ந்த எளிய நினைவுச் சின்னம் ஒன்று மற்றச் சதுக்கங்களிலிருந்து இதை வேறுபடுத்துகிறது. உயரமான, சாம்பல் நிறப்

51
ஸ்கோ – துருவ நட்சத்திரம்

பீடத்தின் மேல் நிறுவப்பட்டுள்ளது த்ஸிஓல்கோவ்ஸ்க்கியின் மார்பளவுச் சிலையுருவம். ரோஜா நிறக் கல்லால் இவ்வுருவம் அமைந்திருப்பதால் மப்பும் மந்தாரமுமான நாட்களில் கூட விஞ்ஞானியின் முகம் கதிரவன் ஒளியால் பிரகாசிப்பது போலத் தோன்றுகிறது.

போரியா, கென்னாதிய், இரு நண்பர்களும் இங்கே அடிக்கடி வருவார்கள். எப்போதுமே அவர்கள் எதையோ பற்றித் தர்க்கித்துக்கொண்டு மூர்க்கமாகச் சொற்போர் நிகழ்த்துவார்கள். விண்வெளி குறித்த எல்லா விஷயங்களும் விஞ்ஞானத்துக்கே கூடத் தெளிவு உள்ளவையாகவும் விளங்கக்கூடிய வையாகவும் இல்லாதபோது அவர்கள் விவாதம் செய்யாமல் எப்படி இருப்பார்கள்?

விவாதிக்கும் சிறுவர்களுக்கு அருகே, அதே பெஞ்சிலோ, அடுத்த பெஞ்சிலோ அமர்ந்திருப்பாள் பெரிய விழிகள் உடைய சிறுமி. விவாதம் விவகாரரீதியாகவும் அமைதியாகவும் நடந்தால் அவள் பையன்களைக் கவனிக்காமல் வானை நோக்கியவாறு, கால்களை ஆட்டிக்கொண்டு தன் எண்ணங்களை உரக்க முணுமுணுப்பாள்:

“ஏனோ ராக்கெட்கள் மேல் விண்மீன்கள்? எம் விமானிகள் மேல்

விண்மீன்கள், வானுயர் கொடிகளில் செவ் விண்மீன்கள், மகிழ்விண்ணில் சுடர்ந்திடும் விண்மீன்கள்!"

இந்தச் சதுக்கத்தில் மிகவும் தனித்த ஒதுக்கமான மூலையில் ஓவியர் அமர்வார். அண்மையில் அவருடைய உடல்நிலை முன்னைவிடச் சீர்பட்டுவிட்டது, ஆதலால் வெளியே தூய காற்றில் வேலை செய்வதை அவர் விரும்புகிறார். எல்லாம் நன்றாக நடந்து, படங்கள் நன்கு அமைந்துவிடும்போது ஓவியர் முகத்தில் புன்னகை மலரும், அவருடைய பரிவுள்ள எழுதுகோல் காகிதத்தின்மேல் இன்னும் விரைவாக வரையும்.

அவருக்கு இடைஞ்சல் விளைவிக்காதபடி சந்தடியின்றி அவர் அருகே செல்வோம்.

ஓகோ! படங்களிலே தெரிகிறார்கள் நமது கதாபாத்திரங்கள்! ஒரே வித்தியாசம், அவர்கள் இப்போது மிகப் பெரியவர்களாக வளர்ந்துவிட்டார்கள் என்பதே. அண்டவெளியில் நெடுந்தொலைப் பயணம் புறப்படுகிறான் விண்வெளி விமானி போரியா ஸ்மேலவ். கொண்டாட்டத்திற்குரிய தருணம்! ஆனால் முதிய தாய்க்கும் மனக்கலக்கமடைந்த ல்யூபாவுக்கும் கண்ணீரை அடக்க முடியவில்லை... ஆமாம், கென்னாதிய் கராத்தவ் எங்கே? அதோ அவன் விண்வெளி விமானத்தின் சாளரத்தின் வழியே பார்த்துக் கொண்டிருக்கிறான். பொறுமையற்ற விஞ்ஞானி கென்னாதிய விண்வெளி உடுப்பை அதற்குள் அணிந்து கொண்டு தோழனைக் கையாட்டி அழைக்கிறான்.

விண்வெளி யுகத்தின் உச்சக் கட்டத்தில் இயந்திரங்கள் வானிலேயே இயங்கும். ஞாயிற்றுக் கிழமைகளில் வட துருவத்துக்கு உல்லாசப் பயணம் போய்வரலாம்.

நமது பிரயாணிகள் நிலவுலக வாசிகள். எனவே அவர்கள் கட்டாயம் வீடு திரும்புவார்கள்...

காட்சியின் தொடர்ச்சியை நாம் காண முடியவில்லை. ஓவியர் படப் புத்தகத்தை மூடிவிடுகிறார். வீடு சென்று படங்களுக்கு வண்ணம் தீட்டுவார். அப்புறம் அவற்றை

இளம் நண்பர்களுக்குப் பரிசளிப்பார்.

வாசக நேயர்களே! மரங்கள் சூழ்ந்த முகப்பு வெளியின் உள்ளே தூரத்தில் இருக்கும் விந்தையான தனி வீட்டின் அருகாக நீங்கள் போக நேர்ந்தால், நமது நாற்கால் வீரர்களைக் காணலாம். முகப்பு வெளியில் உலவும் நாய்களுக்கிடையே விளையாட்டுக் குணமுள்ள கொஸ்யாவக்காவையும் இணை பிரியாத ஸ்த்ரேல்க்காவையும் போல்க்காவையும், சோம்பலுடன் கொட்டாவி விடும் பால்மாவையும் எளிதில் அடையாளம் கண்டுகொள்ளலாம். ஆனால் சீண்டுவதும் குறும்பு செய்வதுமாக வளையவரும் பாங்கற்ற இந்தப் பிராணிகள் எவை? பராக்குப் பார்த்துக் கொண்டிருக்கும் ஏதேனும் நாயின் மீது எல்லாம் ஒன்றாகப் பாய்வதும், அது எதிர்த்தால் கரு காதுகள் கொண்ட ஸ்த்ரேல்க்காவின் அரவணைப்பை நாடி ஓடிவருவதுமாக இருக்கின்றன அவை. உடல்நலம் வாய்ந்த, குதூகலமுள்ள ஆறு குட்டிகள். எல்லாம் ஸ்த்ரேல்க்காவின் செல்வங்கள். பார்வையாளர்களுக்கு ஆராய்ச்சிக் கல்லூரியினர் அவற்றை விருப்புடன் காட்டுகின்றனர். “தாய் விண்வெளியிலிருந்து திரும்பிய பிறகு இவை பிறந்தன. ஆகவே, அண்ட வெளிக் கதிரியக்கம் அவ்வளவு பயங்கரமானது ஒன்றுமில்லை. பாருங்களேன், எப்படி தாட்டியாக இருக்கின்றன!” என்பார்கள் மருத்துவர்கள்.

இந்த முகப்பு வெளியில் உங்களது கவனத்தை ஈர்க்கிறது, அமைதியான வெள்ளை நாய் ஒன்று. குறும்புக்கார நாய்க்குட்டிகளின் கொட்டத்தைத் தக்க சமயத்தில் அடக்கவும் பொதுவாக ஒழுங்கை நிலைநாட்டவும் வல்ல இந்த நாய்தான் அத்வாஷ்னயா. அது பிகு செய்கிறது என்று எண்ணாதீர்கள். அத்வாஷ்னயா பெரிதாகிவிட்டது, வளர்ந்துவிட்டது, தனிப்பட்ட உழைப்பாளிக்குரிய தன்மதிப்பு அதனிடம் உறுதிப்பட்டுவிட்டது, அவ்வளவே.

கிராதிகளின் அருகே போரியா தென்பட வேண்டியது தான் தாமதம், விண்வெளி விமானியின் கம்பீரமான நிதானமெல்லாம் எங்குதான் பறந்துபோகுமோ தெரியாது!

அத்வாஷ்னயா ஒரே பாய்ச்சலாக ஓடுகிறது. கனிவுள்ள, இன்பம் நிறைந்த சடைச்சியாக அக்கணமே மாறிவிடுகிறது!

"என்ன சேதி? என்னுடைய அத்வாஷ்னயா சீக்கிரமே பறக்குமா?" என்று காவலாளியிடம் அப்புறம் கேட்கிறான் போரியா.

"அடேயப்பா, பெரிய மனிதரப்பா, எல்லாம் தெரிந்து கொள்ள ஆசைப்படுகிறார்!" என்று ஒவ்வொரு தடவையும் வியப்பைக் காட்டுகிறான் காவலாளி. பிறகு அன்பான குரலில் சொல்லுகிறான்: "சீக்கிரம். தயாராகிக்கொண்டிருப்பதாகக் கேள்விப்பட்டேன். அதாவது பயிற்சி பெற்றுக்கொண்டிருக்கிறது என்று. ஆனாலும் திட்டவட்டமாகச் சொல்ல என்னால் முடியாது. ஒரு நாள் வானொலிப் பெட்டியின் விசையைத் திருப்புவாய், அப்போது தெரிந்துகொள்வாய்."

www.ingramcontent.com/pod-product-compliance
Lightning Source LLC
LaVergne TN
LVHW060246051026
849517LV00005B/1735
* 9 7 8 9 3 9 5 7 7 6 4 6 2 *